AF761636

മായ എസ്.

കോട്ടയം മഹാത്മാഗാന്ധി സർവകലാശാലയിലെ സാമൂഹ്യശാസ്ത്ര വിഭാഗത്തിൽ നിന്നും 'കുടുംബവും ലിംഗപദവിയും: മനുസ്മൃതിയുടെ വിമർശനപഠനം' എന്ന പ്രബന്ധത്തിൽ ഗവേഷണബിരുദം. ജർമനിയിലെ ഫ്രെയിബുർഗ് യൂണിവേഴ്സിറ്റിയിൽ നിന്ന് 'ജർമനിയിലെ ഇന്ത്യൻ പ്രവാസികളുടെ മാറുന്ന അവബോധങ്ങൾ : സംസ്ക്കാരവും ലിംഗപദവിയും' എന്ന ഗവേഷണപ്രബന്ധത്തിലും ഡോക്ടറേറ്റ് ലഭിക്കുകയും അത് പുസ്തകമായി പ്രസിദ്ധീകരിക്കുകയും ചെയ്തു. ഗവേഷണ സംബന്ധമായും മറ്റു അക്കാദമിക സെമിനാറുകൾക്കായും അമേരിക്കയിലും യൂറോപ്പിലും സഞ്ചരിച്ചു. ഇപ്പോൾ തൃശൂർ കേരളവർമ കോളെജിലെ തത്ത്വചിന്താവിഭാഗത്തിൽ വകുപ്പദ്ധ്യക്ഷയായി അദ്ധ്യാപനം.

'മധ്യവേനലവധിക്ക്' (2011) എന്ന നോവലും 'ഇഹപരജ്ഞാനം' (2010) എന്ന കവിതാസമാഹാരവും 'യുക്തിവാദവും സ്ത്രീപക്ഷവാദവും' (2008), 'ദാമ്പത്യേതര സഹജീവിതം' (2021) എന്നീ ലേഖനസമാഹാരങ്ങളും പ്രസിദ്ധീകരിക്കപ്പെട്ടിട്ടുണ്ട്. ആനുകാലികങ്ങളിൽ സ്ത്രീ/ലിംഗപദവി പ്രശ്നങ്ങളെക്കുറിച്ചും സ്ത്രീപക്ഷസാമൂഹ്യശാസ്ത്രസിദ്ധാന്തങ്ങളെക്കുറിച്ചും 1998 മുതൽ എഴുതുന്നു. കേരളത്തിലെ സ്ത്രീപക്ഷ സംഘടനകളിൽ സജീവമായിരുന്നു.

ജനനം : 1974, തൃശൂർജില്ലയിൽ.
ഇ-മെയിൽ : philomaya01@gmail.com

Malayalam Language
Seelavathikal
(Novel)
by
Maya S.

♦

Published in March 2023
by Kairali Books Private Limited
Thalikkavu Road, Kannur.
Ph : 0497-2761200
E-Mail : kairalibooksknr@gmail.com

♦

Cover Design
Prasanth Mangad

♦

Printed at
Printing Park, Tly.

Price ₹ : 250.00
116/22-23/Sl.No.1424/500/NS 18.6
ISBN 978-93-93397-52-2

ശീലാവതികൾ

മായ എസ്.

കൈരളി ബുക്സ്

സമർപ്പണം

ആത്മാർത്ഥതയും ആത്മാഭിമാനവും
സ്വാതന്ത്ര്യവും ഉറപ്പുവരുത്തി
സ്വയംപര്യാപ്തവും സന്തോഷപ്രദവുമായ
ജീവിതം നയിക്കാനാഗ്രഹിക്കുന്ന
എല്ലാ സ്ത്രീകൾക്കുമായി...

ആമുഖക്കുറിപ്പ്

കാടുകളിൽ വേട്ടയാടി അലഞ്ഞുതിരിഞ്ഞു ജീവിച്ച പുരാതനമനുഷ്യരിൽ നിന്ന് പരിഷ്കൃതസമൂഹമായി മാറുന്ന സാംസ്ക്കാരികോന്നമനത്തിനുള്ള പ്രക്രിയകൾക്കിടെ എവിടെയോ വെച്ച്, സ്ത്രീകളെന്നും പുരുഷന്മാരെന്നും വിളിക്കപ്പെടുന്ന രണ്ടു വിഭാഗം മനുഷ്യരുണ്ടായിവന്നു...

മനുഷ്യർക്കിടയിലുണ്ടായ ആദ്യത്തെ വിവേചനാത്മകമായ തരംതിരിവ്... കയ്യൂക്കുള്ളവരും കയ്യൂക്കില്ലാത്തവരും... ഗർഭപാത്രമുള്ളവരും ഗർഭപാത്രമില്ലാത്തവരും...

അങ്ങനെയങ്ങനെ, സ്ത്രീകളുടെ മനസ്സ് പ്രവർത്തിക്കുന്നതെങ്ങനെ എന്നു പുരുഷമനസ്സ് തീരുമാനിക്കുന്ന അവസ്ഥ കൈവന്നു... മനുഷ്യമനസ്സ് കൃത്യമായും വിപരീതാത്മകമായ പുരുഷമനസ്സ്, സ്ത്രീമനസ്സ് എന്നിങ്ങനെ തരംതിരിക്കപ്പെട്ടു... മനുഷ്യമനസ്സുകളുടെയും മനുഷ്യശരീരത്തിന്റെയും മനുഷ്യജീവിതത്തിന്റെയും അനന്തസാധ്യതകളെ അടച്ചുകൊണ്ട് ...!! സമൂഹമനസ്സ് എന്നത് പുരുഷമനസ്സ് എന്നത് മാത്രമായി...

പുരുഷമനസ്സ് എന്ന തരത്തിൽ ഉരുത്തിരിഞ്ഞുവന്നതല്ലാത്ത മറ്റെല്ലാ മനസ്സുകളും സ്വയത്തെക്കുറിച്ചും അപരത്തെക്കുറിച്ചും എന്ത് ചിന്തിക്കുന്നു എന്നത് ആരും തിരിച്ചറിയാതായി... സ്ത്രീ സ്വയംതന്നെ തിരിച്ചറിയാത്തവിധം സംസ്ക്കാരം അവളുടെ മനസ്സിനെ അബലയായും ചപലയായും പരുവപ്പെടുത്തി...

അവളുടെ വികാരവും വിചാരവും പുരുഷകേന്ദ്രിതസംസ്ക്കാരത്തിന്റെ നിർമ്മിതികൾക്കുള്ളിലായി ഒതുങ്ങി അത്തരം സാമൂഹ്യ സാംസ്ക്കാരിക നിർമ്മിതിയുടെ വാർപ്പുമാതൃകകൾക്കകത്ത് നിൽക്കാത്ത ചില സ്ത്രീമനസ്സുകളെ ഈ നോവലിൽ കാണാം.

ജീവിതം അപ്രതീക്ഷിതമായ നോവുകളുടെ കയങ്ങളിൽ ചെന്നുപെട്ടു മുങ്ങിത്താഴാൻ പോകുമ്പോഴും, വ്യത്യസ്തമായ സാധ്യതകളുടെ പങ്കായങ്ങൾ കണ്ടെത്തിത്തുഴയുന്ന, മനുഷ്യബന്ധങ്ങളിൽ ആത്മാർത്ഥതയും ആത്മാഭിമാനവും സ്വാതന്ത്ര്യവും കാംക്ഷിക്കുന്ന, സ്വയംപര്യാപ്തകളായി സന്തോഷപ്രദം ജീവിക്കാൻ കൊതിക്കുന്ന സ്ത്രീമനസ്സുകൾ.

യുക്തിപരമായതെന്നോ ആത്മീയമായതെന്നോ പ്രായോഗികമായതെ

ന്നോ പ്രണയപരമായതെന്നോ തിരിച്ചറിയാൻകഴിയാത്തവിധം മനുഷ്യ ബന്ധങ്ങളെക്കുറിച്ചും സ്ത്രീപുരുഷബന്ധങ്ങളെക്കുറിച്ച് പ്രത്യേകിച്ചും

ചിന്തിക്കുന്നതിന്റെ ഭാഗമായി എട്ടുവർഷം മുൻപ് എഴുതിയ നോവ ലാണിത്...

പിന്നെ, വ്യക്തിപരമെന്നോ സാമൂഹ്യമെന്നോ വേർതിരിക്കാനാവാത്ത തരം വിമർശനാത്മകമായ നോവിലൂടെ കടന്നുപോയ രണ്ടു ഘട്ടങ്ങളിൽ

നോവലിൽ മിനുക്കുപണികൾനടത്തി.

ഈ നോവൽ ഇപ്പോൾ പ്രസിദ്ധീകരിക്കുന്നതിൽ സന്തോഷം... ഇതിന്റെ പ്രസാധകർക്കും, ഒരു ഘട്ടത്തിൽ വായിച്ച് അഭിപ്രായ/പ്രോ ത്സാഹനങ്ങൾ നൽകിയ രണ്ടു പ്രിയസുഹൃത്തുക്കൾക്കും, സസൂക്ഷ്മം അവതാരിക കുറിച്ചുതന്ന പ്രിയപ്പെട്ട എഴുത്തുകാരി മാനസിക്കും, എല്ലാ വായനക്കാർക്കും കൃതജ്ഞതാഭരിതമായ സ്നേഹം...

മായ എസ്.

അവതാരിക

സാമൂഹ്യ നിയമങ്ങളെ വിലവെക്കാത്ത അതിന്റെ പൊള്ളത്തരവും കാപട്യവും തിരിച്ചറിയുന്ന കുറച്ചു പെൺകുട്ടികൾ അവരുടെ ജീവിതം അവർ വിചാരിക്കുന്ന തരത്തിൽ ജീവിക്കാൻ ആശിക്കുന്നു. ആരെയും ഉപദ്രവിക്കാനല്ല. ആരോടും പക വീട്ടാനും അല്ല. എങ്കിലും സ്വന്തം ജീവിതം സ്വന്തം ഇഷ്ടപ്രകാരം ആരെങ്കിലും ജീവിക്കാൻ തുനിയുന്നത് എത്രമാത്രം സമൂഹത്തിന് അസ്വീകാര്യമാണ് എന്ന് ഈ നോവൽ പല തരത്തിൽ നമ്മെ ബോധ്യപ്പെടുത്തുന്നുണ്ട്. വരികൾക്കിടയിലൂടെയാണ് മായ പലതും പറയാൻ ശ്രമിക്കുന്നത്. സുഹൃത്തുക്കളുടെ സംഭാഷണത്തിലൂടെ തെളിഞ്ഞുവരുന്ന വ്യത്യസ്ത ജീവിതാവസ്ഥകൾ മായ വിവരിക്കുന്നത് ആ അവസ്ഥകളുടെ ദയനീയതയെക്കുറിച്ചോ ചാരുതയെക്കുറിച്ചോ പറയാനല്ല. മറിച്ച് അവയിലൂടെ കിനിയുന്ന മൂല്യബോധങ്ങളെ നമ്മുടെ മുന്നിലേയ്ക്ക് വലിച്ചിട്ട് ഇനി ഇവയെ നിങ്ങൾ തന്നെ വിസ്തരിക്കൂ എന്ന മട്ടിലാണ്. ഒരു വായനക്കാരന്/വായനക്കാരിക്ക് എപ്പോഴും ആദ്യ വായനയിൽ മനസ്സിൽ തെളിയുന്നത് നോവലിലെ സംഭവവിവരണങ്ങളുടെ ബാഹ്യതല ചലനങ്ങളും അവയുയർത്തുന്ന പ്രതിപ്രവർത്തനങ്ങളും ആയിരിക്കും എന്നത് വളരെ സ്വാഭാവികമാണ്. പിന്നീടുള്ള പുനർവായനയിൽ ആയിരിക്കും പലപ്പോഴും ഒരു സമൂഹത്തിന്റെ വ്യവസ്ഥിതിയിൽ ആ ജീവിതാവസ്ഥകൾ എങ്ങനെയൊക്കെ കൂട്ടി ഘടിപ്പിക്കപ്പെടുന്നു എന്ന് പൊടുന്നനെ വീണു കിട്ടിയ ഒരു തെളിച്ചം പോലെ ബോധ്യങ്ങൾക്കു മേൽ വെളിച്ചം വീശുന്നത്. ഒരാളുടെ വ്യക്തിജീവിതത്തിൽ സമൂഹവും സ്വന്തം കുടുംബവും എങ്ങനെയൊക്കെ പരോക്ഷമായി ഇടപെടുന്നു എന്നതിന് ഈ നോവൽ ഒരു തെളിവ് പോലെ സാക്ഷ്യം വഹിക്കുന്നു.

സ്ത്രീപുരുഷ ബന്ധങ്ങളിലെ കുരുക്കുകളെ ഇതിലെ കഥാപാത്രങ്ങൾ സമീപിക്കുന്നത് ചതി, വഞ്ചന എന്നൊക്കെ പറഞ്ഞുള്ള ദയനീയ വിലാപങ്ങളോടെയല്ല, മറിച്ച് തികഞ്ഞ ഉത്തരവാദിത്തത്തോടെയും സ്വയം ബോധത്തിൽ നിന്നുയരുന്ന ചുമതലാബോധത്തോടെയും ആണ് എന്നത് വായനയിൽ കുളിർമ്മയുടെ ഒരു നേരിയ അല പോലെ മനസ്സിൽ പടർന്നു നിന്നു. ഫെമിനിസം എന്ന പേരിൽ പടച്ചുവിടപ്പെടുന്ന

ഒരുപാട് പരിഭവങ്ങൾക്കും പരിതാപങ്ങൾക്കും പകരം, ഒരുതരത്തിലും പുരുഷന് താഴെയാണെന്ന് വിശ്വസിക്കാത്ത, എന്നാൽ പുരുഷസൗഹൃദങ്ങൾ അതിന്റെ സ്വാഭാവിക വളർച്ചയോടെ അഭികാമ്യമാണ് എന്ന് കരുതുന്ന പക്വമായ ഒരു പറ്റം പെൺമനസ്സുകളുടെ ജീവിത ബോധ്യങ്ങളാണ് ഈ നോവലിൽ ഉടനീളം നിറയുന്നത്. ഏതുവിധ ലൈംഗിക ആകർഷണവും വികർഷണവും അത്രമേൽ പരിചിതവും സ്വാഭാവികവും ആണവിടെ. ലൈംഗികത, വിശപ്പ് പോലെ, ദാഹം പോലെ വളരെ വളരെ സാധാരണമായ ഒരു ചോദനയായാണ് ഇവരെല്ലാവരും പ്രായോഗിക തലത്തിൽ അതിനെ സമീപിക്കുന്നതും. ഈ പെൺകുട്ടികളുടെ ജീവിതത്തിൽ എന്നല്ല ചിന്തയിൽ പോലും ലൈംഗികതയ്ക്ക് സദാചാരവാദവുമായി നാം ഇന്ന് പറയുന്ന അർത്ഥത്തിൽ ഒരു ബന്ധവുമില്ല. ലൈംഗിക ബന്ധങ്ങൾക്ക് അതിരുവിട്ട വൈകാരികതയുടെ ഊരാക്കുടുക്കുകളുമില്ല. കാരണം വിവാഹത്തിനും ജോലിക്കും കുടുംബ ബന്ധങ്ങൾക്കും വിവാഹമോചനത്തിനും വിവാഹിതരാകാതെയുള്ള കൂട്ട്ജീവിതത്തിനും ഒന്നും സ്വന്തം ഇഷ്ടപ്രകാരമുള്ള ജീവിതത്തേക്കാൾ പ്രാധാന്യം ഇവരൊന്നും കൽപ്പിക്കുന്നില്ല എന്നതാണ് ഈ നോവലിന്റെ അടിസ്ഥാന സ്വഭാവമായി നിലനിൽക്കുന്നത്.

ഒരു പെൺകുട്ടിയുടെ ജീവിതത്തിലെ കുറച്ചു വർഷങ്ങൾ മാത്രം നീളുന്ന ഒരു കാലഘട്ടം പശ്ചാത്തലമാക്കുന്നതാണ് ഈ നോവലിൽ. അവളുടെ വിദേശവാസവും അവിടത്തെ വ്യത്യസ്തമായ സാംസ്കാരിക പശ്ചാത്തലവും നമ്മുടെ ഇന്നത്തെ പുതുതലമുറയ്ക്ക് മനസ്സിലാകും വിധം വിവരിച്ചു പോകുന്നുണ്ട്.

ഒരു നാട്ടിൻപുറ സംസ്കാരവും വളരെയധികം പുരോഗമിച്ച ഒരു രാജ്യത്തെ സംസ്കാരവും തമ്മിലുള്ള വ്യത്യാസം എങ്ങിനെയൊക്കെ മനസ്ഥിതികളിലും പെരുമാറ്റങ്ങളിലും മാറ്റം വരുത്തുന്നു എന്നതിന്റെ പ്രത്യക്ഷ ഉദാഹരണം കൂടിയായി അത് നിലനിൽക്കുന്നു എന്ന് കാണാം. ഒറ്റയ്ക്കും വിപരീത പരിതസ്ഥിതിയിലും ജീവിതം തുടർന്നു കൊണ്ടുപോകാനുള്ള ബദ്ധപ്പാടുകൾ ഈ പെരുമാറ്റത്തിന്റെയും മനസ്ഥിതിയുടെയും പിന്നിലുണ്ട് എന്ന ബോധ്യം പുറം ലോകത്തെ കുറച്ചുകൂടി വ്യക്തമായി മനസ്സിലാക്കാൻ നമ്മെ സഹായിക്കുന്ന ഘടകമാണ്.

എഴുത്തുകാരി ഇതൊന്നും ബോധപൂർവ്വം എഴുതിയതായിരിക്കണമെന്നില്ല. പക്ഷേ വരികൾക്കിടയിലൂടെ കിനിഞ്ഞ് ഇറങ്ങുന്ന, അപ്രധാനമെന്ന് നമുക്ക് വായിക്കുമ്പോൾ തോന്നുന്ന ചില്ലറ അറിവുകൾ നോവലിന് പുതിയ ഒരു തലം കൂടി സൃഷ്ടിക്കുന്നു എന്ന് പറയാനാണ് ഞാൻ

ഇത് പറഞ്ഞത്. സമൂഹത്തിൽ ഇന്ന് നിലനിൽക്കുന്ന ഒരുപാട് മൂല്യബോധങ്ങളെ അറിഞ്ഞുകൊണ്ടോ അറിയാതെയോ സ്വന്തം ജീവിതം കൊണ്ട് വെല്ലുവിളിക്കുകയും അതിനെതിരെ ജീവിതം കൊണ്ടു തന്നെ പ്രതികരിക്കുകയും ചെയ്യുന്ന ഈ പെൺകുട്ടികൾ ഇന്നത്തെ പുതുതലമുറയ്ക്ക് സാമൂഹികമായ ഒരു ഒരു പുതിയ വാതിൽ തുറന്നു കൊടുക്കൽ കൂടി നടത്തുന്നുണ്ട്. ഒരു ലൈംഗിക തൊഴിലാളിയുടെ കുട്ടിയെ പഠിപ്പിക്കാനും പുനരധിവസിപ്പിക്കാനും ശ്രമിക്കുന്ന ഒരു കഥാപാത്രത്തെ ആദർശത്തിന്റെ ആലഭാരങ്ങൾ ഒട്ടുമില്ലാതെ വരച്ചിടുമ്പോൾ, ഈ പതിവ് തെറ്റിക്കൽ ഒരു സമൂഹത്തെ ചിന്താപരമായി മുന്നോട്ടുകൊണ്ടുപോകുമെന്നും പതിവ് ധാരണകളെ എങ്ങിനെയൊക്കെ മാറ്റിമറിക്കും എന്നും ഊഹിക്കാവുന്നതേയുള്ളൂ. വാച്യാലുള്ള ആലഭാരങ്ങളും ചിന്തോദ്ദീപകമെന്നു വരുത്താനുള്ള ആദർശവാദങ്ങളും ഈ നോവലിലെ കഥാപാത്ര സൃഷ്ടികളിൽ ഗ്രന്ഥകർത്രി തികച്ചും ഒഴിവാക്കുന്നു എന്നത് ഈ നോവലിൽ എന്നെ വളരെ കൂടുതൽ ആകർഷിച്ച ഒരു ഘടകമാണ് എന്ന് പറയാതെ വയ്യ.

തന്തയില്ലാത്തവൻ/വൾ ഇവിടെ ഒരു അശ്ലീലപദം അല്ലാതെ ആയിത്തീരുന്നു. ദയനീയ വിലാപങ്ങളും വെറുപ്പുറ്റ പകപോക്കലുകളും ഇവിടെ സ്ത്രീപുരുഷബന്ധങ്ങളിൽ സ്ഥാനം പിടിക്കുന്നില്ല. ഒരു പുഴ ഒഴുകുമ്പോൾ അതിന്റെ വഴി സ്വയം കണ്ടെത്തുന്നതുപോലെ ആണ് ഈ ചെറുപ്പക്കാരികൾ ജീവിതം ഉൾക്കൊള്ളുന്നത്. വഴിമാറാനും പുതുവഴികൾ തുറക്കാനും ഇവർ എപ്പോഴും മനസാ തയ്യാറാണ്. സ്വാതന്ത്ര്യത്തിന്, വ്യക്തിസ്വാതന്ത്ര്യത്തിന്, ഒരു നിർവചനം ഉണ്ടെങ്കിൽ അത് ഇതാണ് എന്നാണ് ഞാൻ കരുതുന്നത്. സ്വാതന്ത്ര്യം എന്നത് മറ്റൊരാൾ തനിക്ക് നൽകേണ്ടതാണെന്ന് വിശ്വസിക്കുന്നേയില്ലാത്ത ഇവരെല്ലാം തന്റെ ജീവിതം കരുപ്പിടിപ്പിക്കേണ്ടത് താൻ തന്നെയാണെന്ന ഉറച്ച ബോധ്യം ഉള്ളിൽ ആഴത്തിൽ കൊണ്ടുനടക്കുന്നവരാണ്. അതിന്റെ ഉത്തരവാദിത്വവും ചുമതലയും ഏറ്റെടുക്കാനും അവർ തയ്യാറാണ്. സാമൂഹ്യ പശ്ചാത്തലങ്ങൾ, പെട്ടെന്ന് തിരുത്താൻ ആകാത്ത മൂല്യബോധങ്ങൾ, എന്നിവ അവനവന്റെ മോഹങ്ങൾക്ക് എതിർ നിൽക്കുന്നോ എന്ന് മാത്രമാണ് ഇവരുടെ പോരാട്ടങ്ങളുടെ അടിസ്ഥാനം. ചതിയുടെയും വഞ്ചനയുടെയും ഒക്കെ പേരിൽ നടത്തുന്ന ദയനീയ വിലാപങ്ങളും പകപോക്കലുകളും ഈ നോവലിൽ സ്ഥലം പിടിക്കാതിരിക്കാൻ, ഇല്ലാതിരിക്കാൻ പ്രധാന കാരണം ഇതുതന്നെയാണ്. മറ്റാരെയും ഉപദ്രവിക്കാൻ ഉദ്ദേശിക്കാത്ത, സ്വന്തമായ കുറച്ച് മോഹങ്ങളും അഭീഷ്ടങ്ങളും മാത്രമേ അവിടെ ഉള്ളൂ. അത് സാമൂഹികമായി നേടിയെടുക്കണമെന്ന നിശ്ചയദാർഢ്യം

സ്വാഭാവികമായും ഇതിന്റെ മറുഭാഗം കൂടിയായി തീരുന്നു. ഈ നോവലിനെ വ്യത്യസ്തമാക്കുന്ന ഒരു പ്രധാന ഘടകം ഇതാണ് എന്നാണ് എന്റെ വിശ്വാസം.

ശീലാവതികൾ എന്ന പേര് ഈ നോവലിന് അസ്ഥാനത്ത് അല്ല എന്നു മാത്രമല്ല അതീവ അനുയോജ്യം കൂടിയാണെന്ന് ഞാൻ സൂചിപ്പിക്കട്ടെ. ശീലാവതി ആരെന്ന ചോദ്യത്തിന്റെ ഉൾക്കാമ്പു ഇത് ചോദ്യം ചെയ്യുന്നു. സമൂഹത്തിന്റെ മനസ്സിലുള്ള ശിലാവതീ നിർവചനം എത്രമാത്രം പൊള്ളയാണെന്നു ഇതിൽ കൂടുതൽ ഭംഗിയായി പറയാൻ പ്രയാസമാണ് എന്നാണ് ഈ നോവൽ വായിച്ചവസാനിച്ചപ്പോൾ എനിക്ക് തോന്നിയത്. വരികൾക്കിടയിലൂടെ രൂക്ഷമായ ഒരു സാമൂഹ്യ വിമർശനം നടത്തുന്ന കൃതി എന്ന നിലയ്ക്കാണ് ഞാൻ ഈ നോവലിനെ അടയാളപ്പെടുത്തുക.

മായക്ക് ഈ നോവലിലെ പരോക്ഷ പ്രസ്താവനകളുടെ വിതാനങ്ങൾ കുറെക്കൂടി മൂർച്ചയുള്ളതാക്കാൻ ഒരു സ്പെഷ്യൽ ഫോർമാറ്റ് കൂടുതൽ സഹായകമായേനെ എന്ന് തോന്നി. ചെത്തി കൂർപ്പിച്ച് ചിന്തേരിടുന്നതിന് ഭാഷയുടെ ചാട്ടുളി പ്രയോഗങ്ങൾ കുറേക്കൂടി ശക്തമാക്കാമായിരുന്നു. മായയുടെ വിഷയം ഒരു സ്പേഷ്യൽ ഫോർമാറ്റിൽ കൂടുതൽ മൂർച്ചയുറ്റതാകും എന്ന ചിന്ത മനസ്സിൽ വന്നത് ആ വിഷയത്തിന്റെ പുതുമയും ശക്തിയും മനസ്സിനെ ആഴത്തിൽ സ്പർശിച്ചത് കൊണ്ട് തന്നെയാണ്. കഥാപാത്രസാധ്യതകൾക്ക് തിടം വയ്പ്പിക്കാൻ അത്തരം ഫോർമാറ്റ് സഹായിക്കുന്നതായിട്ടാണ് എന്റെ അനുഭവം.

ശീലാവതികൾ എന്ന ഈ നോവലിന് എന്റെ എല്ലാവിധ അഭിനന്ദനങ്ങളും ആശംസകളും അർപ്പിക്കുന്നു. പുത്തൻ വഴികളിലൂടെ മായയുടെ സാഹിത്യസപര്യ ഇനിയും നിസ്സീമമായി തുടരട്ടെ എന്ന് പ്രാർത്ഥിക്കുകയും ചെയ്യുന്നു. ഇത്തരം എഴുത്തുകൾ സാംസ്കാരിക കലാപങ്ങൾ കൂടിയായി രൂപപ്പെടുന്നതും അങ്ങിനെ കണക്കാക്കപ്പെടേണ്ടതും ഇന്ന് നിലനിൽക്കുന്ന സാമൂഹ്യവ്യവസ്ഥിതിയുടെ പശ്ചാത്തലത്തിലാണ്. സ്ത്രീപുരുഷബന്ധങ്ങളെ സംബന്ധിച്ചിടത്തോളം ഏറെക്കുറെ രോഗാതുരമായ അവസ്ഥയിലുള്ള ഇന്നത്തെ നമ്മുടെ സമൂഹത്തിന് അത്യാവശ്യമായ ആതുരശുശ്രൂഷ കൂടിയാണത്.

മായക്ക് എല്ലാവിധ ഭാവുകങ്ങളും നേരുന്നു. കഴിവുറ്റ ചിറകുകളുടെ ശക്തി എപ്പോഴും സജ്ജവും സഫലവും ആകട്ടെ എന്ന് മനം നിറഞ്ഞു ആശംസിക്കുന്നു.

മാനസി

ഒന്ന്

ജീവിതം ഒരു ജലാശയമാണെന്നു അവൾക്കപ്പോൾ തോന്നിയിരുന്നില്ല. നിലകിട്ടാതെ നീന്തിത്തുടിക്കുന്നതിന്റെ ഭീകരതയും അന്നവളറിഞ്ഞിരുന്നില്ല.

അവൾ കൈകാലിട്ടു തുഴഞ്ഞുകൊണ്ടിരുന്നു. തല കുളത്തിന്റെ താഴ്ത്തട്ടിലിപ്പോൾത്തട്ടും എന്നു തോന്നി.

നൂറ്റമ്പതു വർഷം മുൻപോ മറ്റോ ഉണ്ടായിരുന്ന കിണറിനെ ഒരു ഭാഗം കിളച്ചു നീട്ടി കുളമാക്കിയിട്ടതായതിനാൽ, നീണ്ട വാലുള്ള വലിയൊരു കരണ്ടി കണക്കെയാണ് കുളം ഉള്ളത്. അക്കരെ, കിണറായിരുന്നഭാഗത്തേക്കു പ്രവേശിക്കും മുൻപായി വാൽ പോലെ നീളത്തിൽക്കിടക്കുന്ന കുളത്തിന്റെ രണ്ടു വശങ്ങളും ഉറച്ച കൽവരിയാണ്.

ഇങ്ങനെയുള്ളതിനെ കൊക്കർണി എന്നാണു വിളിക്കുക ചില നാട്ടുകാർ. പക്ഷെ ഞങ്ങൾ പടിഞ്ഞാറേ കുളം എന്നാണു വിളിക്കാറുള്ളത്. വീടിന്റെ പടിഞ്ഞാറുഭാഗത്തായതുകൊണ്ടാണ് അങ്ങിനെ പേരിട്ടതെന്നു വ്യക്തം. കിഴക്കു ഭാഗത്തായി പറമ്പിന്റെ അറ്റത്ത് മറ്റൊരു കുളം ഉണ്ട്. അതിന്റെ ആകൃതി ഏകദേശം വൃത്താകൃതിയാണെങ്കിലും അതിൽ കുളിക്കുകയും നീന്തുകയും അത്ര എളുപ്പമല്ല. അതിൽ എപ്പോഴും കുറെ ചണ്ടി നിറഞ്ഞിരിക്കും. പച്ചക്കളറുള്ള ഒരുതരം ചെടി. കുളത്തിനടിയിലേക്കു വാൽ നട്ട് വെള്ളത്തിനുമുകളിൽ പച്ചവിരിച്ചപോലെ നിൽക്കുന്നുണ്ടാകും. ചണ്ടി എന്ന് വിളിക്കുന്ന ഈ ചെടിയെ തള്ളിനീക്കി കല്പടവിനടുത്തു കുറച്ചു സ്ഥലമുണ്ടാക്കിയാണ് അവിടെ കുളിക്കാൻ പറ്റുക. നീന്തണമെങ്കിൽ പണിക്കാരെ വിളിപ്പിച്ചു ചണ്ടിവലിച്ചു കളയിക്കണം. എന്നാലും വേഗംതന്നെ വശങ്ങളിൽ ഉണ്ടായി വരുന്ന ചണ്ടിച്ചെടിയുടെ താഴ്ത്തേക്കു നീണ്ട നൂലുകൾപോലെയുള്ള ഭാഗം കാലിൽക്കുടുങ്ങുമോ എന്ന് തോന്നും നീന്തുമ്പോൾ. അതിനാൽ കുട്ടികൾ പൊതുവേ പടിഞ്ഞാറേ കുളത്തിലാണ് നീന്തിക്കളിക്കാറുള്ളത്.

അവളുടെ കാല്പ്പാദങ്ങളിൽ പിടിച്ചിരുന്ന, ശക്തിയായി തള്ളിക്കൊണ്ടേയിരുന്ന, കൈകൾ വിട്ടുപോയതോടെ ഏതു ദിശയിലാണിപ്പോൾ മുങ്ങാങ്കുഴിയിട്ടു പൊയ്ക്കൊണ്ടിരിക്കുന്നത് എന്ന് അറിയാനാവുന്നില്ല... കിഴക്കോ പടിഞ്ഞാറോ വടക്കോ തെക്കോ...!

അല്ലെങ്കിൽത്തന്നെ ദിശ തിരിച്ചറിയുന്ന കാര്യത്തിൽ അവൾ വളരെ പിന്നിലാണല്ലോ.

ദിക്കു തിരിയാത്തവൾ...

എന്തായാലും തെക്കോട്ടെടുക്കാറായിട്ടില്ലായിരിക്കും... വയസ്സു പതിനേഴല്ലേ ആയിട്ടുള്ളൂ; എഴുപതു വയസ്സുവരെ ആയുസ്സുണ്ടെന്നാണ് കുറത്തി പറഞ്ഞത്. തത്തമ്മ അങ്ങനെ പറഞ്ഞു എന്ന് കുറത്തി പറഞ്ഞു! അതിനിടെ വെടിവെച്ചുകൊന്നാലും ചാവില്ലത്രെ!!

പക്ഷേ വിരോധാഭാസം പോലെ പറഞ്ഞു- പതിനേഴുകഴിയുമ്പോൾ പടിയിറങ്ങിപ്പോകും എന്ന്.

ആ പടിയിറങ്ങിപ്പോക്ക് മരണത്തിലേക്കാവില്ലായിരിക്കാം...

അവൾ ചിരിച്ചുകൊണ്ട് ഒരു മത്സ്യകന്യകയെപ്പോലെ വെള്ളത്തിനടിയിലൂടെ ഒഴുകിനീന്തി... ശ്വാസം മുട്ടുന്നതേയില്ല...

അതിനിടെയാണ് ചിന്തിച്ചത്, താനിപ്പോൾ ഒരു ചട്ടുകമാണല്ലോ എന്ന്. എങ്കിലും മത്സ്യകന്യകയാണെന്ന വിധം അവൾ അതിഗംഭീരമായി ആസ്വദിച്ചു...

ചട്ടുകം പൂഴ്ത്തിക്കളി കളിക്കുമ്പോഴിതു സാധാരണയാണ് ; സാവധാനം സ്വയമൊരു മത്സ്യകന്യകയായി നിരൂപിക്കുക... ഏതോ രാജകുമാരനെ തിരഞ്ഞുഴറി നീന്തിനടക്കുംപോലെ...

നാട്ടിൽ കുടുംബവീട്ടിൽ കുട്ടികൾ അവധിക്കാലത്തു ഒത്തുവരുന്ന സമയത്ത് കുളത്തിൽ കളി തുടങ്ങും. എല്ലാ വർഷവും അച്ഛന്റെ തറവാട്ടിൽ വരുമ്പോൾ ഇത് പതിവാണ്, ആറേഴു വയസ്സ് മുതൽ നീന്തൽ പഠിച്ചതിനു ശേഷം.

പലതരത്തിലുള്ള പച്ചപ്പുല്ലുകൾ വളർന്നു നിന്നിരുന്നു, കുളത്തിന്റെ ചുറ്റുമുള്ള ഭാഗത്തു വെള്ളത്തിന് മുകളിലായി.

ചിങ്ങമാസത്തിലും നിറഞ്ഞു നിൽക്കുന്നുണ്ടായിരുന്നു കുളം. കർക്കിടകത്തിലെ അവസാനത്തെ രണ്ടുമൂന്നു ദിവസത്തെ തുടർച്ചയായ മഴ കാരണം.

നീന്തുന്നതിനിടെ എല്ലാവരും വെള്ളത്തിലേക്ക് ചാഞ്ഞു നിൽക്കുന്ന നീണ്ട പുല്ലുകൾ വലിച്ചു പറിച്ചു. ചിലവ പറിഞ്ഞു പോരുമ്പോൾ അതും വലിച്ചുകൊണ്ടു നീന്തും. ആമകളെയും തവളകളെയും ചിലപ്പോൾ തട്ടിമാറ്റിക്കൊണ്ടാണ് നീന്തുക.

ഹിതക്ക് ഇവയെ അല്പം അറപ്പാണ്. എങ്കിലും കരയിൽ നിന്നു ആമയെ കാണുന്നത് അവൾക്കു വലിയ ഇഷ്ടമാണ്.

ഒരിക്കൽ ചെറിയ കുട്ടിയായിരുന്നപ്പോൾ വെള്ളത്തിൽ ഇറങ്ങി നിന്ന

പ്പോൾ നീർക്കോലിയെ കണ്ടിരുന്നു. രണ്ടാമത്തെ കല്പടവിൽത്തന്നെ നീർക്കോലി കിടക്കുന്നു. അവൾക്കു നീന്താൻ അറിയില്ലായിരുന്നു അന്ന്.

അഞ്ചുവയസ്സുള്ളപ്പോഴാണത്... സ്കൂളിൽ ചേർന്ന നാളുകൾ. അന്നൊക്കെ പിന്നെ നീർക്കോലിയെ പേടിച്ചു കുളത്തിലിറങ്ങാൻ പേടിയായിരുന്നു. നീർക്കോലിക്കു വിഷമില്ല, പേടിക്കാനൊന്നുമില്ല എന്നൊക്കെ എല്ലാരും പറയുന്ന കേൾക്കാം. പക്ഷെ അത് വന്നു ചുറ്റിപ്പിടിച്ചാലത്തെ അവസ്ഥ ആലോചിക്കുമ്പോൾതന്നെ ഹിതയ്ക്കു ഓക്കാനം വരും.

വെറുതെ വെള്ളത്തിൽ ഇറങ്ങി കുളിക്കുമ്പോൾ തല മുങ്ങാൻ പഠിക്കുകയും ചെയ്തിരുന്ന കാലം. രണ്ടാമത്തെയോ മൂന്നാമത്തെയോ കൽപ്പടവിൽ കുനിഞ്ഞു നിന്ന് മുങ്ങുക എന്നത് വളരെപ്പേടിപിടിച്ചു പഠിച്ച കാര്യമാണ്.

പിന്നീടാണ് പേടായ രണ്ടു തേങ്ങകൾ, ചകിരി ലേശം ചീന്തി കൂട്ടിക്കെട്ടി അതിന്റെ നടുവിൽ കിടന്നു നീന്താൻ തുടങ്ങിയത്. പേടുതേങ്ങകൾ മനുഷ്യനെ വെള്ളത്തിൽ താഴ്ന്നു പോകാതെ താങ്ങിക്കൊണ്ടു പൊന്തിക്കിടക്കും. വയറിന്റെ ഭാഗം ചകിരിയിൽ കിടക്കുമ്പോൾ ഉരയുമെങ്കിലും വെള്ളത്തിലായാൽ വലിയ വേദനയൊന്നുമില്ലായിരുന്നു. അങ്ങനെ 'പേട്' എന്ന് വിളിപ്പേരുള്ള ലൈഫ് ജാക്കറ്റ് മോഡൽ ഉപകരണത്തിൽ കിടന്നു കൊണ്ട് അക്കരെ വരെ നീന്താനും പേടിയില്ലാതായി. എന്നിട്ടും, അതില്ലാതെ നീന്താൻ പിന്നെയും പേടിതന്നെയായിരുന്നു.

പിന്നെ തോർത്തുമുണ്ടിന്റെ അറ്റത്തും സാരിയുടെ അറ്റത്തും വയറിന്റെ ഭാഗം കെട്ടി വെള്ളത്തിലേക്ക് ഉന്തിവിട്ടാണ് നീന്തല് പഠിച്ചു എന്നായത്. ചെറിയമ്മയോ കുഞ്ഞേടത്തിയോ സാരിയുടേയും മുണ്ടിന്റെയുമൊക്കെ ഇങ്ങേത്തല പിടിച്ചു നിൽക്കും കരഭാഗത്തായി. ഒന്നാമത്തെയോ രണ്ടാമത്തെയോ ചിലപ്പോൾ അഞ്ചാമത്തെയോ ആറാമത്തെയോ കല്പടവിലും ഇറങ്ങി നിൽക്കും. അങ്ങനെയാണ് ഹിത കുളത്തിന്റെ നടുക്ക് വരെയും, പിന്നീട് സാരിത്തലപ്പൊക്കെ അരയിൽക്കെട്ടിയതു അഴിഞ്ഞു പോയതറിയാതെ അക്കരെ വരെയും നീന്തിയത്.

പാറക്കൽവരികളുടെ മുകളിൽ നിന്ന് കുളത്തിലേക്ക് ചാടിച്ചാടി മതിയാകുമ്പോൾ എല്ലാവരും കൂടി തീരുമാനിക്കും. ഇനി ചട്ടുകം പൂഴ്ത്തിക്കളി മതി, ചാട്ടം വേണ്ടാ എന്ന്. ഇനി വെള്ളത്തിനടിയിലേക്ക് തുഴഞ്ഞു തുഴഞ്ഞു പോയാ മതി. കുറേനേരം ശ്വാസം പിടിക്കണമെന്നു മാത്രം. ആരെങ്കിലും കുറച്ചുനേരം താഴേക്ക് കാലിൽപ്പിടിച്ച് പൂഴ്ത്തിത്തരും. പിന്നെ ഏതു ദിശയിലും ആഴ്ന്നു തുഴഞ്ഞുപോകാം. ആർക്കും കണ്ടുപിടിക്കാനാകാത്ത ദിശയിൽ... അതുപോലെ പൂഴ്ന്നു നീന്തുന്ന ആരെ

ങ്കിലും കണ്ടുപിടിച്ചാൽ കളി തീർന്നു തോറ്റുപോകും. കണക്കാക്കപ്പെട്ട സമയത്തിനുള്ളിൽ ആരും കണ്ടുപിടിക്കാതെ പൊന്തിവന്നാൽ ജയിക്കും.

'ശ്വാസം പിടിച്ചു കിടക്കുന്ന ഒരു ചട്ടുകമാണ് താനിപ്പോൾ. ഏതായാലും പാർട്ടിച്ചട്ടുകം എന്നൊക്കെ പറയുംപോലെയുള്ള ചട്ടുകമൊന്നുമല്ലല്ലോ, സാരമില്ല...' അവളൊരു രാഷ്ട്രീയച്ചിരിയടക്കാൻ പാടുപെട്ടു... പ്രീഡിഗ്രി കഴിഞ്ഞപ്പോൾ മുതൽ അല്പം രാഷ്ട്രീയബോധം വന്നു തുടങ്ങിയിരുന്നു. കോളേജിൽ വെറും ഫാഷൻ പരേഡായിരുന്നു പണിയെങ്കിലും.

ഇങ്ങനെയല്ലാതെ മറ്റൊരു തരത്തിലും താനൊരു ചട്ടുകമാകാൻ സാധ്യതയില്ല എന്ന സ്വതസിദ്ധമായ അഹങ്കാരത്തോടെ അവൾ തല കുടഞ്ഞുപൊക്കിയതും, ഒരു പാറവരിയിൽ തലയിടിച്ചു. അയ്യോ...

കുറത്തിയുടെ തത്തമ്മയ്ക്കു തെറ്റിയോ...!

'മാവു വെട്ടിക്കോളൂ അച്ഛാ... പറമ്പിന്റെ തെക്കേ അറ്റത്തു നിൽക്കുന്ന വമ്പനായ ചെന്ത്രക്കാരൻ എന്ന മാവ് മതി. അതിനാണല്ലോ ഏറ്റവും മധുരമുള്ള മാങ്ങയുള്ളത്. മരണത്തിലും മധുരം നുണയണം എന്നത് എനിക്ക് നിർബന്ധമാണ്. നിങ്ങളൊക്കെ വിശ്വസിക്കുന്ന സംസ്ക്കാരത്തിൽ മനുഷ്യർ മധുരം നുണയരുതല്ലോ. പ്രത്യേകിച്ചും സ്ത്രീകൾ.'

കുറച്ചു വർഷങ്ങൾ മുൻപുവരെ ആ മാവിൻ ചോട്ടിൽ ഞങ്ങൾ മാങ്ങ വീഴുമ്പോൾ ഓടിച്ചെന്നു പെറുക്കിയെടുത്തു കടിച്ചീമ്പാനായി കാത്തു നിന്നിരുന്നു. ചിലപ്പോൾ കുട്ടികൾ ഓരോരുത്തരും ഓരോ കുഴി കുത്തിയിരിക്കും. തുരുതുരെ മാങ്ങാ വീഴുമ്പോൾ എല്ലാവർക്കും കിട്ടും കുറെ മാങ്ങകൾ. ആർക്കാണധികം ഓടിച്ചെന്നു പെറുക്കാൻ സാധിച്ചത് എന്നതൊരു മത്സരമായിരുന്നു.

മധുരമുള്ള മാങ്ങ കടിച്ചീമ്പുക മാത്രമാണ് മുതിർന്ന മനുഷ്യരും സ്ത്രീകളടക്കം ചെയ്തിരുന്ന പരസ്യമായ ആസ്വാദനം എന്നെനിക്കു തോന്നിയിരുന്നു. മറ്റെന്തെങ്കിലും ജീവിതമധുരം ഇവർ ആസ്വദിക്കാറുണ്ടോ... അഥവാ ചെയ്താൽ അത് രഹസ്യവും.

എനിക്ക് പരസ്യമായി മരണത്തിലെങ്കിലും മധുരമുള്ള മാവിൻചില്ലകളിൽ കിടന്നു ദഹിച്ചുപോകണം...

എല്ലാവർക്കും സമാധാനം കിട്ടും... ഇങ്ങനെയാണല്ലോ മകൾ പടിയിറങ്ങിപ്പോകുന്നത്. നാണക്കേടൊന്നും ഇതിലില്ലല്ലോ...

മരണം ഒരു നാണക്കേടല്ലല്ലോ...

മറിച്ച്, ഉദാത്തം...

എല്ലാവരും തന്നിൽ സങ്കടപ്പെടും...

സ്നേഹവചനങ്ങൾ... സഹതാപവചനങ്ങൾ... അതു നല്ലതല്ലേ...

താനൊഴികെ, എല്ലാവർക്കും കേൾക്കാനിഷ്ടമുള്ളത്.

ഗണപതിയ്ക്ക് തേങ്ങയുടച്ചപോലെ തന്റെ തല നന്നായി പൊട്ടിപ്പൊളിഞ്ഞു എന്നവൾക്ക് തോന്നി...

കാലുകളിലുണ്ടായിരുന്ന പിടി, പൂഴ്ത്തലുകാരൻ എപ്പോഴോ വിട്ടിരുന്നു.

മേല്പ്പോട്ടോ താഴോട്ടോ എന്നറിയാതെ അവൾ ആഞ്ഞു തുഴഞ്ഞു.

വെള്ളത്തിനു മുകളിൽ എവിടെയോ എത്തി എന്നു തോന്നി. അവൾ കണ്ണുതുറന്നു.

ഹോ...!

വിമാനം ഇപ്പോൾ ആകാശത്തെവിടെയോ എത്തിയിരിക്കുന്നു!

അവൾ ഉറക്കച്ചടവിൽ സ്വപ്നത്തിന്റെ ജാള്യത മറച്ച്, പോക്കറ്റിൽ നിന്നും കർച്ചീഫെടുത്ത് മുഖം തുടച്ചു.

വൈക്ലബ്യത്തോടെയാണ് അടുത്തിരിക്കുന്നയാളെ നോക്കിയത്. എങ്കിലും അയാൾ ഇങ്ങോട്ടു നോക്കുന്നുണ്ടായിരുന്നില്ല. ഗൗരവം പിടിച്ച്, നീണ്ടതാടി തടവി ശരിയാക്കിക്കൊണ്ടിരിക്കുകയാണ് സുമുഖനായ സിങ്ങ്. അതിനും അപ്പുറത്തിരിക്കുന്ന കോട്ടും സൂട്ടുമിട്ട സ്ത്രീ, വാൽക്കണ്ണാടി പോലെ പ്ലാസ്റ്റിക്കു കൊണ്ടുണ്ടാക്കിയ ഒരു കണ്ണാടിയിൽ നോക്കിക്കൊണ്ട് ലിപ്സ്റ്റിക്ക് കോട്ടിങ്ങ് ചെയ്യുന്നു.

പത്തുമുപ്പതു മിനുട്ടിൽ ഉറങ്ങിപ്പോയിക്കണ്ടു വന്ന സ്വപ്നഭൂമി ഇനി എന്നു കാണാനാണ്.

അറിയില്ല...

അല്ലെങ്കിലും നാട്ടിലുള്ളപ്പോഴും ആ ജന്മഭൂമി എന്നു വിളിക്കാവുന്ന പ്രദേശം സന്ദർശിക്കാറില്ലല്ലോ കുറച്ചു വർഷങ്ങളായിട്ട്.

എന്നാലും വല്ലാത്തൊരു സ്വപ്നം!!

അവൾ ഷട്ടർ ഉയർത്തി പുറത്തേക്ക് നോക്കി. എങ്ങും മേഘപാളികൾ. അവയ്ക്കിടെ വിമാനം പറക്കുന്നു...

ഷട്ടർ ഉയർത്താൻ എയർഹോസ്റ്റസ് പറഞ്ഞതാണ് ടേക്ക്ഓഫ് സമയത്ത്. എയറോഡ്രോമിലെ വിസ്താരമുള്ള റോഡിലൂടെ കുറേനേരം അരിച്ചരിച്ച് നീങ്ങി. അതിനു റൺവേ എന്നാണു പറയുക എന്നവൾക്കപ്പോൾ അറിയില്ലായിരുന്നു. അറിയാനായത് ചില അറിയിപ്പുകളും നിർദേശങ്ങളും വിമാനത്താവളത്തിൽ വിളിച്ചു പറയുന്നത് കേട്ടപ്പോഴാണ്. പക്ഷെ വിമാനം പുറപ്പെടാറായപ്പോൾ എയർഹോസ്റ്റസുമാർ കാണിച്ചിരുന്ന ആംഗ്യങ്ങളൊന്നും കാണുകയോ നിർദ്ദേശങ്ങളൊന്നും മുഴുവനായും കേൾക്കുകയോ ചെയ്തില്ല. ആദ്യത്തെ വിമാനയാത്രയാണല്ലോ. അതും പ്രത്യേകിച്ചൊരു തയ്യാറെടുപ്പും ഇല്ലാതെ. ആരുടേയും ഉപദേശങ്ങളും നിർ

ദേശങ്ങളും യാത്രയയപ്പും ഒന്നുമില്ലാതെ ഒരു പോക്കങ്ങു പോകുകയാണല്ലോ.

വിമാനം പെട്ടെന്ന് സ്പീഡാക്കുകയും ചക്രം നിലം വിടുകയും ചെയ്തപ്പോൾ, പെട്ടെന്ന് ഷട്ടർ താഴ്ത്തി കൈകൾ സീറ്റ് ബെൽട്ടിനേക്കാൾ മുറുക്കത്തിൽ ശരീരത്തിൽ മുറുക്കിക്കെട്ടി കണ്ണടച്ചിരുന്നതാണ്.

ഇപ്പോൾ മനസ്സ് ശാന്തം...

ശാന്തഗംഭീരം...

അതായത് അശാന്തം...

അശാന്തം തന്നെ...അശാന്തമായ ശാന്തത!!

രണ്ടുദിവസം മുമ്പ് ഡൽഹിയിൽ ട്രെയിനിറങ്ങിയപ്പോൾ കാത്തുനിന്ന നകുലേട്ടനെ കണ്ടപ്പോഴോ, പിന്നെച്ചിലവഴിച്ച സ്വസ്ഥമായ ചർച്ചാസമയങ്ങളിലോ, അതിനിടെയുള്ള സുന്ദര നിമിഷങ്ങളിലോ ഒന്നും കിട്ടാത്ത ഒരു ശാന്തത!

നകുലേട്ടൻ അതിസന്തുഷ്ടനായിക്കാണപ്പെട്ടിരുന്നു. അവളിലേക്ക് അങ്ങേയറ്റം ശ്രദ്ധ പതിപ്പിച്ച് പ്രണയം നിറഞ്ഞ ഒരാളെപ്പോലെ അയാൾ പെരുമാറിയിരുന്നതായിത്തോന്നി അവൾക്ക്.

പണ്ടത്തെ പതിനേഴിന്റെ മൂർഛയിലവൾ അവനെ ശ്രദ്ധിച്ചിരുന്നു. പക്ഷേ, ആരെയെങ്കിലും പ്രേമിക്കണം എന്നു തോന്നിയ, മധുരപ്പതിനേഴെന്നു പറഞ്ഞു പരത്തിയ കാലത്ത് തോന്നിയ ഒരു ചാപല്യം. അതിനുശേഷം, പത്തുവർഷത്തിനുശേഷമാണ് ഇയ്യിടെയായി കാണാൻ തുടങ്ങിയത് വീണ്ടും...

മാസങ്ങൾക്കുള്ളിൽ സൗഹൃദമായ ബന്ധം, പ്രണയമാണോ എന്നൊന്നും അറിയാൻ കഴിയാത്തവിധം അനിശ്ചിതത്വത്തിൽ നിന്നും പടർന്ന പോലെ.

എയർപ്പോർട്ടിൽ നിന്നും യാത്രപറഞ്ഞപ്പോൾ അവൾ ആദ്യമായി വിദേശയാത്രയ്ക്കു പോകുകയാണെന്ന പരിഭ്രമമൊന്നും രണ്ടുപേരും കാണിച്ചില്ല. അവൾ പെട്ടിയും വലിച്ച്, തിരിഞ്ഞുനോക്കാതെ ഒരു കൂസലില്ലാതെയാണ് അകത്തേയ്ക്ക് കടന്നതെങ്കിലും, അകത്തു കടന്ന് എന്തു ചെയ്യണമെന്നൊന്നും അറിയില്ലായിരുന്നു.

ആരോടും ചോദിച്ചില്ല.

നകുലേട്ടനോട് ചോദിക്കാമായിരുന്നു. ഡൽഹിയിൽ നിന്ന് തിരുവനന്തപുരത്തേക്കും, തിരിച്ചും അയാൾ ചിലപ്പോഴൊക്കെ വിമാനയാത്ര ചെയ്യുന്നതാണ്. അനുഭവങ്ങൾക്കും ആസ്വാദനത്തിനും വേണ്ടി... ധാരാളമുള്ള കുടുംബസ്വത്ത് തോന്നിയപോലെ എടുത്തു ചിലവുചെയ്യാൻ സ്വാതന്ത്ര്യമുള്ളതിനാലും!

ശീലാവതികൾ

ഗവേഷണ ഫെല്ലോഷിപ്പ് കിട്ടിയതിനാൽ ആദ്യത്തെ വിമാനയാത്ര തന്നെ അമേരിക്കയിലേക്കായതിന്റെ ആശ്ചര്യം അവൾക്കു വിട്ടുമാറിയിട്ടില്ലായിരുന്നു. ആകാശത്തിന്റെ നീലിമയും മേഘപാളികളുടെ ഒഴുക്കും അവൾ ആവോളം ആസ്വദിച്ചു. ദൂരെ ഭൂമിയിൽ നിന്നുമാത്രം കണ്ടിട്ടുണ്ടായിരുന്ന പ്രതിഭാസം...!

അപ്പോഴേക്കും എയർഹോസ്റ്റസ്സുമാർ എന്താണ് കുടിക്കാൻ വേണ്ടത് എന്നു ചോദിച്ചുവന്നു.

പലതരം ജ്യൂസുകൾ ഉണ്ട്. ആപ്പിൾജ്യൂസ് എന്നുപറഞ്ഞുവെങ്കിലും കുറേവെള്ളം കുടിക്കണമെന്നു തോന്നി. വല്ലാത്ത വിശപ്പും തോന്നി. നാലരയ്ക്കുള്ള വിമാനത്തിന് ഒന്നരയ്ക്കുമുൻപേ എത്തുവാനായി നേരത്തേ ഭക്ഷണം കഴിച്ചിറങ്ങിയതാണ്.

എയർഹോസ്റ്റസ് തന്ന ജ്യൂസ് കുടിച്ചു. വെള്ളം ചോദിക്കാൻ മടി തോന്നി. എല്ലാവരും വലിയ ഗൗരവത്തിലാണ് ഇരിക്കുന്നത്. ഏതോ വലിയ കാര്യം ചെയ്യുന്ന പോലെ!

കുറച്ചു സമയത്തിനുള്ളിൽ ആകാശം ഇരുണ്ടു... രാത്രിയായിക്കാണണം...

അല്ലെങ്കിലും ലോകത്തിന്റെ പലഭാഗങ്ങളിൽ പല സമയ ക്രമമാണല്ലോ...

കാലവും സമയവും എല്ലാം മനുഷ്യനിശ്ചയം...!

പിന്നെ ഭക്ഷണവും ഉറക്കവും കഴിഞ്ഞതോടെ ലോകത്തിന്റെ ഏതു ഭാഗത്താണോ സമയമെത്രയാണോ എന്നൊന്നും അറിയാതെയായി.

ഉണർന്നപ്പോൾ വിമാനം പസഫിക് സമുദ്രത്തിനു മുകളിലൂടെയാണ് പോകുന്നത് എന്നും എത്ര ഉയരത്തിലാണ് എന്നുമൊക്കെ സീറ്റിനു മുന്നിലുള്ള ടി വി സ്ക്രീനിൽ കാണിക്കുന്നുണ്ടായിരുന്നു. ചാനലുകൾ മാറ്റി നോക്കിയപ്പോൾ നിലവാരമില്ലാത്ത സിനിമകൾ മലയാളത്തിൽ നിന്നും കണ്ടു. ഉത്തരേന്ത്യൻ ഭാഷകളിൽ ഉത്തമമായ സിനിമകൾ ഉണ്ട്...

അപ്പോഴേക്കും എയർഹോസ്റ്റസുമാർ കുടിക്കുവാനെന്തുവേണം എന്നു ചോദിച്ചു വീണ്ടും വന്നു. വെറുതെ പറഞ്ഞു, വൈൻ എന്ന്.

ഫ്രഞ്ച് വേണോ, സ്പാനിഷ് വേണോ, ചിലിയൻ വേണോ എന്നൊക്കെയായി അടുത്ത ചോദ്യം. ഒന്നിന്റെയും വ്യത്യാസമറിയില്ലെങ്കിലും വെറുതെ പറഞ്ഞു, ഫ്രഞ്ച് മതിയെന്ന്.

എന്തിനെ സംബന്ധിച്ചുമുള്ള തിരഞ്ഞെടുപ്പുകളുടെ ആശയക്കുഴപ്പത്തിലേയ്ക്കുള്ള പോക്കിന്റെ ലക്ഷണമാണതെന്ന് ഹിതയ്ക്കപ്പോൾ ഊഹിക്കാൻ കഴിഞ്ഞില്ല.

രണ്ട്

ഫ്രഞ്ച് വൈൻ നുണഞ്ഞുകൊണ്ടിരുന്നപ്പോൾ ഹിത വീണ്ടും ആയിടെ കഴിഞ്ഞ ദിവസങ്ങളിലെ ഓർമകളിലേക്ക് വഴുതി വീണു.

മൃണാളിനിയും കത്രീനയും വൃന്ദയും ഷഹർബാനും ഹിതയും കൂടി ഒത്തൊരുമിച്ച ദിവസം.

ഏതോ നദിയുടെ അഞ്ചു കൈവഴികൾ ഒഴുക്കിനിടെ, വീണ്ടും വഴി തിരിയാനായി ഒരുമിച്ചപോലെ...

ആ ദിവസം വളരെ നിർണ്ണായകമായിരുന്നു അവർക്കെല്ലാവർക്കും.

മൃണാളിനി കമലാക്ഷനെ പിരിയാനും കൽക്കത്തയ്ക്ക് തിരിച്ചു പോകാനും ഗർഭമലസിപ്പിക്കാതെ കുഞ്ഞിനെ പ്രസവിക്കാനും തീരുമാനിച്ച ദിവസം.

വൃന്ദ ഗവേഷണവും ജോലിയും ഗർഭവും ഒരുമിച്ച് കൊണ്ടുനടക്കാനും അച്ഛനമ്മമാരുടെ വീട്ടിൽത്തന്നെ താമസിക്കുവാനും തീരുമാനിച്ച ദിവസം.

ഷഹർബാൻ ബാംഗ്ലൂരിലെ ജോലിസ്ഥലത്തുള്ള കാമുകനായ ചരൺ ഗൗഡയെ രജിസ്റ്റർ വിവാഹം കഴിക്കാൻ തീരുമാനിച്ച ദിവസം.

കത്രീന കന്യാസ്ത്രീയുടെ കുപ്പായമൂരി, കലാനികേതനിൽ കഥകളി പഠിക്കാൻ ചേരാനായിത്തീരുമാനിച്ച ദിവസം.

ഹിത എല്ലാവിധത്തിലും ലോകമേ തറവാട് എന്ന തത്വത്തിൽ വേരൂന്നി വീട്ടിൽ നിന്നുള്ള ഭ്രഷ്ടിനെ നിസ്സാരവത്കരിച്ച്, ഇനി തിരിച്ചില്ലെന്നപോലെ ഇന്ത്യവിടാൻ തീരുമാനിച്ച ദിവസം.

മില്ലെനിയം ആഘോഷത്തിമർപ്പിൽ മനുഷ്യർ മയങ്ങിക്കിടക്കുന്ന ദിവസം.

മില്ലേനിയമെന്നു പറഞ്ഞു ആഘോഷിക്കുന്നത് രണ്ടായിരാമാണ്ടാണ് എങ്കിലും രണ്ടായിരത്തി ഒന്ന് ജനുവരി ഒന്നിനെ മില്ലേനിയം ആകൂ എന്നതാണ് ചിലർ കണക്കു കൂട്ടുന്നത്. പാശ്ചാത്യയാത്ര പരിപാടിയിട്ടതിന്റെ ഭാഗമായി പലനാട്ടിലെയും സമയം, കാലം ഒക്കെ എങ്ങനെ മാറുന്നു എന്നതിനെക്കുറിച്ചു കുറച്ചു വായിച്ചിരുന്നു. ഗ്രിഗോറിയൻ കലണ്ടറും ബൈസാന്റിൻ കലണ്ടറും ഇന്ത്യൻ കലണ്ടറും ഇസ്ലാമിക കലണ്ടറും എല്ലാം വ്യത്യസ്തമായ മനുഷ്യ നിർമ്മിതി.

ഏതായാലും ക്രിസ്തു വർഷം രണ്ടായിരം ജനുവരി ഒന്ന്... ആയിരാ

മാണ്ടു തികയുകയോ തുടങ്ങുകയോ ഏതായാലും വേണ്ടില്ല... ഇത്രയും കാലത്തിനിടക്ക് മനുഷ്യന് ജീവിതതിലെന്തൊക്കെയാണ് മാറ്റങ്ങൾ വന്നത്.. അതിൽ സ്ത്രീകൾക്ക് ഗുണം ചെയ്യുന്ന എന്തെങ്കിലും ഉണ്ടായോ?

ആലോചിച്ചാൽ ഇല്ല എന്നാകും പറയേണ്ടിവരുക. സിമോൺ ഡിബുവ്വർ എന്ന ഫ്രഞ്ച് തത്വചിന്തക എഴുതിയ ദി സെക്കന്റ് സെക്സ് എന്ന പുസ്തകത്തിലെ ഫെമിനിസ്റ്റ് അവലോകനം വായിച്ചാൽ തീർച്ചയായും ഇക്കാര്യം ഉറപ്പാണെന്ന് തോന്നും. അമ്പതു വർഷം മുൻപ് എഴുതിയ പുസ്തകത്തിൽ ഫ്രാൻസിൽ സ്ത്രീകൾക്ക് ഒറ്റയ്ക്ക് പാർക്കിലോ മ്യൂസിയത്തിന്റെ പരിസരത്തോ അങ്ങനെയുള്ള പൊതുയിടങ്ങളിലോ കറങ്ങിനടക്കാനോ ഇരുന്നു സമയം ചിലവഴിക്കാനോ പറ്റുമായിരുന്നില്ല എന്നവര് പറയുന്നു. പിന്നെങ്ങനെ സ്ത്രീകളിൽ നിന്ന് കലയും സാഹിത്യവും പ്രതീക്ഷിക്കാമെന്ന് അവർ ആശങ്കപ്പെടുന്നു. കേരളത്തിലും ഇന്ത്യയിലെ നഗരങ്ങളൊഴികെയുള്ള ഇടങ്ങളിലും ഇപ്പോഴും ഇതൊക്കെത്തന്നെയല്ലേ അവസ്ഥ...

ഇങ്ങനെയൊക്കെ ചിന്തിച്ചു കൊണ്ട് ഹിത മറ്റുള്ളവരുടെ ഓരോരുത്തരുടെയും മുഖത്തേക്ക് മാറി മാറി നോക്കി. എല്ലാവരും അതീവസന്തോഷത്തിലെന്നപോലെ അഭിനയിക്കാൻ ശ്രമിക്കുന്നുണ്ട്.

വൃന്ദയുടെ വിശാലമായ വീട്ടുപരിസരത്ത് ധാരാളം മരങ്ങളും ചെടികളും ഉണ്ട്. നെൽകൃഷിയിടങ്ങളും ഉണ്ട്.

രണ്ടു ദിവസത്തെ ഒത്തുചേരലിനു തീരുമാനിച്ചുകൊണ്ട് എല്ലാവരും ഉച്ചയ്ക്കുമുൻപെത്തിയിരുന്നു.

വൃന്ദയുടെ സ്നേഹമയിയായ, സൗമ്യയും സുന്ദരിയുമായ അമ്മ. അവരുടെ സൗന്ദര്യവും നീണ്ട മുടിയും കൂടിയൊക്കെ കണ്ടാൽ ആന്റീ എന്ന് വിളിക്കാൻ തോന്നില്ല, ചേച്ചീ എന്ന് വിളിച്ചാലോ എന്നാണു തോന്നുക എന്നു കത്രീന മുറുമുറുത്തു...

അമ്മ എല്ലാവർക്കുംവേണ്ടി വിഭവസമൃദ്ധമായ ഊണു തയ്യാറാക്കിയിരുന്നു.

വാഴയിലയിൽ സദ്യ വിളമ്പും പോലെയാണ് അന്നത്തെ ഊണുണ്ടായത്.

അവരെ സഹായിക്കാൻ ഒരാദിവാസി സ്ത്രീയുമുണ്ട് അടുക്കളയിൽ. ഭാഷ എന്നൊന്ന് നിലവിലുണ്ടെന്ന് അറിവില്ലാത്തപോലെ, ഒന്നുമുരിയാടാനറിയാത്തപോലെ, എപ്പോഴും ചിരിച്ചുകൊണ്ട്, എന്തുപണിയും പറഞ്ഞപോലെ ചെയ്യുന്ന സ്ത്രീ... നെല്ലിയാമ്പതിയിൽ നിന്നിറങ്ങി നെന്മാ

റവഴി വന്നുകൂടിയിട്ട് കുറേനാളായത്രെ. ആരോ ജോലിക്കു വേണ്ടി കൊണ്ടു വന്നു പറ്റിച്ചതോ പ്രണയം പറഞ്ഞു കൊണ്ടുവന്നു പറ്റിച്ചതോ എന്താണെന്നറിയില്ല, വഴിയിൽ വെറുതെ നടക്കുന്നത് കണ്ടു സ്ഥലത്തെ ഒരു സാമൂഹ്യപ്രവർത്തകൻ വിളിച്ചുകൊണ്ടു വന്നതാണ്. വീട്ടിൽ സ്ഥിരമായിട്ടുനിൽക്കാൻ പറ്റിയ ജോലിക്കാരിയെ വേണമെന്ന് അച്ഛൻ പറഞ്ഞറിയാമായിരുന്നതിനാലാണ് അയാൾ ഇവരെ വീട്ടിൽ കൊണ്ടുവന്നാക്കിയത് എന്ന് വൃന്ദ പറഞ്ഞു. പോലീസിലൊന്നും അറിയിക്കാതെ തന്നെ കാര്യങ്ങൾ സാവധാനം ചോദിച്ചു മനസ്സിലാക്കി, അവർക്കു വീട്ടുകാരുണ്ടെങ്കിൽ അറിയിക്കുകയും വേണ്ടത് ചെയ്തു കൊടുക്കുകയും ചെയ്യാമെന്നതായിരുന്നു തീരുമാനം. പിന്നീട് അവർ എങ്ങും പോകേണ്ട ഇവിടെ ത്തന്നെ പണിക്കു നിന്നോളം എന്ന് പറഞ്ഞു.

അവരില്ലെങ്കിലും വൃന്ദയ്ക്ക് അടുക്കളയിൽ കയറേണ്ടുന്ന കാര്യമില്ല. അവളുടെ അമ്മ എല്ലാം തനിയെ ചെയ്തുകൊള്ളും... അവർക്കതൊരാനന്ദമാണ്. അച്ഛൻ ഇടക്കൊക്കെ അമ്മയെ സഹായിക്കാനെന്നവണ്ണമോ ഇതൊക്കെ തന്റെയും കൂടി ഉത്തരവാദിത്തമാണെന്നവണ്ണമോ അടുക്കളയിൽ കയറിയിറങ്ങാറുണ്ട്. വൃന്ദയുടെ അഭിപ്രായത്തിൽ സഹായിക്കൽ എന്ന നിലയിലല്ല ഉത്തരവാദിത്തം എന്ന നിലയിൽത്തന്നെ ഇതൊക്കെ കാണുന്ന ആളാണ് അച്ഛൻ. അച്ഛനു ചിന്തിക്കുവാൻ കഴിവുണ്ടെന്നതിൽ വലിയ മതിപ്പാണ് അവൾക്കുള്ളത്. എങ്കിലും അമ്മയ്ക്ക് അങ്ങനെയുള്ള ബോധങ്ങളൊന്നുമില്ല എന്ന് തോന്നും ചിലപ്പോൾ. അവർ വലിയ ബുദ്ധിമുട്ടുകൾ അറിയാത്തതുകൊണ്ടും സാമൂഹികമായി അത്രക്കൊന്നും ചിന്തിക്കാത്തതുകൊണ്ടുമാകാം ഇതത്ര വലിയ കാര്യമായോ പ്രശ്നമായോ എടുക്കാറില്ലത്രേ. അച്ഛൻ ചെയ്യുന്ന വീട്ടു പണികൾ, 'വേണ്ട ഞാൻ തന്നെ ചെയ്തോളാ'മെന്ന സുഖിപ്പിക്കൽ വർത്തമാനങ്ങളും അവർ നടത്തിക്കണ്ടിട്ടില്ല എന്ന് വൃന്ദ അഭിപ്രായപ്പെട്ടു.

അത്രയ്ക്കൊന്നും സ്വാതന്ത്ര്യമെടുക്കുന്ന തരം ആളല്ല വൃന്ദയെങ്കിലും, അച്ഛനുമമ്മയും അങ്ങേയറ്റം സ്വാതന്ത്ര്യം കൊടുക്കുന്നവരാണ് അവൾക്ക്.

ചന്ദ്രൻനായർ മകളെ പഠിപ്പിക്കുന്നതിൽ അങ്ങേയറ്റം തത്പരനാണ്. എങ്കിലും മകളെ പെങ്ങളുടെ മകൻ കല്ല്യാണം കഴിക്കുമെന്ന തീരുമാനമാണ് അയാളെ ആശ്വസിപ്പിച്ചിരുന്നത്. ഗ്രാമത്തിൽ വളർന്ന വൃന്ദയ്ക്ക് അതൊക്കെ സന്തോഷകരം മാത്രമായ കാര്യങ്ങളായിരുന്നു.

ചെറുപ്പം മുതലേ കേട്ടുവന്ന കല്ല്യാണവർത്തമാനം മനസ്സിലുറച്ചതിനാൽ, അവൾ ജിത്തുവേട്ടനെ അങ്ങേയറ്റം പ്രേമിച്ചിരുന്നു. ജിത്തുവേ

ട്ടന്റെ കൂടെത്തന്നെയാണ് എട്ടാംക്ലാസ്സ് വരെയും വൃന്ദ സ്ക്കൂളിൽ പോയിരുന്നത്. ജിതേഷ് കോളേജിൽ പോകാൻ തുടങ്ങിയപ്പോഴും ഒരേവഴി വക്കിൽ താമസിച്ചിരുന്നതിനാൽ അവർക്ക് എന്നും കാണാമായിരുന്നു. വീട്ടിലെ ഏകമകളായിരുന്നതിനാൽ ജിത്തുവേട്ടൻ തന്നെയായിരുന്നു അവൾക്കുണ്ടായിരുന്ന ഏക കളിക്കൂട്ടുകാരൻ.

വൈകിവന്ന വസന്തംപോലെ പത്താംക്ലാസ്സിലെത്തിയ കാലത്താണ് വൃന്ദയ്ക്കു സഹോദരഭാഗ്യം ഉദിച്ചത്. ഒരുപ്രസവത്തിൽ രണ്ടനിയന്മാർ!

ചന്ദ്രൻനായരും ഭാര്യയും സന്തോഷിച്ചുവെങ്കിലും അതധികനാൾ നീണ്ടുനിന്നില്ല. ഒന്നുരണ്ടുവർഷത്തിനുള്ളിൽ വൃന്ദയ്ക്ക് പൊതുവെയുള്ള ആവേശം പഠനത്തിലില്ലാതായി. കൂടാതെ എന്നും കരച്ചിലാണ് എന്നതിനാൽ കാരണമറിയാതെ അവർ വിഷമിച്ചു. ജിത്തുവേട്ടൻ കോളേജിൽ നിന്നുകണ്ടാൽ മിണ്ടാറില്ല എന്നതായിരുന്നു പ്രധാന പരാതി.

അവൾക്ക് അനിയന്മാരെ കളിപ്പിക്കുക എന്നതല്ലാതെ അമ്മായിയുടെ വീട്ടിൽ പോകുകയോ കോളേജിൽ പോകുകയോ ഒന്നും താത്പര്യമില്ലാതായിരുന്നു. എപ്പോഴെങ്കിലും വൈകുന്നേരം അമ്മായിയുടെ വീട്ടിച്ചെന്നാലും ജിത്തുവേട്ടൻ മിണ്ടാറൊന്നുമില്ല എന്നുമവൾ പരാതിപ്പെട്ടു.

അപ്പോഴാണ് ചന്ദ്രൻനായർ പെങ്ങളെ വിളിച്ച് കാര്യമന്വേഷിച്ചത്.

പെങ്ങളുടെ ഭാഗത്തുനിന്നും വ്യക്തമായ മറുപടിയോ സംസാരിക്കുന്നതിൽ താത്പര്യം തന്നെയോ ഉണ്ടായില്ല.

പിന്നീട്, ഒന്നുരണ്ടുവർഷത്തിനുശേഷമാണ്, ജിത്തുവിന്റെ ബിരുദ പഠനം കഴിഞ്ഞ്, പെങ്ങൾ ജ്യേഷ്ഠനോട് മിണ്ടുന്നത്. മകന് ഗവർമെന്റിൽ ഗുമസ്തപ്പണി കിട്ടി. നല്ലൊരു കല്ല്യാണാലോചനയും ഉണ്ട് എന്നു പറഞ്ഞു.

ചന്ദ്രൻനായർക്കും അതുവരെ കാര്യത്തിന്റെ ഗൗരവം മനസ്സിലായിരുന്നില്ല.

മദിരാശിയിലും ഗൾഫിലുമുള്ള പെങ്ങന്മാർ പറഞ്ഞിരുന്നതാണ് മുൻപ്. അയൽപക്കത്തുള്ള പെങ്ങളുടെ സമ്പത്തിനോടുള്ള ആർത്തി.

അവരെ നല്ല ഉദ്യോഗസ്ഥന് കെട്ടിച്ചുകൊടുത്തില്ല എന്ന പരാതിയുണ്ടായിരുന്നു അവർക്കത്രെ. ചേട്ടന്റെ സ്വത്തുമുഴുവൻ കിട്ടാനുള്ള വഴി മകനെക്കൊണ്ട് ചേട്ടന്റെ മകളെ കല്ല്യാണം കഴിപ്പിക്കുകയായിരുന്നു.

ചേട്ടന്റെ ഏകമകളെ!

ഏകമകൾ, ഏകമകൾ അല്ലാതായാൽ അതിൽപ്പിന്നെ കാര്യമില്ല.

ജിത്തു പിന്നീട് അമ്മാവന്റെ വീട്ടിലേക്കു വന്നതുമില്ല. അയാൾ അച്ഛനമ്മമാർ പറഞ്ഞതനുസരിച്ച് ജീവിച്ചു.

ആ ആഘാതത്തിൽ നിന്ന് മാനസികമായി കരകയറാൻ വൃന്ദയ്ക്ക് വർഷങ്ങളെടുത്തു.

ചന്ദ്രൻനായർ അവളെ ദൂരെയുള്ള യൂണിവേഴ്സിറ്റിയിൽ വിട്ട് പഠിപ്പിച്ചു. സ്നേഹമയിയായ നല്ല കുടുംബിനിയാകാൻ മാത്രം കൊതിച്ച വൃന്ദ, അങ്ങനെ ബിരുദാനന്തരബിരുദവും കഴിഞ്ഞ് ഗവേഷണം തുടങ്ങി.

ഇടയ്ക്ക് വല്ലപ്പോഴും മാത്രമാണ് അവൾ വീട്ടിൽ വന്നിരുന്നത്. വന്നാൽത്തന്നെ പുറത്തെവിടെയും പോയിരുന്നില്ല.

ആറാമത്തെ വർഷത്തെ ഹോസ്റ്റൽ ജീവിതത്തിനിടെയാണ് അവൾ മഹേഷിനെ വിവാഹം ചെയ്തത്. മഹേഷ് ഒരു മഹാനാണെന്ന് അവൾക്ക് കുറെയൊക്കെ ബോധ്യം വന്നിരുന്നു. സ്ത്രീധനമില്ലാതെയും താലികെട്ടാതെയും മാത്രമേ വിവാഹം കഴിക്കൂ എന്ന് ആദർശം പറഞ്ഞവൻ.

അവൾ ഗവേഷണത്തിനു ചേരുമ്പോൾ അയാൾ ഗവേഷണം ഉപേക്ഷിച്ച് പത്രപ്രവർത്തനത്തിലേക്ക് പോകുന്ന സമയമായിരുന്നു. അയാൾ വൃന്ദയെ പലവിധത്തിൽ പുരോഗമനം പഠിപ്പിക്കുവാൻ ശ്രമിക്കുകയും വിവാഹം കഴിക്കണമെന്ന് ശഠിക്കുകയും ചെയ്തിരുന്നു.

ഇഷ്ടത്തിന്റെ, അഥവാ പ്രേമത്തിന്റെ ലാഞ്ചനപോലും ഇല്ലെങ്കിലും അവൾ കുറേ ആലോചിച്ചു. ബഹുമാനത്തിന്റെ പുറത്തായിരിക്കാം അവൾ മഹേഷിനെ വിവാഹം കഴിച്ചത് എന്ന ധാരണയും അധികനാൾ നീണ്ടുനിന്നില്ല.

അവളുടെ തിരിച്ചറിവിൽ അയാളുടെ ആദർശത്തിൽ ഭാര്യ ഭർത്താവിന്റെ വീട്ടിൽ വന്ന് താമസിക്കേണ്ടതില്ല.

അതു ഭാഗ്യമായി എന്നു തോന്നിയെങ്കിലും വൃന്ദ കരുതാറുണ്ട്; പിന്നെയെവിടെത്താമസിക്കും!

വിവാഹം രജിസ്റ്റർ ചെയ്തദിവസം അവൾ ഹോസ്റ്റലിലേക്കും, അവൻ കൂട്ടുകാർകൂടി താമസിക്കുന്ന വീട്ടിലേക്കും പോയി.

പിന്നീടിടയ്ക്ക് പലസുഹൃത്തുക്കളുടെ വീടുകളിൽ അവർ രണ്ടുപേരും കൂടിപ്പോയി താമസിക്കും. അതും കുടുംബമായിത്താമസിക്കുന്ന കൂട്ടുകാരുടെ വീട്ടിൽ!

വൃന്ദയുടെ വീട്ടിലേക്ക് ഒന്നുരണ്ടുതവണ പോയി. അവിടെ അന്നൊന്നും താമസിക്കാതെ മഹേഷ് തിരിച്ചുപോയി.

ചന്ദ്രൻനായരും ഭാര്യയും മകളുടെ വിവാഹ രീതികളിൽ അതിശയിച്ചുവെങ്കിലും, അഭിപ്രായവ്യത്യാസം തോന്നി എങ്കിലും, ഒന്നും എതിർത്തില്ല. ഏതായാലും നായർതന്നെയാണല്ലോ വിവാഹം രജിസ്റ്റർ ചെയ്യുന്ന

തിൽ പങ്കെടുത്ത് സമ്മതം കൊടുത്തത്.

മകൾക്ക് ഒന്നും വേണ്ട എന്നു പറഞ്ഞതു കേട്ട് അവർ അതിശയിച്ചു; സ്ത്രീധനം എന്ന സങ്കല്പമില്ല!

എന്നാലും മഹേഷ് കുടുംബവും ജാതിയുമൊക്കെ നോക്കിത്തന്നെയാണ് പിന്നാലെ നടന്നത് എന്നു വൃന്ദയുടെ കൂട്ടുകാരെല്ലാം പറഞ്ഞിരുന്നു.

വൃന്ദയ്ക്ക് വിശ്വസിക്കാൻ മനസ്സില്ലായിരുന്നെങ്കിലും പലപ്പോഴായി പലതും ബോധ്യപ്പെട്ടു. അല്ലെങ്കിൽത്തന്നെ, ഇനിയെന്തായാലെന്താ... എന്നപോലെ എങ്ങനെയെങ്കിലും ജീവിച്ചുപോകാം എന്നാണ് അവൾ കരുതിയത്.

അയാളുടെ അശ്രദ്ധയും സ്നേഹമില്ലായ്മയും അവളെ പലപ്പോഴും തളർത്തി. വിവാഹശേഷം, അകൽച്ച കാണിക്കാനും സ്വയം രക്ഷിക്കുന്ന വർത്തമാനങ്ങളിലുമാണ് അയാൾക്കു ശ്രദ്ധ.

അയാൾക്ക് അയാളുടേതായ ന്യായങ്ങളുണ്ട്. വൃന്ദ അയാൾ കരുതിയത് പോലെ പുരോഗമിച്ചു വരുന്നില്ല എന്നും, അവളുടെ യാഥാസ്ഥികത്വങ്ങൾ അംഗീകരിക്കാൻ വയ്യാതെയും തർക്കങ്ങൾ മടുത്തും മറ്റു മാനസിക പിരിമുറുക്കങ്ങൾ പാരമ്യത്തിലെത്തിയുമാണ് അയാൾ പലപ്പോഴും ആരോടും പറയാതെ യാത്ര പോകുന്നത് എന്നാണു അയാളുടെ പക്ഷം. അതയാൾ ചില സുഹൃത്തുക്കളോട് മാത്രമേ അംഗീകരിക്കൂ.

വൃന്ദയുടെ വർത്തമാനങ്ങളിൽ അങ്ങിനെയൊരു സാധ്യത ഉള്ളതായി അവൾ മനസ്സിലാക്കുന്നതായി തോന്നാറില്ല ഹിതക്ക്. അവൾ പുരോഗമനക്കാരനും പൊതുജന തല്പരനുമായി കാണുന്ന മഹേഷിന്റെ ഭാഗത്തുനിന്ന്, അവളോടുള്ള അശ്രദ്ധ മാത്രമാണ് ഇത് എന്നവൾ കരുതി. എങ്കിലും അവളും അത് ആരോടും അംഗീകരിക്കില്ല. പ്രശ്നങ്ങളൊക്കെ പറഞ്ഞു നിർത്തുമ്പോഴും മഹേഷ് ഒരു പ്രത്യേക മനുഷ്യനാണ് എന്ന് പറയുന്നിടത്തു അവൾ അയാളെ ഉയർത്തിവെക്കാൻ ശ്രമിക്കുന്നതായി തോന്നും.

ഉള്ളിൽ കടുത്ത പരിഗണയും അതോടൊപ്പം അമർഷവും ഈഗോയും ഒന്നിച്ചു തുടിക്കുന്ന ഒരു ബന്ധം .!

അതിലെല്ലാം നിസ്സംഗയായിരിക്കെ ഓർക്കാപ്പുറത്തൊരു ഗർഭം ധരിക്കലുമായപ്പോൾ വൃന്ദ ആകെക്കൂടി ആശയക്കുഴപ്പത്തിലായിരുന്നു. ഗവേഷണത്തിലും ജോലിയന്വേഷണത്തിലും ഗൗരവത്തോടെ നീങ്ങണമെന്നു തീരുമാനിച്ച സമയമായിരുന്നു അത്.

വൃന്ദയുടെ അച്ഛനമ്മമാർ അവളൊരിക്കലും മഹേഷുമായി ഒരുമിച്ചു

ജീവിച്ചു കാണാഞ്ഞിട്ട് വിഷമിക്കുന്നവരാണ്. എങ്കിലും എപ്പോഴും അവൾക്ക് അമ്മയും അച്ഛനും ആശ്രയമുണ്ടായിരുന്നു. കുഞ്ഞുണ്ടാകുന്നത് അവരെ സന്തോഷിപ്പിച്ചു. ഒരുമിച്ചു ജീവിച്ചിട്ടിട്ടുണ്ട് എന്നതിന്റെ തെളിവാണല്ലോ കുട്ടിയുണ്ടാകുമ്പോൾ സംഭവിക്കുന്നത്. അങ്ങനെ അവളും ചിന്തിച്ചിട്ടുണ്ടാകണം. പക്ഷെ മഹേഷ് എന്താണ് ഇതേക്കുറിച്ചു ചിന്തിക്കുന്നതെന്നു ആർക്കും ഊഹിക്കാൻ കഴിയില്ല. അയാൾ പുരോഗമന ഗ്രൂപ്പുകളിൽ സഞ്ചരിച്ചുകൊണ്ടിരിക്കുന്നെങ്കിലും ഒന്നിലും അധികം സംസാരിക്കാറില്ല. മനസ്സിലിരുപ്പ് മനസ്സിലാവാൻ ബുദ്ധിമുട്ടാണ്. പക്ഷെ ഒന്ന് വ്യക്തമാണ്. അയാൾക്ക് ഈ വിവാഹം വേണമെന്നതു നിർബന്ധമായിരുന്നു. കാര്യകാരണ സഹിതം ചിന്തിക്കുന്നതെന്നു കരുതപ്പെടുന്ന പുരോഗമന ചിന്തകർ പലപ്പോഴും പല വ്യക്തിപരമായ കാര്യങ്ങളിലും കാരണം വെളിപ്പെടുത്തുന്നില്ല എന്നതാണ് വിരോധാഭാസം. പ്രണയത്തിനും സ്നേഹത്തിനുമൊന്നും കാര്യകാരണ സഹിതമായ സ്വഭാവമല്ല ഉള്ളതെന്ന് ബെർട്രാൻഡ് റസ്സലിനെപോലുള്ള ചിന്തകർ പറയുന്നത് ശരിയാകാം. യുക്തിക്കു നിരക്കാത്ത സംഗതികൾ ... യുക്തിയുടെ പരിധിയിൽ വരാത്ത വികാരങ്ങൾ... പക്ഷെ ഇതുവഴി ജീവിതത്തിൽ അനിശ്ചിതത്വം വന്നുപെട്ടാൽ എന്തുചെയ്യും.

എവിടെപ്പോകണമെന്നോ എന്ത് ചെയ്യണമെന്നോ മഹേഷ് നിർദ്ദേശിച്ചില്ലെങ്കിലും അവൾ തീരുമാനിച്ചു.

വീട്ടിനടുത്തുള്ള ജോലി സ്വീകരിക്കാനും, വീട്ടിലിരുന്ന് ഗവേഷണ പ്രബന്ധമെഴുതാനും കുഞ്ഞിനു ജന്മം നൽകാനും.

മൂന്ന്

'നിന്റെ ഗർഭത്തിന്റെ ഉത്തരവാദിയാര് എന്നുതന്നെയായിരുന്നു അവന്റെ അവ്യക്തമായ ചോദ്യം.' മൃണാളിനി പറഞ്ഞുനിർത്തുമ്പോഴും മഴ കോരിച്ചൊരിയുന്നുണ്ടായിരുന്നു.

കാലം തെറ്റി വൈകിവന്ന തുലാവർഷവും ധനുമാസക്കാറ്റും മകര മഞ്ഞും ഒരുമിച്ചുകൊണ്ടൊരു ത്രികോണ പ്രണയത്താലുള്ള അവിഹിത ബന്ധത്തിലേർപ്പെടും പോലെ കാലാവസ്ഥ വിചിത്രമായിരുന്നു. തണുപ്പ് എങ്ങും പടർന്നു കിടന്നു... എന്നാൽ മൂന്ന് പേര് പരസ്പരം പ്രണയി ച്ചാൽ ഉണ്ടായേക്കാവുന്ന തരം ആശയക്കുഴപ്പത്തിന്റെ ചൂടിന്റെ ആവി പോലെ എന്തോ ഒന്ന് അതിനിടെ പൊങ്ങിവരുന്നുമുണ്ട്...

അസമയത്തെ മഴയെങ്കിലും അതൊരു വെള്ളപ്പൊക്കമാകാനുള്ള സാധ്യതയുള്ളതുപോലെ തോന്നിയിരുന്നു

പണ്ടൊരു 'തൊണ്ണൂറ്റൊമ്പതിലെ വെള്ളപ്പൊക്കം' ഉണ്ടായ കഥ മുത്ത ശ്ശ്യമ്മ പറഞ്ഞു ഹിത കേട്ടിട്ടുണ്ട്. അതു മലയാളവർഷം തൊണ്ണൂറ്റി യൊമ്പത്. ഇംഗ്ലീഷ്വർഷം എന്ന് വിളിക്കപ്പെടുന്ന ഈയൊരു തൊണ്ണൂ റ്റിയൊൻപതിന്റെ അവസാനവും അതുപോലെ വെള്ളപ്പൊക്കം വന്നിരു ന്നെങ്കിൽ... അതിൽ എല്ലാം ഒലിച്ചുപോയവസാനിച്ചെങ്കിൽ എന്നവൾക്കു തോന്നിയിരുന്നു...

ആ മഴ കഴിഞ്ഞുപോയി.

ഒന്നും ഒലിച്ചുപോയില്ല.

പുതിയൊരാണ്ടുപിറക്കുകയാണ്, ധാർഷ്ട്യത്തോടെ...

രണ്ടായിരം തികഞ്ഞിരിക്കുന്നു കാലത്തിന്, ക്രിസ്തുവർഷഗണന യിൽ.

മൃണാളിനി നിവർന്നിരുന്നുകൊണ്ട് കഴുത്ത് ഇറുക്കുംവിധം കുർത്ത യുടെ കുടുക്കിട്ടു. അവളുടെ കനത്ത മാറിടങ്ങൾ താഴോട്ട് തൂങ്ങിനിൽക്കു കയും നീണ്ട കഴുത്ത് ഗാംഭീര്യത്തോടെ തലയെ ഉയർത്തിനിർത്തുകയും ചെയ്തു.

എത്ര വയസ്സ് ചെല്ലുന്തോറും വളർന്നു പുരോഗമിക്കുന്ന ഏക പ്രതി ഭാസമാണ് കാലം! മരണമില്ലാത്ത ഒരു പ്രതിഭാസം.

എന്നാലും ആയിരക്കണക്കിന് വർഷം തികയുമ്പോൾ എവിടെയെ

ങ്കിലും എപ്പോഴെങ്കിലും ഒന്ന് തകർന്നു തരിപ്പണമാകാതെയിരിക്കില്ല. പക്ഷെ അത് സംഭവിക്കുന്നത് കാലത്തിനല്ലല്ലോ. ലോകത്തിനും ജീവ ജാലങ്ങൾക്കുമൊക്കെയാണ്.

കാലത്തെക്കുറിച്ചു തത്വപരമായി മനുഷ്യർ ഇടയ്ക്കു ചിന്തിക്കുന്നത് നല്ലതാണ്. ലോകാവസാനമായി എന്നൊക്കെ പലരും പറഞ്ഞു കേൾക്കാറുണ്ട്. അതിപ്പോഴായിരുന്നെങ്കിൽ എന്ന് മൃണാളിനിയും മനസ്സിൽ കരുതി.

മുറ്റത്ത് അങ്ങോട്ടുമിങ്ങോട്ടും ഉലാത്തുമ്പോൾ അവിടവിടെ വരിയായി നിന്നിരുന്ന നന്ത്യാർവട്ടപ്പൂക്കളെ എണ്ണുംപോലെ ഹിത കൈകൊണ്ട് തട്ടിക്കൊണ്ടിരുന്നു. വെള്ളയും പച്ചയും കുപ്പായമിട്ട ആ പൂക്കളെ കാണുമ്പോൾ അവൾക്കു സ്കൂൾ യൂണിഫോമിട്ട കുട്ടികളെപ്പോലെ തോന്നും. കുട്ടിക്കാലം ഓർമ വരും.

അവൾ ബാലവാടി വിട്ടു സ്കൂളിലേക്ക് ഒന്നാം ക്ലാസ്സിൽ ചേരാൻ പോകുന്നത് ഇങ്ങനെ താഴെ പച്ചയും മുകൾഭാഗം വെള്ളയും നിറമായിട്ടുള്ള ഉടുപ്പുമായിട്ടാണ്. ഇത് യൂണിഫോം ആണ്, ഇനി എന്നും ഇങ്ങനത്തെ ഉടുപ്പാണ് എന്ന് അമ്മ പറഞ്ഞിരുന്നു. നാലാം ക്ളാസിലായാൽ പച്ച ഹാഫ് പാവാടയും വെള്ള ഷർട്ടും തുന്നാമെന്നും പറഞ്ഞു.

എന്നും ഒരേപോലത്തെ ഉടുപ്പിട്ടു പാകേണ്ടിവരുന്നതിൽ അവൾക്കു അല്പം ദേഷ്യം വന്നു. പക്ഷെ എല്ലാവരും അങ്ങനെയാണല്ലോ എന്ന് കണ്ടപ്പോൾ ദേഷ്യം മാറി.

ഇങ്ങനെയാണോ കുട്ടികളിൽ സാമൂഹ്യബോധം ജനിക്കുന്നത് എന്ന് ചിന്തിച്ചുകൊണ്ടവൾ അൽപനേരം പൂക്കളെ ഉറ്റുനോക്കിക്കൊണ്ടു നിന്നു. പിന്നെ അതിനിടെ അവൾ ചോദിച്ചു.

'മൃണാൾ, കമലാക്ഷൻ എന്താണ് നിന്നെയങ്ങനെ സംശയിക്കാൻ കാര്യം. അവന് കുട്ടിയുണ്ടാക്കാൻ കഴിവുണ്ടെങ്കിൽ അതംഗീകരിക്കുയും വേണ്ടേ!'

മൃണാളിനിയും എഴുന്നേറ്റ്, നടന്നുകൊണ്ട് പറഞ്ഞു.

'അവനെന്നെ വല്ലാത്ത സംശയമാണ്. തുടക്കത്തിൽ അങ്ങനെയുണ്ടായിരുന്നില്ല ഞങ്ങളുടെ ബന്ധത്തിൽ. ഞാൻ എന്താണ്, എങ്ങനെയാണ് എന്നൊന്നും മനസ്സിലാക്കാതെ പ്രേമിക്കാൻ വന്നു. ഞാൻ പലതവണ പറഞ്ഞു, ഞാനവന് ചേരില്ല എന്ന്. കാരണങ്ങളൊന്നും പറയാൻ അവനനുവദിച്ചില്ല. ഒന്നും കേൾക്കണ്ട എന്നായിരുന്നു പറഞ്ഞിരുന്നത്! ഒരിക്കൽപ്പോലും ഒരു പ്രേമമോ ബന്ധമോ ഉണ്ടായിട്ടില്ല എന്നു പറഞ്ഞിരുന്ന കമൽ, എനിക്ക് ചേരില്ലെന്ന് എനിക്കുറപ്പായിരുന്നു. എന്റെ

പൂർവ്വ കാമുകരെക്കുറിച്ച് കുറച്ചൊക്കെ സൂചിപ്പിക്കാനെങ്കിലും ശ്രമിച്ചിരുന്നുവെന്നിട്ടും ഞാൻ. അതായിരിക്കാം പിന്നീടവനുവന്ന സംശയരോഗത്തിന് കാരണം...'

ശരിയാണ്. മൃണാളിനിക്ക് കമൽ ചേരില്ലായിരുന്നു.

കമലാക്ഷൻ എന്ന പാലക്കാടൻ കോമ്പാളൻ. വീണ്ടും പരത്തിപ്പറഞ്ഞാൽ വെറും വെള്ളച്ചോറ്റുമന്തൻ.

പാലക്കാടിന്റെ ഗ്രാമങ്ങളിലുള്ള ഈഴവരുടെ പ്രധാന പ്രാതൽ വെള്ളച്ചോറാണെന്ന് അവന്റെ അമ്മാവൻ തന്നെ പറഞ്ഞു കേട്ടിട്ടുണ്ട്. തലേദിവസത്തെ ചോറ് വെള്ളമൊഴിച്ചു വെച്ചത്, പിറ്റേന്ന് രാവിലെ വിശാലമായി വലിയവായിൽ തിന്നുക എന്ന കർമ്മം, അവരെ ആവശ്യത്തിനു വെളുത്തുതടിച്ചവരാക്കിയേക്കുമത്രെ.

'കർമ്മം...' എന്നു തന്നെയാണ് ഇതു കേട്ടാൽ തോന്നുക. പാലക്കാടൻ ഭാഷയിലെ 'കറ്മ്മം,' എന്നുവെച്ചാ 'അയ്യോ, എന്തൊരു കഷ്ടം' എന്നപോലെയുള്ള അർത്ഥം വരും.

കറ്മ്മം തന്നെ!

വെളുത്തുതടിച്ച് അത്യാവശ്യം കാണാൻ കൊള്ളാവുന്നവർ. പക്ഷേ, തലയിലൊന്നും കാണില്ല എന്നു വ്യംഗ്യം. പണ്ടത്തെ ശീലമോ കാര്യമോ ആകും അമ്മാവൻ പറയുന്നത്, അത് സാമാന്യവൽക്കരിക്കാൻ പറ്റില്ല എന്നു തോന്നിയെങ്കിലും കമലാക്ഷൻ അങ്ങിനെതന്നെ എന്ന് മൃണാളിനിക്ക് തോന്നി.

തലയിലാൾത്താമസമില്ലാത്ത അത്തരമൊരു വെള്ളച്ചോറുമന്തനായിരുന്നു കമലാക്ഷൻ. കക്ഷം എന്നൊക്കെ പറയുംപോലെ വേണ്ടാതീനമാണെന്നു തോന്നിക്കുന്നതിനാൽ 'അക്ഷൻ'വെട്ടിക്കളഞ്ഞ് കമൽ എന്നു പേരാക്കിയവൻ.

ഏതോ സാഹിത്യ ക്യാമ്പിനെന്നും പറഞ്ഞ്, സ്ഥലത്തെ വിദ്വാനായ ഒരു സാഹിത്യകാരന്റെ കൂടെ കൽക്കത്തയിൽപ്പോയി കുറച്ചുനാൾ രമിച്ചു.

അവിടെവെച്ചാണ് മൃണാളിനിയെ കണ്ടത്.

അതീവ സുന്ദരിയൊന്നുമല്ലെങ്കിലും ഇരുനിറത്തിൽ ചൊടിയുള്ള പെൺകുട്ടി. തന്നെക്കാൾ ഏഴെട്ടു വയസ്സിനു താഴെ. ആവശ്യത്തിനു സാമ്പത്തിക ശേഷിയുള്ള ബ്രാഹ്മണ കുടുംബത്തിൽ പിറന്നവൾ. ബിരുദാനന്തരബിരുദം കഴിഞ്ഞ് എഴുത്തുവാസനകളിൽ ശ്രദ്ധിക്കുന്നവൾ. ടെക്നോളജി വിഭാഗം പഠിച്ചതിനാൽ നല്ലൊരു കമ്പനിയിൽ നല്ല ശമ്പളത്തോടെ ജോലി നോക്കുന്നവൾ. സ്വതന്ത്ര മനസ്ഥിതിക്കാരി.

എല്ലാം ഒരാഴ്ചകൊണ്ട് മനസ്സിലാക്കി കമലാക്ഷൻ.

ചീമ്പ്രങ്കണ്ണുള്ള കമലാക്ഷൻ, താമരക്കണ്ണുള്ള മൃണാളിനിയെ പ്രണയിക്കാൻ തീരുമാനിച്ചു. സാഹിത്യവാസനക്കാരിയാണെങ്കിലും പെട്ടെന്നു പ്രേമത്തിലാവുന്നവളല്ല എന്നുകണ്ട് അതിനിണങ്ങിയ ബൗദ്ധിക പുരോഗമനവർത്തമാനത്തിലൂടെയും അയാൾ കിണഞ്ഞു ശ്രമിച്ചു.

ഒരു വർഷത്തിനുള്ളിൽ അവൾ കേരളത്തിലൊരു സ്വകാര്യസ്ഥാപനത്തിൽ ജോലിയുമായി എത്തി. അതും പാലക്കാടിനടുത്ത്, കഞ്ചിക്കോട് തന്നെ.

മൃണാളിനിയുടെ ശമ്പളത്താൽ രണ്ടുപേരും ഒരുമിച്ചൊരു വീടെടുത്തു താമസിക്കാൻ തുടങ്ങി. വിവാഹം എന്ന ചടങ്ങൊന്നും ചെയ്തില്ല.

തന്റെ വീട്ടിൽ അനുജത്തിയുടെ കല്ല്യാണം കഴിയാതെ തനിക്ക് കല്ല്യാണം കഴിക്കാൻ പറ്റില്ല പരസ്യമായിട്ട്, അതുവരെ ഇങ്ങനെ കഴിയാം, എന്ന് കമലാക്ഷൻ പറഞ്ഞു.

നല്ല വരുമാനമല്ലെങ്കിലും കമലാക്ഷന് ചെറിയ ചില ഏർപ്പാടുകളുണ്ട്. പ്രധാനമായും പ്രൊജക്റ്റ് വർക്ക് ഉണ്ടായിരുന്നത് ഒരു എൻ. ജി. ഒയുടെ എയ്ഡ്സ് പ്രിവൻഷൻ പ്രോഗ്രാമിലാണ്. കോയമ്പത്തൂരിലേക്ക് പോയി വരുന്നതിന് കഞ്ചിക്കോട് താമസ സൗകര്യവുമായി. കേരളത്തിലും തമിഴ്നാടിലുമൊക്കെ എയ്ഡ്സ് എന്ന രോഗത്തിന്റെ പേരിൽ ധാരാളം പ്രൊജെക്റ്റുകൾ തുടങ്ങിവന്നിരുന്നത് കുറെ ചെറുപ്പക്കാർക്ക് പൊതുപ്രവർത്തന രൂപത്തിലുള്ള സർക്കാരിതര ജോലി ലഭ്യമാക്കി എന്നു കമൽ പലരോടും ആശ്വാസം പറഞ്ഞു.

മലമ്പുഴയ്ക്കടുത്തുള്ള വീട്ടിലേയ്ക്ക് അവൻ എപ്പോഴെങ്കിലും മാത്രം പോയി.

കോയമ്പത്തൂർ താമസിക്കുകയാണ് എന്നാണ് വീട്ടിലവൻ ധരിപ്പിച്ചിരിയ്ക്കുന്നത് എന്ന് മൃണാളിനിയ്ക്കറിയാം. കല്ല്യാണം കഴിയ്ക്കാൻ പോകുന്ന കൂട്ടുകാരിയെന്നു പറഞ്ഞുതന്നെ വീട്ടിലേയ്ക്ക് അവളെയിടയ്ക്ക് കൊണ്ടുപോകാറുണ്ട്.

ഗ്രാമീണരായ മാതാപിതാക്കളും സഹോദരിയും അവനെ സംശയിക്കില്ല. കൂടാതെ അവർക്കു അവനെ കുറെയൊക്കെ ആശ്രയിക്കുകയും വേണം ജീവിക്കാൻ എന്ന അവസ്ഥയുമുണ്ട്.

കുറച്ചുമാസങ്ങൾ മൃണാളിനിയുടെ ചിലവിൽത്തന്നെയാണ് അവൻ ജീവിച്ചതെങ്കിലും പിന്നീട് പ്രോജക്റ്റിന്റെ വരുമാനം നല്ല തോതിലായി. അസ്ഥിരമായ നല്ല വരുമാനവും ആളുകളെ മത്തുപിടിപ്പിക്കുന്നതിന്റെ ഉത്തമ ഉദാഹരണമായിരുന്നു കമലാക്ഷൻ.

അവൻ വെള്ളച്ചോറു തിന്നാതായി. രാവിലെ പഴങ്ങൾകൊണ്ടുള്ള

ജ്യൂസ്, സാലഡ് എന്നിവയൊക്കെയേ കഴിക്കൂ എന്നായി. ഉച്ചയ്ക്ക് ടൗണിലെ പ്രമുഖ പ്രകൃതിഭക്ഷണശാലയിലെ ഊൺ. വിശാലമായ ഊണ് വലിയ വില കൊടുത്തു കഴിക്കുന്നുവെന്ന് തരം കിട്ടുമ്പോഴെല്ലാം പറയുകയും ചെയ്യും.

ഇതുകേട്ട് മൃണാളിനിതന്നെ എത്രയോ മടുത്തുപോയി.

അവൾക്കും ഭക്ഷണം വെയ്ക്കാൻ താത്പര്യമില്ലാത്തതിനാൽ അടുത്തുള്ള ഒരു ഹോട്ടലിൽ നിന്നാണ് മിക്കവാറും കഴിക്കുക. തട്ടുകടപോലെയുള്ള ചെറിയ ഒരു കടയിൽ നിന്ന്.

ഭക്ഷണം വെയ്ക്കുകയോ ഒരുമിച്ച് കഴിക്കുകയോ ഒന്നുമല്ലായിരുന്നു അവരുടെ കൂട്ടുജീവിതത്തിന്റെ പ്രധാനഭാഗം.

വീട് അവരുടെ പ്രത്യേക പ്രൈവസിക്കുവേണ്ടിയുള്ള ഒരിടം എന്നതാണ് ആശയം. ലൈംഗികത എത്രയോ ആവേശത്തോടെ അവരെന്നും ചെയ്യുന്ന മുടങ്ങാത്ത കർമ്മമാണവിടെ.

കമലിനോട് മാനസികമായതിനേക്കാൾ ശാരീരികമായതാണ് അടുപ്പത്തിന് കാരണം എന്ന് തോന്നാറുണ്ട് മൃണാളിനിക്ക്. ഇങ്ങനെ ഉണ്ടാകുമോ മനുഷ്യർക്ക് എന്നവൾ സ്വയം അദ്ഭുതപ്പെടാറുണ്ട്. ഏതായാലും അങ്ങനെയൊന്നുണ്ട് എന്നനുഭവം പറയുന്നു.

പക്ഷേ, മാനസികമായത് തീരെ ഇല്ലാതായാലോ! അങ്ങിനെയവൾ ആലോചിക്കാറുണ്ട് ചിലപ്പോൾ. അതേക്കുറിച്ച് ഒന്നും തന്നെ ചർച്ച ചെയ്യാൻ പറ്റാത്ത ഒരാളായിരുന്നു കമലാക്ഷൻ എന്ന് സാവധാനം മൃണാളിനിക്ക് മനസ്സിലായി.

അവർ സംസാരിക്കാൻ തുടങ്ങിയാൽ പിരിയുന്നതിനെക്കുറിച്ചായി മാറിക്കൊണ്ടിരുന്നു. രണ്ടുവർഷത്തെ സഹജീവനം അവളിലെ സ്ത്രീയെ സംശയിക്കാൻ മാത്രമേ കെൽപ്പു നൽകിയുള്ളൂ കമലാക്ഷന്.

ഒടുവിൽ അവർ പിരിയുവാൻ തന്നെ തീരുമാനിച്ചു.

അവളുടെ ഗർഭത്തെപ്പോലും സംശയിക്കുന്നവനെ പിരിയാൻ തന്നെ ഒടുവിലവൾ തീരുമാനിച്ചു.

ഒടുവിൽ, എന്നുവെച്ചാൽ...

രണ്ടുവർഷത്തോളമായി എണ്ണമിട്ടു ചെയ്തുരസിച്ച മുന്നൂറ്ററുപത്തിയഞ്ച് ഗുണം രണ്ട് എന്നുള്ളതിലധികം വരാവുന്ന രതിക്രീഡകൾക്കൊടുവിൽ.

സംശയാലുക്കളിൽ ഉത്തമനായ ജീവിതപങ്കാളിയായതോടൊപ്പം, കമലാക്ഷന്റെ ജീവിതം പലതരത്തിലും മെച്ചപ്പെട്ടിരുന്നു.

മൃണാളിനിയുടെ സ്നേഹപരിചരണയിൽ ആത്മവിശ്വാസം വർദ്ധിച്ച

കമലാക്ഷൻ മുന്തിയ ഗവൺമെന്റുദ്യോഗത്തിനുള്ള പരീക്ഷയും എഴുതി നേടിയിരുന്നു. മുന്തിയ സർക്കാരുദ്യോഗസ്ഥനാകുമെന്നുറപ്പായപ്പോൾ പെങ്ങൾക്കും തനിക്കും മെച്ചപ്പെട്ട വിവാഹാലോചനകൾ വന്ന സമയത്താണ് കമലാക്ഷൻ ഗർഭമലസിപ്പിക്കുന്നതിനെക്കുറിച്ച് മൃണാളിനിയോട് സംസാരിച്ചത്.

അതിനായിട്ടു മാത്രമല്ല, ഗർഭത്തെപ്പറ്റി സംശയിയ്ക്കുന്നതായിപ്പറഞ്ഞത്.

മൃണാളിനി അവനെയപ്പോൾ വെറുക്കുന്നതായിരുന്നു കമലാക്ഷന് സൗകര്യം.

അവന്റെ ആവശ്യവും അതായിരുന്നു.

പക്ഷേ, സംശയരോഗം ബാധിച്ച ചെറ്റകളിൽ ചെറ്റയാണെന്നു പല തവണ തെളിയിച്ച കാമുകവീരനെ പിരിയാനുള്ള നല്ലൊരവസരമായി മൃണാളിനിയതിനെ കാണാൻ ശ്രമിച്ചു.

കൽക്കത്തെയിലെ സാഹിത്യവിരുന്നും, സാൾട്ട്ലേയ്ക്ക് സ്റ്റേഡിയത്തിലെ സ്ത്രീപക്ഷ സംഘടനാ മീറ്റിങ്ങും എല്ലാം അന്നവർ ഒരുമിച്ചു ആസ്വദിച്ച ദിവസങ്ങളായിരുന്നു.

എഞ്ചിനീയറിംഗ് കോളേജിലെ ആദ്യ വർഷം മുതൽ പ്രണയത്തിലായ സുഖദ് ചക്രവർത്തിക്ക് വിട ചൊല്ലി വിഷമിച്ചു നടന്നിരുന്ന കാലത്തു കണ്ടുമുട്ടിയ കേരളീയനായ കാമുകൻ അവൾക്കു ഏതോ വിധത്തിൽ അടുപ്പമുള്ളവൻ തന്നെയായിരുന്നു. ബംഗാളിനെപ്പോലെ കമ്യൂണിസ്റ്റുകോട്ടയായ കേരളം എന്ന് കേട്ടിട്ടേയുണ്ടായിരുന്നുള്ളു. അവിടേക്കു വരാൻ കഴിഞ്ഞത് മൃണാളിനിക്ക് ആവേശമായിരുന്നു. രാഷ്ട്രീയം കൊണ്ടല്ല. കേരളത്തിന്റെ പ്രകൃതിഭംഗിയും മറ്റും ആയിരുന്നു ആകർഷണം.

മൃണാളിനി ജോലിക്കു ചേർന്നയിടത്തുതന്നെ സുഖദും ചേർന്നതിനാൽ അവൾ ആ ജോലി ആദ്യത്തെ ആഴ്ചയിൽത്തന്നെ വേണ്ടെന്നു വെച്ചിരുന്നു. സുഖദ് അപ്പോഴും അവളെക്കണ്ടാൽ അമർത്തിച്ചുംബിക്കുന്ന രീതി കൈവിട്ടിട്ടില്ലായിരുന്നു. അതിനാൽതന്നെ അവൾ അവനിൽ നിന്ന് മാറിനടക്കാൻ വേണ്ടി പുതിയ ഇടങ്ങൾ തേടിയാണ് സാഹിത്യ പരിപാടികൾക്കും പോയത്. സ്ത്രീ സംഘടനകളുടെ ഇടങ്ങളിലേക്ക് വരാൻ അവനു പേടിയുമാണ്. അങ്ങനെയാണ് അവൾ അവനിൽ നിന്നും മോചിതയായത് . അഞ്ചു വർഷം നീണ്ട പ്രണയമെങ്കിലും അവൾക്കു അവന്റെ സ്വാർഥതകളും അധികാരമനോഭാവവും സഹിക്കാനാവില്ല എന്ന് മനസ്സിലായിരുന്നു.

മനുഷ്യർ ഇത്തരത്തിൽ സ്വാർഥരാവും ഒരു ബന്ധത്തിൽ എന്നത് അവൾ പഠിച്ചത് അവനിൽ നിന്നാണ്. ഇന്ത്യൻ സംസ്ക്കാരത്തിൽ സ്ത്രീകൾക്ക് ഒരു മനുഷ്യനെ പ്രണയിക്കുന്നു എന്ന് ബോധ്യപ്പെടുത്താൻ മറ്റു പുരുഷന്മാരെയൊക്കെ വെറുക്കുന്നു എന്ന് കാണിക്കേണ്ടതുണ്ടോ എന്നവൾ കൂടെക്കൂടെ ആലോചിക്കാറുണ്ടായിരുന്നു. അതിനാൽ വിവാഹം എന്ന കുരുക്കിൽ പെടില്ല എന്ന് തന്നെ തീരുമാനവുമെടുത്തിരുന്നു. അതിനിടെയാണ് കമലാക്ഷന്റെ രംഗപ്രവേശം സംഭവിച്ചത്.

മറ്റൊരുതരം പുരുഷനെക്കൂടി മനസ്സിലാക്കാൻ കഴിഞ്ഞുവെന്ന രീതിയിൽ മാത്രം ചിന്തിച്ച് സമാധാനിക്കാനും സ്വതന്ത്രയാവാനും അവൾക്കു കഴിഞ്ഞു.

നാല്

പലതരം ആശയക്കുഴപ്പങ്ങൾ ആകെ വലയ്ക്കാൻ തുടങ്ങിയിട്ട് മൂന്നാലു വർഷങ്ങളായിരുന്നു. അതിഗംഭീരമായ ആശയങ്ങൾ കൂട്ടുണ്ടെന്ന് ധരിച്ചുകൊണ്ട് യുക്തിയുടെയും നിശ്ചയദാർഢ്യത്തിന്റെയും കൊടികളും പറത്തിക്കൊണ്ട് നടന്നിറങ്ങിപ്പോന്ന് ജീവിതം ജീവിക്കാമെന്നു കരുതിയിട്ട് എന്തായി?!

നിശ്ചയദാർഢ്യം!

അങ്ങിനെയൊന്ന് മനുഷ്യന് ജീവിതത്തിൽ ആവശ്യമുണ്ടോ!

അതായിരുന്നു ആശയക്കുഴപ്പങ്ങളിൽ ആദ്യത്തേത്.

ജോലിയും ഉപരിപഠനവും ഒരുമിച്ച് കൊണ്ടുപോകാൻ പറ്റാഞ്ഞിട്ടല്ല.

പക്ഷേ, പരിസരങ്ങൾ... പരിസരവാസികൾ...

അവരുടെയൊക്കെ ചോദ്യങ്ങൾ...ഉത്തരം പറയാൻ ബുദ്ധിമുട്ടിക്കുന്ന ചോദ്യശരങ്ങൾ...

ഭർത്താവിന്റെ വീട്ടിൽ പോയോ, ഭർത്താവിപ്പോ എവിടെയാണ് ജോലി ചെയ്യുന്നത്, എന്നാ വരിക...

ഓരോരോ ദിവസവും പലരുടെ പല സംശയങ്ങൾ... അഥവാ കുശലങ്ങൾ...

അർത്ഥഗർഭമായ കുശലങ്ങൾ...

ആത്മഹത്യാപരമായ ചിന്തകൾ അവളിലേക്കാഴ്ത്തുന്നവ..

എല്ലാം അവസാനിപ്പിക്കണം, എന്നു തോന്നിക്കുന്നവ...

എല്ലാം മടുത്തു.

അങ്ങിനെയൊരാൾ ഇനിയില്ല എന്നു വിളിച്ചുപറഞ്ഞാലോ എന്നു തോന്നി.

ഒരക്ഷരവും നാവിൽ നിന്ന് പൊന്തിയില്ല, രോഷം ഉള്ളിൽ തിളച്ചു പൊന്തിയപ്പോഴും! മാസങ്ങളോളം അങ്ങനെ കൂസലില്ലാത്ത പോലെ നടന്നു.

മാസങ്ങൾ എണ്ണിയെണ്ണി വർഷം തികഞ്ഞു. ഇനി വയ്യ... എന്നോരോദിവസവും കരുതിയെങ്കിലും നിവൃത്തികെട്ടവളെപ്പോലെ ക്ലാസ്സുകളിൽപ്പോയി കുട്ടികളോട് ചിലച്ചു...

ചിരിച്ചു...

തമാശകൾ പറഞ്ഞു.

കാര്യങ്ങളും പറഞ്ഞു.

അങ്ങനെ സന്തോഷിക്കുകയും പഠിപ്പിക്കുകയും എല്ലാം ചെയ്തു!

അതവളുടെ ജോലിയാണല്ലോ.

ധർമ്മമാണല്ലോ എന്നു കരുതുവാൻ കഴിയുന്നില്ല. ധർമ്മരോഷം എന്ന പോലെ ഒന്ന് ഉള്ളിൽ പുകഞ്ഞു.

അന്നം മുടങ്ങാതിരിക്കാൻ പണിചെയ്യുക എന്നുമാത്രമാണ് പിന്നെപ്പിന്നെ കരുതിയത്. ഇഷ്ടപ്പെട്ട ജോലി ചെയ്യുക, അതാസ്വദിച്ചു തന്നെ ചെയ്യുക എന്നതൊന്നും ഇല്ലാതായി. ഉപരിപഠനത്തിനുള്ള സമ്പാദ്യവും ഉറപ്പുവരുത്തണം എന്ന് മാത്രം ചിന്തിച്ചു. അതുണ്ടായിയെന്നു തോന്നിയപ്പോൾ ജോലി നിർത്തി യൂണിവേഴ്സിറ്റിയിൽ എത്തിയതാണ്.

അപ്പോഴുമുണ്ടായി ആശയക്കുഴപ്പം. എന്താണ് പഠിക്കുക. എന്തു വിഷയം? ഏതു വിഷയമാണ് മനുഷ്യന് മനഃസ്സമാധാനം തരിക!? മാനുഷിക വിഷയങ്ങൾ എന്നു പേരിട്ടു വിളിക്കുന്നവയിൽ ഏതെങ്കിലുമൊന്നു ചെയ്യാമെന്നു കരുതി.

രണ്ടുവർഷം അങ്ങനെ ലക്ഷ്യമറിയാതെയെങ്കിലും സമാധാനം തേടി നടക്കാമെന്നു തോന്നി.

ക്യാംപസിൽ കാമുകീ കാമുകന്മാർ ധാരാളം... അവരെ കണ്ടാൽ കല്ലു കടിച്ചപോലെ തോന്നുമെങ്കിലും ലവേഴ്സ് കോർണറിലെ കാറ്റാടി മരങ്ങൾ നോക്കിനടക്കാൻ രസമാണ്. ക്ലാസ്സുകളിൽ ഇരിക്കാൻ മനസ്സനുവദിക്കാറില്ല പലപ്പോഴും.

അതുവലിയ ബോറടിയാണ്.

യൂണിവേഴ്സിറ്റി പരിസരത്ത് ധാരാളം സ്ഥലം ചുറ്റിനടക്കാനുള്ളത് എന്തൊരാശ്വാസം.

വഴികൾ... മൈതാനങ്ങൾ, മരച്ചുവടുകൾ...

ആരും ഒന്നും ചോദിക്കുകയും ചെയ്യില്ല. പരിചയപ്പെട്ടിട്ടുള്ളവർ ചിരിക്കും. വേണമെങ്കിൽ എന്തെങ്കിലുമൊക്കെ സംസാരിക്കാനും ആളുകളെ കിട്ടാൻ ബുദ്ധിമുട്ടില്ല.

ചേർന്ന് കുറച്ചു നാളുകൾക്കുള്ളിൽ മനസ്സിലുണ്ടായിരുന്ന മറ്റൊരാശയക്കുഴപ്പവും ദൂരീകരിക്കപ്പെട്ടു. മൂന്നാലുവർഷത്തിന്റെ മൂപ്പുള്ള പ്രായത്തിലുള്ളവളെ ക്ലാസിലെ കുട്ടികൾ കൂട്ടത്തിൽ കൂട്ടുമോ എന്നതായിരുന്നു ഈ ആശയക്കുഴപ്പം.

പക്ഷെ, പ്രായം ഒരു പ്രശ്നമല്ല എന്നു മനസ്സിലായി വേഗം തന്നെ.

ഭൂമിയുടെ ഈ ഭാഗത്തുനിന്ന് ഇനി വിട്ടുപോകാൻ വയ്യ എന്നു തോന്നി

യകാലം. ആജീവനാന്തം ഇവിടെത്തന്നെ കഴിച്ചുകൂട്ടാൻ കഴിഞ്ഞിരുന്നെങ്കിൽ എന്നു കൊതിച്ച കാലം! ഇതാണ് ഭൂമിയിലെ സ്വർഗ്ഗം എന്നു തോന്നിയ കാലം.

ഇതാണ് തേടി നടന്ന സമാധാനത്തിന്റെയും സന്തോഷത്തിന്റെയും ആസ്ഥാനം എന്ന് തോന്നിയ സ്ഥലം.

അങ്ങനെയുള്ള സ്ഥലം, അങ്ങനെയുള്ള കാലം.

അതും മടുക്കുന്നതെന്തെന്നതായി പിന്നത്തെ ആശയക്കുഴപ്പം.

അവിടെത്തന്നെ ഗവേഷണത്തിനു ചേർന്നാൽ ഇഷ്ടപ്പെട്ട സ്വർഗ്ഗീയ സ്ഥാനം വിട്ടുപോകേണ്ടതില്ലല്ലോ എന്നു കരുതിയതാണ്... അതും മടുത്തു.

എത്ര പെട്ടെന്ന്!

എല്ലാം എത്ര പെട്ടെന്ന് മാറി മറിയും എന്ന് മനുഷ്യന് അറിയാൻ പറ്റില്ലല്ലോ.

മനസ്സിന്റെ ഭാരം..!

ഒരു വലിയ നെടുവീർപ്പോടെ ഹിത ഹോസ്റ്റലിന്റെ ഓഫീസിൽ എത്തിയതും കസേര വലിച്ചിട്ടിരുന്നു. ആശയക്കുഴപ്പങ്ങളുടെ ഭാരം ഇറക്കി വെക്കുന്നപോലെ... ചുമടേറ്റി നിൽക്കുന്നതിനും നടക്കുന്നതിനും ഇടയിൽ ഒന്നിരിക്കുന്നതുപോലെ.

അവിടെ മൂന്നു മേശകൾക്കു പിറകിലായിരിക്കാറുള്ള മൂന്നു മനുഷ്യരിൽ പുരുഷനായുള്ളവൻ അവിടെയില്ലല്ലോ എന്ന നിരാശ അവൾക്കു തോന്നി.

തടിയൻ കുംഭയും വീർപ്പിച്ച് കട്ടിത്താടിയും തടവിയിരിക്കുന്നതു കണ്ടാൽ ആരും പേടിക്കും എന്നായിരുന്നു അയാളുടെ വിചാരം.

ഹോസ്റ്റലിൽ ചേരാൻ വരുന്ന ഏതു പെൺകുട്ടികളും അയാളെ പേടിച്ചമട്ട്, ഫോമുകൾ പൂരിപ്പിച്ച് കൊടുക്കുമ്പോൾ 'റൂം ശരിയാക്കിക്കിട്ടണേ' എന്നു പ്രാർത്ഥിക്കുംപോലെ ദയനീയമായി നോക്കുന്നതും കാണാറുണ്ട്.

അതുതന്നെയാവും അവൾ ആദ്യമായി ചെന്നിരുന്ന സമയത്തും അയാൾ പ്രതീക്ഷിച്ചിരുന്നത്. ഇതൊന്നും അയാളുടെ ഔദാര്യമല്ല എന്നറിയുന്നവളെപ്പോലെ ചെന്നിരുന്ന ഹിതയെ ഒന്നു വിരട്ടാൻ ശ്രമിക്കുന്ന വർത്തമാനം അയാളന്നു പറഞ്ഞിരുന്നു.

'നിങ്ങൾ കരുതുന്നപോലെ ഇവിടെ വരുന്ന എല്ലാവരേം കൊച്ചുകുട്ടികളെപ്പോലെ പേടിപ്പിക്കാൻ പറ്റില്ലാട്ടോ' എന്നവൾ തിരിച്ചടിച്ചിരുന്നു അന്ന്.

അപ്പോൾപ്പിന്നെ അയാളുടെ സ്വഭാവം മെച്ചപ്പെട്ടതായി മാറി.

യാത്രപറയാൻ അയാളെക്കൂടി കണ്ടിരുന്നെങ്കിൽ നിരാശപ്പെടേണ്ടായിരുന്നു എന്നവൾക്കു തോന്നി.

'ഇനിയും ഇത്തരം പെൺകുട്ട്യോൾ വരുമായിരിക്കുംട്ടോ' എന്നയാളോട് പറഞ്ഞ് ചിരിച്ചുകൊണ്ടു പോകാൻ പറ്റിയില്ലല്ലോ എന്ന നിരാശ.

ക്ലാർക്കു ചേച്ചിമാർ സുന്ദരികളും സുശീലകളുമായിരുന്നു.

'അമേരിക്കയിൽപ്പോയാൽ കുറെ കാശൊക്കെ കിട്ടില്ലേ ഫെല്ലോഷിപ്പായിട്ട്, ഇടയ്ക്കു വരുമ്പോൾ ഞങ്ങൾക്കു വല്ല സ്പ്രേയും ക്രീമുമൊക്കെ കൊണ്ടുവരണേ' എന്നു പറഞ്ഞുകൊണ്ട് അവർ ബില്ലുകളൊക്കെ വേഗം ശരിയാക്കിത്തന്ന് കോഷൻ ഡെപ്പോസിറ്റും തിരികെത്തന്നു.

ഗൾഫിലേക്ക് പോകുന്നവരോട് പറയും പോലെയാണ് അവരതു പറഞ്ഞത്. ഗൾഫുകാർ വരുമ്പോൾ സാധാരണ സ്പ്രേയും ക്രീമും സോപ്പും ഒക്കെയാണല്ലോ നാട്ടുകാർക്കും വീട്ടുകാർക്കും കൊടുക്കുക പതിവ്. ചിലപ്പോൾ ദുബായിക്കുട എന്നൊരു കുടയും. രണ്ടായി മടക്കിച്ചെറുതാക്കാൻ പറ്റിയ കുട ആദ്യമായി കേരളത്തിൽ വന്നത് ദുബായിക്കുട എന്ന പേരിലാണല്ലോ. അവൾ ഹൈസ്കൂളിൽ പഠിക്കുന്ന കാലത്താണ് അങ്ങിനെയൊരു കുട അയൽവാസിയായ ദുബായിക്കാരൻ അവറാൻ ചേട്ടൻ അച്ഛന്റെ കയ്യിൽ വീട്ടിൽ കൊണ്ടുത്തന്നത്. അതുവരെയും നീണ്ട കറുപ്പ് ശീലക്കുട തന്നെയായിരുന്നു. അവൾക്കത് പിടിക്കാൻ മടിയായതിനാൽ അവൾ മഴ കൊണ്ടാലും വേണ്ടില്ല വെയിൽ കൊണ്ടാലും വേണ്ടില്ല എന്ന് കരുതി കുടയെടുക്കാതെ സ്കൂളിൽ പോകുമായിരുന്നു. കുടയെടുക്കാതെ പോയതെന്തെന്നു അമ്മ ശകാരിക്കുമ്പോൾ മറന്നു എന്ന് പറഞ്ഞൊഴിയുമായിരുന്നു അവൾ.

നമുക്കിഷ്ടപ്പെട്ടതും ഇഷ്ടപ്പെടാത്തതുമായ കാര്യങ്ങൾ തുറന്നു പറയാൻ മടിക്കുന്ന ഇടമാണല്ലോ വീടുകളും... അങ്ങിനെയുള്ള വീടുകളിൽ താമസിക്കുന്നില്ല താനെന്നതിൽ ഹിതയ്ക്കു യാതൊരു വിഷമവും തോന്നിയിട്ടില്ല. ഹോസ്റ്റൽ മുറി അവൾക്കൊരു വീടായി തോന്നി. ഒരാൾക്ക് എല്ലാ സ്വാതന്ത്ര്യവും സമാധാനവും ഉള്ള ഇടമാണ് വീട്.

ഗുമസ്തപ്പണിക്കാരിൽ പലപ്പോഴും കണ്ടുവരുന്ന അസുഖത്തിൽ നിന്ന് അവരും അത്രയ്ക്ക് വിമുക്തരല്ല. സ്വന്തം ജോലിയുടെ ഭാഗമായിചെയ്യേ ണ്ടുന്ന ഉത്തരവാദിത്തങ്ങൾ കൃത്യനിഷ്ഠയിൽ ചെയ്താൽ പ്രത്യേക പ്രതിഫലം വല്ലതും കിട്ടണമെന്ന ആഗ്രഹം.

അമേരിക്കയിൽ നിന്ന് ഇവൾ തിരിച്ചീ ഹോസ്റ്റലിലേക്കോ ഈ നാട്ടിലേക്കോ വരുമെന്ന് ഗുമസ്തകളും കരുതുന്നൊന്നുമുണ്ടാവില്ല. വെറുതെ ഒരു നാട്ടുനടപ്പിന് പറഞ്ഞതുമാവാം. ഏതായാലും അവരോടു ശരിയെന്നു

ചിരിച്ചുകൊണ്ട് ഹോസ്റ്റൽ മുറിയിലേക്കു നടന്നപ്പോൾ അതിനകത്തെ മാറാലക്കെട്ടുകൾ അടിച്ചു വൃത്തിയാക്കണോ എന്നതായിരുന്നു ഹിതയുടെ ആശയക്കുഴപ്പം.

പോകാനുള്ള തീരുമാനമായതോടെ, രണ്ടുമാസക്കാലമായി മുറിയിൽ ചൂലു ചലിച്ചിട്ടില്ല. എട്ടുകാലികളെ ഒട്ടും പേടിയില്ലാതായിത്തുടങ്ങിയിരുന്നു അവൾക്ക്. ഇടുങ്ങിയ മുറിയിലെ ഉത്തരത്തിൽ മുക്കിലും മൂലയിലും മാറാല കെട്ടിക്കിടക്കുന്ന എട്ടുകാലിക്കുട്ടികൾ.

ചെറുപ്പത്തിൽ കണ്ടു പേടിച്ചിട്ടുള്ള തരം കൂറ്റൻ എട്ടുകാലികളല്ലല്ലോ ഇവയെന്നാശ്വാസം കൊള്ളാറുണ്ടവൾ. ആ വലിയ എട്ടുകാലികളെയെങ്ങാൻ അറിയാതെ അടിച്ചുകൊന്നാൽ അവയുടെ കാലുകൾക്കിടയിൽക്കിടക്കുന്ന വലിയ വെളുത്ത മുട്ടപൊട്ടി അനേകം കുഞ്ഞുങ്ങൾ പുറത്തേക്ക് പരക്കുന്നത് കണ്ടിട്ട് തരിച്ചുനിന്നിട്ടുണ്ട്.

ഓടുന്ന എട്ടുകാലിക്കു പിന്നാലെ ഓടിച്ചെന്ന് അതിന്റെ മേൽ അല്പം മണ്ണെണ്ണ ഒഴിക്കുന്നത് അതിനെ ക്ഷീണിപ്പിക്കും. പിന്നെ ചൂലുകൊണ്ട് എടുത്ത് പുറത്തുതട്ടി തല്ലിക്കൊല്ലാം. ഇതിപ്പോ അത്ര അഭ്യാസമൊന്നും വേണ്ടുന്ന വലിയ എട്ടുകാലിത്തള്ളകളല്ല. വളരെ നനുത്ത് ചെറിയ രൂപത്തിലുള്ളവ. അവ ഇനിയും ജീവിച്ചോട്ടെ എന്നു കരുതി ഹിത. തന്റെ ഒഴിഞ്ഞ മുറിയിൽ മറ്റാരെങ്കിലും വന്ന് താമസം തുടങ്ങുന്നതുവരെയെങ്കിലും അവ ജീവിച്ചോട്ടെ.

മുറി തുറന്നതും വല്ലാത്തക്ഷീണം ബാധിച്ച പോലെ അവൾ കട്ടിലിൽ കിടന്നു.

ചെറിയ പനി തോന്നുന്നുണ്ടായിരുന്നു. ജലദോഷവും മൂക്കടപ്പും കുറച്ചുനാളായി ഉണ്ടായിരുന്നത് മാറിയിരുന്നു. പക്ഷെ അതിപ്പോൾ കൂടിയ പോലെയും വല്ലാത്ത തല വേദനയും അനുഭവപ്പെട്ടു.

അവൾ മെസ് ഹാളിനടുത്തായി അടുക്കളയിലെ ചേച്ചിമാർ വിശ്രമിക്കുന്ന മുറിയിലേയ്ക്കു ചെന്ന് അവരോടു അല്പം വെള്ളം തിളപ്പിച്ച് തരുമോ എന്ന് ചോദിച്ചു. ആവി പിടിക്കാനായി ബക്കറ്റിൽ വെള്ളം മൂന്നാം നിലയിലെത്തുമ്പോഴേക്കും ആറിപ്പോകും. അതിനാൽ അവൾ വെള്ളം തിളക്കുമ്പോഴേക്കും മുറിയിൽപ്പോയി ബക്കറ്റും പുതപ്പും വിക്സും എടുത്തുകൊണ്ടു വന്നു. മെസ്സ് ഹാളിൽത്തന്നെയിരുന്നു ആവിപിടിച്ചു.

കട്ടിയുള്ള പുതപ്പിനടിയിൽ മുഖത്തേക്കുള്ള ആവിയും കൊണ്ട് വിക്സിന്റെ എരിപിരിയുള്ള അനുഭൂതിയിൽ അവൾക്കു അച്ഛനെ ഓർമ വന്നു. കരിമ്പടം എന്ന കട്ടിയുള്ള തുണി തന്നെ വേണം ആവി പിടിക്കാൻ എന്നായിരുന്നു അച്ഛന്റെ അഭിപ്രായം. എന്നാലേ ആവി

പുറത്തേക്ക് ഒട്ടും പോകാതിരിക്കുകയുള്ളൂ. പക്ഷെ അതിനടിയിൽ ഇരുട്ടും കടുത്ത ചൂടുള്ള ആവിയും അവൾക്കു ശ്വാസം മുട്ട് അനിഭവിപ്പിക്കാറുണ്ട്. അതവൾക്കു ഇഷ്ടവുമില്ലായിരുന്നു. അതിനാൽ ആവി പിടിക്കാൻ മടി കാണിക്കുമ്പോൾ പേടിയാവുമോ നിനക്ക്, എങ്കിൽ ഞാനും വരാം നിന്റെ കൂടെ കരിമ്പടത്തിനടിയിൽ എന്ന് മുത്തശ്ശൻ പറയാറുള്ളപ്പോൾ അമ്മ വിലക്കാറുണ്ട്. അങ്ങനെ പേടിക്കാനൊന്നുമില്ല. ഇത്തരം, പേടിയാവുന്നുണ്ടോ എന്ന ചോദ്യം ചോദിച്ചു ചോദിച്ചു പേടി ഉണ്ടാക്കേണ്ട കുട്ടികളിൽ, എന്നമ്മ പറയും.

ശരിയാണ്... കുട്ടികളിലെ പേടിയും ധൈര്യവും സ്നേഹശീലങ്ങളും ക്രോധശീലങ്ങളും ഒക്കെ ചെറുപ്പത്തിൽ കേട്ടും കണ്ടും ഉണ്ടാകുന്നതല്ലേ അടിസ്ഥാനപരമായി... ചിന്തിച്ചുകൊണ്ട് ഹിത മുറിയിൽ നിവർന്നു കിടന്നു...

പഴയബാഗുകളിലേക്കും മടക്കിവെക്കാത്ത വസ്ത്രങ്ങളിലേക്കും കണ്ണോടിച്ചുകൊണ്ട് അവൾ കരുതി.

വിമാനയാത്രയ്ക്കുതകുന്ന വലിയ രണ്ടു പെട്ടികൾ വാങ്ങണം. വേണമെങ്കിൽ സ്വയമതിനകത്ത് കയറിക്കിടക്കാൻ തക്ക വലിപ്പമുള്ളവ! മനുഷ്യർക്ക് ഭാരം തോന്നിക്കാതെ വലിച്ചുകൊണ്ടുനടക്കാവുന്നവ!

അഞ്ച്

യൂണിവേഴ്സിറ്റി ഹോസ്റ്റലും വിട്ടു പെട്ടിയും തൂക്കി ഇന്ത്യ വിട്ടുവന്നതിന്റെ പശ്ചാത്തലം മുഴുവനും അയവിറക്കിക്കൊണ്ടു ഹിത സീറ്റിൽ ചാഞ്ഞിരിക്കുകയായിരുന്നു. എപ്പോഴോ എയർഹോസ്റ്റസ് വന്നു നനഞ്ഞ ടിഷ്യൂ പേപ്പർ തന്നു. ഉറക്കമുണർന്നവർക്കും മറ്റും മുഖം തുടക്കാനുള്ളതാണെന്നു ഹിതയ്ക്കു മനസ്സിലായി. അവളും മുഖം തുടച്ചുകൊണ്ട് നിവർന്നിരുന്നു. വീണ്ടും ലഘുഭക്ഷണവുമായി അവർ വന്നു. മുൻപ് വന്നതും പിന്നെ വന്നതുമൊക്കെ ഒരേ സ്ത്രീയാണോ അല്ലയോ എന്ന് അവൾക്കു മനസ്സിലായില്ല. വളരെ സാമ്യമുള്ള ഏതോ പാശ്ചാത്യ മുഖമാണ്. അത്രമാത്രം.

ഫ്ളൈറ്റ് സാൻഫ്രാൻസിസ്കോയിൽ എത്താറായിരിക്കുന്നു എന്നവൾക്കു റൂട്ട് മാപ്പുകാണിക്കുന്ന സ്ക്രീനിൽ നിന്ന് മനസിലായി. അവർ ഇടയ്ക്കു അനൗൺസ് ചെയ്യുന്നതൊന്നും മുഴുവനായും മനസ്സിലായതേയില്ല. ഫെലോഷിപ്പിന്റെയും അഡ്മിഷന്റെയും ആവശ്യത്തിനായി അവൾ ടോഫെൽ എന്ന ഇംഗ്ലീഷ്ഭാഷാപരീക്ഷയൊക്കെ എളുപ്പത്തിൽ പാസ്സായിട്ടുണ്ടായിരുന്നുവെങ്കിലും പൈലറ്റിന്റെ ഭാഷ കടുപ്പം തന്നെയെന്ന് അവൾക്കു തോന്നി.

എയർപോർട്ടിൽ, പോകേണ്ട വഴിയും ബാഗ്ഗജ് കിട്ടുന്നതിനും പുറത്തേക്കും എത്തുന്നതിനും ഒരു ബുദ്ധിമുട്ടും ഉണ്ടായില്ല. എല്ലാം കൃത്യമായി എഴുതി വെച്ചിട്ടുള്ളതിനാൽ ഹിതയ്ക്കു ഒന്നിലും സംശയമുണ്ടായില്ല എങ്കിലും എമിഗ്രേഷൻ ഭാഗത്തു അല്പം ആശയക്കുഴപ്പം തോന്നി. അവർ എന്താണ് ചോദിക്കുക എന്ന അങ്കലാപ്പ്. പാസ്പോർട്ടും വിസയും നോക്കി 'ഹാവ് എ ഗുഡ് സ്റ്റേ' എന്ന് മാത്രം പറഞ്ഞു ചിരിച്ച ചെറുപ്പക്കാരനെ അവൾക്കു ഇഷ്ടപ്പെട്ടു.

നന്ദിപറഞ്ഞു പുറത്തിറങ്ങിയതും ആൾക്കൂട്ടത്തിൽ നിന്നും എമിലി അടുത്തേക്ക് വന്നു. കേരളത്തിൽ ഗവേഷണത്തിന് വന്നപ്പോൾ യൂണിവേഴ്സിറ്റിയിലെ സെമിനാറിൽ പങ്കെടുക്കുകയും അങ്ങനെ സുഹൃത്തുക്കളാകുകയും ചെയ്ത നോർവേക്കാരിയായ വെറോനിക്കയുടെ സുഹൃത്താണ് എമിലി. കാലിഫോർണിയയിൽ റിസേർച്ചിനു പോകുന്ന കാര്യമറിയിച്ചപ്പോൾ അവിടെ എന്തെങ്കിലും ആവശ്യത്തിനു വേണമെങ്കിൽ

അവളുടെ ഒരു സുഹൃത്തിനെ പരിചയപ്പെടുത്തിയതാണ്. എമിലി എയർപോർട്ടിൽ എത്തി കൂട്ടിക്കൊണ്ടു പോകാമെന്നു ഇമെയിലിൽ തീർച്ച പറഞ്ഞു.

'ഹലോ, ഐ ആം എമിലി', എന്ന് പറഞ്ഞു പരിചയപ്പെടുത്തി.

ഹിത അവളുടെ ഒരു ഫോട്ടോ ഈമെയിലിൽ അറ്റാച്ച് ചെയ്തു അയച്ചിരുന്നു എന്നതിനാൽ അവൾക്കു വേഗം ആളെ തിരിച്ചറിഞ്ഞു. വരുന്നവരുടെ പേര് എഴുതി വെച്ച പ്ലക്കാർഡ് പിടിച്ചു നിന്ന് കൊണ്ട് വന്നവരെ തിരിച്ചറിയുന്ന രീതി ഹിതക്ക് അറിയില്ലായിരുന്നു. അങ്ങനെ പലരും അവിടെ നിൽക്കുന്നത് കണ്ടപ്പോഴാണ് അങ്ങനെയൊരു സാധ്യത ഉണ്ടല്ലോ എന്ന് ഹിത ഓർത്തത്.

എമിലി അവളുടെ കൊച്ചു കാറിൽ ഹിതയെ യൂണിവേഴ്സിറ്റിയുടെ പരിസരത്തുള്ള താമസ സ്ഥലത്താക്കി. ഏതു കമ്പനിയുടെ കാറാണ് അതെന്നു ഹിത അതിശയിച്ചു. കേരളത്തിലെ റോഡുകളിൽ കാണാറുള്ള പ്രീമിയർ പദ്മിനി എന്ന കൊച്ചു കാറിന്റെ പോലുള്ളത്.

അവൾ അവിടെ നിന്നും ഏകദേശം ഇരുപതു കിലോമീറ്റർ അകലെയുള്ള ഒരു പ്രദേശത്തെ റെസ്റ്റോറന്റിൽ റിസപ്ഷനിസ്റ്റ് ആണ് എന്ന് പറഞ്ഞു. പിന്നെയൊരു ഒഴിവുദിവസത്തിൽ കാണാമെന്നു പറഞ്ഞു പിരിഞ്ഞു.

എമിലി ഇരുനിറത്തിൽ മെലിഞ്ഞ ഒരു സ്ത്രീയാണ്. പെട്ടെന്ന് കണ്ടാൽ ഏതോ ഏഷ്യാക്കാരിയാണെന്നു കരുതും. അവൾ സ്പാനിഷ് ആണെന്ന് വെറോണിക്ക പറഞ്ഞിരുന്നു. അവളുടെ ഹോട്ടൽ ജോലിയെക്കുറിച്ചു വെറോണിക്ക പറഞ്ഞപ്പോൾ ആണ് ഹിത ചോദിച്ചത്, അമേരിക്കയിലെ വർണവെറിയെക്കുറിച്ചൊക്കെ.

കറുത്തവർഗക്കാർ മാത്രമല്ല ചില ഏഷ്യക്കാരും ഇന്ത്യക്കാരുൾപ്പടെ വർണവെറി അനുഭവിക്കുന്നതായി അവൾ കേട്ടിട്ടുണ്ട്. വായനയിലും അതറിയാൻ കഴിഞ്ഞിട്ടുണ്ട്. പക്ഷെ യൂണിവേഴ്സിറ്റികളിൽ അങ്ങനെയൊന്നുമുണ്ടാവില്ല എന്ന് വെറോണിക്ക പറഞ്ഞിരുന്നു. പക്ഷെ സ്പെയിൻകാരിയായ എമിലിയും വൈറ്റ് കോളർ ജോബ് അല്ലാത്ത സേവന ജോലികൾ ചെയ്യുന്നവരും ഇവിടെ വേറെത്തന്നെ ഒരു വിഭാഗമാണ്. മിക്കവാറും അമേരിക്കക്കാരാരും തന്നെ ഇത്തരം ജോലികൾ ചെയ്യില്ല. അതായത് ഹോട്ടലിൽ ക്ലീനിങ്ങ്, കുക്കിങ്ങ്, റിസപ്ഷൻ എന്നിവിടെയൊന്നും ഒരു അമേരിക്കൻ വെള്ളക്കാരായവർ ജോലി ചെയ്യുന്നുണ്ടാവില്ല. അതൊക്കെ കറുത്ത വർഗക്കാർ ആയിരിക്കും. റഷ്യ, സ്പെയിൻ എന്നിവയെ പോലെ തകർന്ന ചില യൂറോപ്പ്യൻ രാജ്യങ്ങളിൽ നിന്നും

ചിലർ ജോലിക്കു കാണും. റഷ്യക്കാരായ സ്ത്രീകൾ ഗൾഫിലും മറ്റും ഹോട്ടലുകളിൽ വേശ്യാവൃത്തി ചെയ്യുന്നത് പ്രശസ്തമാണല്ലോ. കേരളത്തിൽ നിന്ന് വരെ ചില പുരുഷന്മാർ പണം സ്വരൂക്കൂട്ടിപ്പോലും ദുബായിലേക്കു ടൂർ പോകുന്നത് റഷ്യൻ വേശ്യകളെ ആസ്വദിക്കാനാണ് എന്ന് കേട്ടിട്ടുണ്ട്.

എമിലിയോട് ഇതേപ്പറ്റിയൊക്കെ നേരിട്ട് പിന്നീട് ചോദിച്ചറിയണമെന്നു ഹിത കരുതി.

താമസസ്ഥലം ഒരു ഹോസ്റ്റൽ എന്ന് പറയാനാവില്ല എങ്കിലും ആ കെട്ടിടത്തിൽ യൂണിവേഴ്സിറ്റി വിദ്യാർത്ഥികൾ മാത്രമേയുണ്ടായിരുന്നുള്ളൂ. ഓരോരോ മുറിയിൽ ഓരോരുത്തർ. പൊതു അടുക്കള, പൊതു ശൗചാലയം. അവൾ ഇക്കാര്യങ്ങൾ ഇമെയിലിലൂടെയും അറിഞ്ഞിരുന്നു. എന്നാലും നേരിട്ട് കാണും വരെ ഹിതയ്ക്കു ആശയം വ്യക്തമായിരുന്നില്ല.

ചില്ലറ ലൈബ്രറി പ്രവർത്തനങ്ങളും പ്രഫസറുമായുള്ള കൂടിക്കാഴ്ചയും ചർച്ചകളും തുടങ്ങാൻ രണ്ടാഴ്ചയെങ്കിലുമെടുത്തു. അതിനിടെ അവൾ താമസിക്കുന്ന കെട്ടിടവും ചുറ്റുവട്ടവും കണ്ടു മനസ്സിലാക്കി. ദിവസവും ഒരു വഴി നടന്നു ഒരു കിലോമീറ്ററോളം എത്തിയാൽ അതേ വഴി തിരിച്ചു പോരും. അങ്ങനെ പല റൂട്ടുകളിൽ പോയി നോക്കി. മനോഹരമായ പ്രദേശങ്ങളെങ്കിലും വിന്റർ തണുപ്പിന്റെ മൂർച്ച മാറിയിട്ടില്ലാത്തതിനാൽ അധികം പുറത്തുപോകാൻ തോന്നിയിരുന്നുമില്ല.

വസന്തകാലം വരുന്നതും നോക്കി കാത്തിരിക്കാമെന്നു ഹിതയ്ക്കു തോന്നി. കൂടുതലും മുറിക്കുള്ളിൽ ഇരുന്നു വായനയിലും ആലോചനകളിലും മുഴുകി.

വന്നിറങ്ങിയ രണ്ടു ദിവസത്തിനുള്ളിൽ ജെറ്റ്ലാഗ് തീർന്നു ഹിത യൂണിവേഴ്സിറ്റിയിൽ പോയിരുന്നു. നടക്കാനുള്ള ദൂരമേയുള്ളൂ, എങ്കിലും ക്ഷീണിക്കുന്നത്ര നടക്കാനുണ്ട്. അടുക്കളയിൽ വെച്ച് കണ്ട മറ്റൊരു ഗവേഷകനോട് ചോദിച്ചാണ് വഴിയുടെ ഏകദേശരൂപം കിട്ടിയത്. അവൻ ഇറ്റലിക്കാരനാണ്. താടിയും മുടിയും വളർത്തിയ ഒരു പൊക്കം കുറഞ്ഞ തടിയൻ. പെട്ടെന്നുള്ള നോട്ടത്തിൽ ആർക്കും ഒരടുപ്പവും തോന്നില്ല അയാളോടെങ്കിലും മുഖത്ത് നല്ല സൗഹാർദം തുളുമ്പിയിരുന്നു. അതിനാൽ ചോദിയ്ക്കാൻ ബുദ്ധിമുട്ടുണ്ടായില്ല.

ഫെല്ലോഷിപ്പ് പ്രോഗ്രാം കോർഡിനേറ്റർ ഈമെയിലിൽ മാർഗനിർദ്ദേശങ്ങളും മറ്റും തന്നിരുന്നെങ്കിലും വഴിയും കെട്ടിടങ്ങളും കണ്ടുപിടിക്കാൻ ബുദ്ധിമുട്ടാണെന്ന് തോന്നിയതിനാലാണ് ആ കെട്ടിടത്തിലെ മുറികളിൽ

താമസിക്കുന്നവരിൽ ആദ്യമായി കണ്ടയാളോട് ചോദിക്കാമെന്ന് അവൾ കരുതിയത്. ഇവാനിയോസ് എന്നാണവന്റെ പേര്.

സ്ത്രീകളും പുരുഷന്മാരുമൊക്കെ ഒരേ ഹോസ്റ്റലിൽ താമസിക്കുക എന്നത് കേരളത്തിൽ എവിടെയും അംഗീകരിക്കില്ല; തിരുവനന്തപുരത്തുള്ള സെന്റർ ഫോർ ഡെവലപ്മെന്റ് സ്റ്റഡീസ് എന്ന സ്ഥാപനത്തിൽ മാത്രമാണ് അല്പം വ്യത്യാസമുള്ളത്. അത് ഡൽഹിയിലെ ജവഹർലാൽ നെഹ്റു യൂണിവേഴ്സിറ്റിയുമായി അഫിലിയേറ്റ് ചെയ്തതായതിനാൽ അവിടത്തെ ചില രീതികൾ ഇവിടെ കാണാമെന്നുമാത്രം.

അങ്ങനെയുള്ള ഒരു നാട്ടിൽ നിന്നാണ് താൻ വരുന്നത് എന്നുവരെയുള്ള കാര്യങ്ങൾ പിന്നീടവർ പരിചയം തുടർന്നപ്പോൾ സംസാരിച്ചു. താൻ കേരളത്തിൽത്തന്നെ പഠിച്ചിട്ടുള്ള ആളായതിനാൽ ഡൽഹിയിലെ ഹോസ്റ്റൽ സമ്പ്രദായവും അത്ര അറിയില്ല എന്നും, കേട്ടുകേൾവി മാത്രമേ ഉള്ളൂ എന്നും അവൾ പറഞ്ഞു.

ഒരു പക്ഷെ അത്തരം മെട്രോ യൂണിവേഴ്സിറ്റികളിൽ നിന്നാണ് പലരും വിദേശ ഫെലോഷിപ്പുകളായി ഇവിടെയൊക്കെ എത്തിയിട്ടുള്ളത് എന്ന് ഇവാനിയോസും പറഞ്ഞു. എല്ലാം അടുക്കളയിൽ വെച്ച് തന്നെയായിരുന്നു.

അവൾ താമസിക്കുന്ന ഭാഗത്തെ എട്ടു പത്തു മുറികളിലെയെങ്കിലും ആൾക്കാർ ഈ അടുക്കളയിലാണ് ഭക്ഷണം പാകം ചെയ്യുന്നതും കഴിക്കുന്നതും. ചിലർ റൂമിലേക്ക് കൊണ്ട് പോകും.

ആരെയും പിന്നീടും കുറച്ചുനാളത്തേക്കു കണ്ടില്ല. പലപ്പോഴും ഇറ്റലിക്കാരൻ അവൾ ചെല്ലുന്ന നേരത്തു അവിടെ ഉണ്ടാകും, അല്ലെങ്കിൽ പോരുന്ന നേരത്തേക്ക് അയാൾ വരുന്നുണ്ടാവും. ഇവിടെ എല്ലാവർക്കും സമയവും അകലവും പാലിക്കാൻ നന്നായറിയാം എന്ന് ഹിതയ്ക്കു മനസ്സിലായി. അപ്പോൾ ഇറ്റലിക്കാരൻ മനഃപൂർവ്വമായിരിക്കും കണ്ടുമുട്ടുന്ന സമയത്തു വരുന്നത്. അതോ തനിക്കു അകലം പാലിക്കും വിധം സമയം ക്രമീകരിക്കുവാൻ അറിയാഞ്ഞിട്ടോ, എന്നവൾ സംശയിച്ചു. ആരും ഇന്നതാണ് എന്റെ സമയം എന്ന് പരസ്പരം പറഞ്ഞുറപ്പിക്കുന്നുപോലുമില്ല. എന്നിട്ടും ആളുകൾ അനാവശ്യമായി കണ്ടുമുട്ടുന്നില്ല.

ഇറ്റലിക്കാരനെ അവൾക്കിഷ്ടപ്പെട്ടു. ഇറ്റലിക്കാർ അല്ലെങ്കിലും അല്പം സൗഹാർദ്ദത്തിന്റെയും സാമൂഹികതയുടെയും കാര്യത്തിൽ ഇന്ത്യക്കാരെപ്പോലെയാണെന്നു അവൻ ഏതോ സാംസ്ക്കാരിക പഠന ലേഖനത്തിൽ വായിച്ചതായി പറഞ്ഞു. ഇന്ത്യയിൽ ഒരു മന്ത്രി ഇറ്റലിക്കാരിയെ കല്യാണം കഴിച്ചതായി അറിയാമെന്നും.

കുറച്ചു നാളുകൾക്കു ശേഷം ഇവാനിയോസ് നാട്ടിലേക്ക് പോകുകയാണെന്നും അവിടെ ഒരു യൂണിവേഴ്സിറ്റി പ്രോജക്ടിൽ ജോലി തരപ്പെട്ടു എന്നും ഒരു കുറിപ്പ് തന്റെ മുറിയുടെ വാതിൽക്കൽ വെച്ചതായി കണ്ടു. അതിൽ അവന്റെ ഇമെയിൽ അഡ്രസ്സും കുറിച്ചിരുന്നു. അവന്റെ ഫെല്ലോഷിപ്പ് കാലാവധി കഴിഞ്ഞിട്ടും ഗവേഷണപ്രബന്ധമെഴുത്തുമായി തുടരുവാൻ വേണ്ടി ഒരു റെസ്റ്റോറന്റിൽ ഭക്ഷണം പാകം ചെയ്യുകയും ചില യൂണിവേഴ്സിറ്റി ബിൽഡിങ്ങുകളിൽ ക്ലീനിങ്ങും ആയിരുന്നു തോഴിൽ. അവൻ നന്നായി പിസ ഉണ്ടാക്കുമായിരുന്നു. അവൾ ആദ്യമായി പിസ എന്ന ഒരു ഭക്ഷണവസ്തു ഉണ്ടെന്നറിഞ്ഞതും അത് കഴിച്ചതും അവനിൽ നിന്നാണ്. പിസയെക്കുറിച്ച് കേട്ടപ്പോൾ അവൾ ചിരിച്ചു മറിഞ്ഞു; പിസയിലെ ചെരിഞ്ഞ ഗോപുരം എന്നത് കേട്ടിട്ടുണ്ടെങ്കിലും ഇങ്ങനത്തെ കട്ടിദോശ പോലൊരു ഭക്ഷണവസ്തു ഉണ്ടെന്നറിയില്ലയെന്നു പറഞ്ഞുകൊണ്ട്...

ആറ്

വലിച്ചെറിയപ്പെട്ട ജീവിതങ്ങളെപ്പോലെ അവർ അലഞ്ഞു നടക്കുക യാണോ..!

അവൾക്ക് മറ്റുള്ളവരെ എത്ര ശ്രദ്ധിച്ചിട്ടും ഒന്നും തന്നെ മനസ്സിലാ യില്ല. അവളും വേച്ചു വേച്ചു നടന്നു...! കുറെ നടന്ന ശേഷം വല്ലാതെ ക്ഷീണം തോന്നിയാലും വീണ്ടും നടക്കുക പതിവായിരിക്കുന്നു.

അവൾതന്നെ സ്വയം വലിച്ചെറിഞ്ഞ സ്വന്തം ജീവിതമാണോ ഇങ്ങനെ അലഞ്ഞുലഞ്ഞു വൃത്തിയുള്ള തെരുവിലൂടെ നടക്കുന്നത്...! വലിച്ചെറി ഞ്ഞത്... അവൾ തന്നെയോ...?! ഇത്തരം ഒരുപാട് ചോദ്യങ്ങൾ വല്ലാതെ അലട്ടിത്തുടങ്ങിയിട്ടു കുറച്ചുനാളായി.

ആരും ആരെയും ശ്രദ്ധിക്കുന്നില്ല. അവളെന്തിനാണിങ്ങനെ മറ്റുള്ള വരെ നോക്കാൻ നില്ക്കുന്നത്. അവൾക്ക് കേരളീയ സ്വഭാവം എത്ര ത്തോളമുണ്ടെന്ന് അപ്പോഴാണ് സ്വയം ബോധ്യപ്പെടുന്നത്; പുരുഷന്മാ രെക്കുറിച്ച് പലപ്പോഴും പറയുന്ന വാക്ക്-വായ്നോക്കി . താൻ തന്നെ യിപ്പോ ഒരു വായ്നോക്കിയായി മാറുകയാണോ...

മനുഷ്യരെ പരിചയപ്പെടാനോ സംസാരിക്കാനോ ഉള്ള വ്യഗ്രത. അതാണോ ഇത്...! ഇങ്ങനെയൊന്ന് ഇവിടത്തെ മനുഷ്യർക്കില്ല!

ഇൻഡ്യയിൽ വൃത്തികെട്ട റോഡുകളാണുള്ളത്. കന്നുകാലികൾ റോട്ടിലൂടെ കറങ്ങി നടക്കുന്നുണ്ടാകും എന്നാണ് മിക്ക പാശ്ചാത്യരും പൊതുവെ ധരിച്ചിരിക്കുന്നത്... പക്ഷേ അവർ സ്വയം കന്നുകാലികളെ പ്പോലെയാണ് എന്ന് അവൾക്ക് തോന്നി.

പാശ്ചാത്യറോഡുകൾ വൃത്തിയുള്ളതാണെങ്കിലും താനും ഒരു കന്നു കാലിയെപ്പോലെയാണിപ്പോൾ... തോന്നുമ്പോൾ കയറിക്കിടക്കാൻ വൃത്തിയും വെടിപ്പും എല്ലാ ആധുനിക സൗകര്യങ്ങളുമുള്ള തൊഴു ത്തുമുണ്ടെന്ന് മാത്രം!

അങ്ങനെ പലതും ചിന്തിച്ചു കുറെ നടന്നു നടന്നാണ് ഒരു വെജിറ്റേ റിയൻ ഭക്ഷണം കിട്ടുന്ന ഹോട്ടൽ കണ്ടു പിടിച്ചത്. ഇവാനിയോസ് പോയ ശേഷം അടുക്കളയിലേക്കു പോകാനെന്തോ താല്പര്യം കുറഞ്ഞപോലെ തോന്നാറുണ്ട്. ഇടയ്ക്കു പുറത്തു പോയി ഭക്ഷണം കഴിക്കാനായി തീരു മാനിച്ചത് അങ്ങിനെയാണ്.

നല്ല വിലുയുണ്ടെങ്കിലും ഹോട്ടലുകളിൽ കിട്ടുന്നതു കണ്ടാൽ കന്നു കാലികൾക്കുള്ള ഭക്ഷണമെന്ന് തോന്നും...! അവൾ തിരഞ്ഞുപിടിച്ച വെജിറ്റേറിയൻ ഭക്ഷണത്തിന്റെ വില മെനുവിൽ കണ്ടപ്പോൾ സംശയിച്ചു. എങ്കിലും വരുത്തിനോക്കി.

മുറിക്കാതെ വേവിച്ചിട്ട ബീൻസ്. പിന്നെ ടോഫു എന്നു പേരുവിളിക്കുന്ന സോയാബീൻ വേവിച്ചത്. ഇത് രണ്ടും കൊണ്ട് നിറഞ്ഞ വലിയ പ്ലെയിറ്റിന്റെ ഒരറ്റത്ത് ചെറിയ ഒരു ഡവറയിൽ ലേശം ചോറ്. അതാണവൾക്കല്പം ആശ്വാസം പകർന്നത്. പക്ഷേ ആ ചോറ് എന്ത് കൂട്ടിത്തിന്നും. കൂട്ടാനില്ല, ഉപ്പേരി പോലെ കണക്കാക്കാവുന്ന ബീൻസ് മുറിക്കാതെ വേവിച്ചിട്ടിരിക്കുന്നു!

എന്തെങ്കിലുമാകട്ടെ എന്ന് കരുതി ഒരു സ്പൂൺ ചോറു വായിലേക്കിട്ട് ബീൻസ് കടിച്ചുതിന്നുകൊണ്ട് തീറ്റതുടങ്ങി.

അപ്പോൾ ഭക്ഷണം കൊണ്ടുവന്നുവെച്ച കറുത്ത വർഗ്ഗക്കാരനായ ചെക്കൻ വന്ന് എന്തോ ചോദിച്ചു. പെട്ടെന്ന് നിനച്ചിരിക്കാതെ ഇത്തരക്കാർ എന്തെങ്കിലും സംസാരിച്ചാൽ, ഇംഗ്ലീഷുതന്നെയാണിവർ പറയുന്നത് എന്നുപോലും മനസ്സിലാവില്ല.

'പാർഡൺ മി?' എന്ന് ഹിത പരിഭ്രമിച്ചുകൊണ്ട് ചോദിച്ചു:

വീണ്ടും പറഞ്ഞപ്പോൾ, മറ്റെന്തെങ്കിലും വേണോ എന്ന് അയാൾ ചോദിക്കുകയാണ് എന്ന് മനസ്സിലായി. അല്പം എരിവിനുള്ള എന്തെങ്കിലും കിട്ടുമോ എന്ന് കരുതി അവൾ ചോദിച്ചു.

'സംതിങ് ഹോട്ട്, ചില്ലി ഓർ സോ..?'

അപ്പോൾ ചെറുചിരിയോടെ പോയി മുളകരച്ച പോലുള്ളത് ഒരു പാത്രം കൊണ്ടുവന്നുവെച്ചു. അച്ചാറിനോ ചമ്മന്തിക്കൊ പകരം കിട്ടിയ വിഭവം പോലെ ഒന്ന്.

അവൾ സന്തോഷത്തോടെ അത് വാരിക്കോരിയിട്ട് കിട്ടിയ ചോറു മുഴുവൻ വേഗത്തിലുണ്ടു. പിന്നീടല്പം സോയയും ചവച്ച് തിന്നാൻ ശ്രമിച്ചു.

എന്താണ് കുടിയ്ക്കുക എന്ന് ചിന്തിച്ചുകൊണ്ട് വീണ്ടും മെനുവിലൂടെ കണ്ണോടിച്ചു. കാപ്പിയുടെ വില കണ്ടപ്പോൾ കുടിക്കണ്ട എന്നു തോന്നി. പിന്നെ പരിചയമുള്ളതിൽ വില കുറഞ്ഞത് കൊക്കക്കോള തന്നെ! അതു പിന്നെ എന്തായാലും കുടിക്കണ്ട.

കേരളത്തിലെ ഗ്രാമീണരുടെ കുടിവെള്ളം മുട്ടിക്കുന്നവരുടെ പാനീയം! എന്തെല്ലാം പുകിലുണ്ടാക്കിയിട്ടും പൂട്ടിപ്പോകാത്ത കമ്പനി... മൾട്ടിനാഷണൽ എന്ന വാക്കുപോലും പരിചിതമല്ലാത്ത എത്രയോ പേർ

മനസ്സുവെച്ച് നടത്തുന്ന സമരത്തോട് മര്യാദ പുലർത്തണം.

അവൾ ഏറ്റവും വിലകൂടിയ കാപ്പിതന്നെ കുടിച്ച് വീണ്ടും ഇറങ്ങി നടന്നു...

പശ്ചിമഘട്ടത്തിന്റെ ചുരങ്ങളിലൂടെയും ചരിവുകളിലൂടെയും ഇങ്ങനെ നടക്കാൻ കിട്ടാത്ത സ്വാതന്ത്ര്യം പസഫിക് സമുദ്രത്തിന്റെ തീരത്തു വന്നു നടന്നാസ്വദിച്ചുകൊണ്ട് പ്രത്യേക സന്തോഷം അവളനുഭവിച്ചു...

പക്ഷേ... എന്താണിതിനൊക്കെയർത്ഥം!

ഇതുകൊണ്ടുവല്ല കാര്യവുമുണ്ടോ!

ഇതു സ്വാതന്ത്ര്യമല്ല. ഇവിടെ സ്വാതന്ത്ര്യത്തിന് നാട്ടിലെ സ്വാതന്ത്ര്യത്തിന്റെ അർത്ഥമില്ല.

സ്വാതന്ത്ര്യമില്ലായ്മയുടെ പരിസരത്തിലല്ലെ സ്വാതന്ത്ര്യത്തിന് അർത്ഥം കൈവരൂ.

അങ്ങനെ നോക്കിയാൽ താനിപ്പോൾ സ്വാതന്ത്ര്യമനുഭവിക്കുന്നു എന്നു പറയാനാവില്ല. അങ്ങനെ തോന്നുന്നുമില്ല.

അവൾ കുറച്ചു നടന്നശേഷം വിഷണ്ണയായി ഫുട്പാത്തിന്നരികെയുള്ള ഒരു ബഞ്ചിലിരുന്നു. കുറെനേരം അങ്ങനെ ഇരുന്നു.

നടക്കുകയും ഓടുകയും സൈക്കിൾ ചവിട്ടിപ്പോകുകയും ചെയ്യുന്ന മനുഷ്യരെ നോക്കാതിരിക്കാൻ വേണ്ടി ബാഗിൽ നിന്നൊരു പുസ്തകമെടുത്ത് കണ്ണുകൾ അതിലേക്കു തറച്ചിട്ടു. മൂർച്ചയുള്ള ആണികൾവെച്ച് ചുറ്റികകൊണ്ട് മേടിയാലും മേടിയാലും ചുമരിലേക്ക് കയറാൻ മടിക്കും പോലെ, കണ്ണുകൾ പുസ്തകത്തിലേക്കിറങ്ങാതെ ഉഴറിപ്പോന്നുകൊണ്ടിരുന്നു.

പുസ്തകമടച്ച് ബാഗിൽ വെച്ച്, ബാഗിൽ സൂക്ഷിച്ചിട്ടുള്ള വാക്കിടാക്കി എടുത്തു ഇയർഫോൺ കുത്തി, രണ്ടറ്റവും ചെവിയിലേക്കിറക്കി. ഇവിടെ ഒട്ടുമിക്ക മനുഷ്യരും സദാസമയവും ഇയർഫോൺവെച്ച് നടക്കുന്നതിന്റെ രഹസ്യം പിടികിട്ടിയപോലെ അവൾ ആഹ്ലാദിച്ചു. പ്രായഭേദമെന്യേ സ്ഥലകാലഭേദമന്യേ കാണുന്ന പ്രതിഭാസമാണല്ലോ ഇതെന്ന് ഈ ദിവസങ്ങളിൽ ശ്രദ്ധിച്ചിരുന്നു. പലരുടെയും കയ്യിൽ മൊബൈൽ ഫോൺ ഉണ്ടെന്നത് അവൾ ശ്രദ്ധിച്ചു. ഇന്ത്യയിലിത് പ്രചാരത്തിലാകും പെട്ടെന്നുതന്നെ എന്നവൾക്കുതോന്നി.

ഹൊ..! എന്തൊരാശ്വാസം.

അല്പം മനുഷ്യശബ്ദം പാട്ടിന്റെ രൂപത്തിൽ കേൾക്കാം...

അതുതന്നെയാകുമോ ഇവിടത്തെ മനുഷ്യരും ചിന്തിക്കുന്നത്.! തിരിച്ചറിഞ്ഞുകൊണ്ടല്ലെങ്കിലും അതിന്റെ പിന്നിൽ അങ്ങനെയൊരു പ്രേരണ

ഉണ്ടാകാം.

ആയിരം കണ്ണുമായ് കാത്തിരുന്നു നിന്നെ ഞാൻ... മനോഹരമായ മലയാളഗാനം മനസ്സിൽ വീണ്ടും അനധികൃത ചിന്തകളുണർത്തി. അതിന് ആരെങ്കിലും കാത്തിരിക്കുന്നുണ്ടാകുമോ... അറിയില്ല.

ആരുമുണ്ടാകില്ല... ആരെങ്കിലുമുണ്ടാകാം...

അച്ഛൻ അമ്മ തുടങ്ങിയവരുടെ മനസ്സിലെന്താണെന്ന് ഒരു പിടിയും കിട്ടിയിട്ടില്ല. താൻ കാണുകയോ കേൾക്കുകയോ ചെയ്തിട്ടില്ല അഞ്ചാറു വർഷക്കാലമായിട്ട്... പിന്നെയെങ്ങനെയറിയാൻ.. യാതൊരുവിധ പ്രകട നങ്ങളുമില്ലാത്തവർ...

പക്ഷെ, ജാഫർ... അവനെന്നെ സ്വതന്ത്രയാക്കിയല്ലോ.. പിന്നെ, പറഞ്ഞപോലെത്തന്നെ അനുസരണയുള്ള ഭാര്യയെയും കുട്ടിയെയും കുടുംബത്തെയും നാട്ടുകാർക്ക് മുന്നിൽ കാണിച്ചുകൊണ്ട് ജീവിക്കുന്നു അവൻ.

പിന്നെ പീറ്റർ, വിഭീഷൻ, നകുലേട്ടൻ... ആരെങ്കിലുമൊക്കെ ആലോ ചിക്കുന്നുണ്ടാവും...

പീറ്ററിന്റെ ഫോൺകോൾ ഒരു ദിവസത്തിൽ എത്ര തവണയാണ് അടിച്ചിരുന്നത്!

മൊബൈൽ ഫോൺ പ്രചാരമായിട്ടില്ലെങ്കിലും 'ഫോണിങ് പ്രേമം' ഹോസ്റ്റലിൽ പ്രചാരത്തിലായിരുന്നല്ലോ.

എം. എയ്ക്ക് ക്ലാസ്സ് തുടങ്ങിയില്ലെങ്കിലും ഒരു മാസം മുൻപ് തന്നെ വാടകവീട് ഒഴിഞ്ഞതിനാൽ യൂണിവേഴ്സിറ്റി ഹോസ്റ്റലിൽ താമസമാക്കിയ ആദ്യദിവസം തന്നെ അതിശയിപ്പിച്ച ഫോൺകോൾ!

'ഹിതാ... ഫോൺ...' എന്ന് വിളിച്ചു കൂവിയത് കേട്ട് മൂന്നാംനിലയിനിന്ന് ചാടിയോടി താഴെ ഫോണിനടുത്ത് വന്നുനിന്നു.

കട്ടിയില്ലാത്ത ഒരു പുരുഷശബ്ദം ഒറ്റ ശ്വാസത്തിൽ പറഞ്ഞു, 'ഞാൻ പീറ്റർ ആണ്. നീയെന്നെയറിയാൻ വഴിയില്ല... പക്ഷേ നിന്നെയെനിക്കറിയാം... ഞാൻ ജാഫറിന്റെ ഒരു സുഹൃത്തിന്റെ സുഹൃത്താണ്. എനിക്ക് നിങ്ങളുടെ എല്ലാ കാര്യോം അറിയാം. നിന്നെയെനിക്ക് കാണണം എന്നുണ്ട്. സംസാരിക്കണം എന്നുണ്ട്. ഞാനങ്ങോട്ട് വരട്ടെ.'

അമ്പരപ്പുകൊണ്ട് ഹിതക്കൊന്നും സംസാരിക്കാനായില്ല. എങ്കിലും മെല്ലെ ചോദിച്ചു.

'എവിടെന്നാണ്...'

'ഇവിടെ അടുത്ത് തന്നെയാ'

'ശരി... എന്നാ പിന്നെ സംസാരിക്കാം...' എന്നു പറഞ്ഞു.

ഹിത ഫോൺ വെച്ചു. തിരിച്ച് ഒന്നാംനില കയറിയപ്പോഴേക്കും വീണ്ടും വിളി വന്നു.

'ഹിതാ.. ഫോൺ...'

തിരിച്ചിറങ്ങി ഫോണെടുത്തതും പീറ്റർ പറഞ്ഞു.

'നിന്നെയെനിക്കറിയാം. നിന്നോടവൻ ചെയ്തത് ശരിയല്ല. എനിക്കതൊക്കെ വിഷമമായി തോന്നി. ഞാനിനിയും വിളിക്കും...'

വീണ്ടും ഒന്നും മിണ്ടാതെ ഫോൺ വെച്ചെങ്കിലും തിരിഞ്ഞു നടന്നതും വീണ്ടും ബെല്ലടിച്ചു. പെട്ടെന്ന് തിരിച്ചുനടന്ന് ചെന്ന് ഫോൺ എടുത്തു.

'നീയിവിടെത്തന്നെ ഫോണെടുക്കാൻ നിക്വാണോ...' അവൻ ചിരിച്ചുകൊണ്ട് ചോദിച്ചു.. ശൃംഗാരച്ചുവയോടെ.

'നോക്കൂ... എനിക്ക് പീറ്ററിനെ അറിയില്ല. പിന്നെ ഞാനെന്ത് സംസാരിക്കാനാ... പിന്നീട് പരിചയപ്പെട്ടിട്ട് സംസാരിക്കാം ട്ടോ... ഇങ്ങനെ വിളിക്കണ്ട ഫോണിൽ. ഇപ്പോൾ ഇവിടെ മറ്റുള്ളവർക്കും ഫോൺ വരും...' അവൾ ഉറച്ച സ്വരത്തിൽ പറഞ്ഞു.

'ശരി ശരി എന്നാ നാളെ വിളിക്കാം.' പീറ്റർ ചിരിച്ചുകൊണ്ട് ഫോൺ വെച്ചു.

മനുഷ്യർ സംസാരിക്കുന്നത് കേൾക്കാൻ കൊതിക്കുന്ന ഈയവസരത്തിൽ അവനെക്കുറിച്ച് ചിന്തിക്കാൻ രസമുണ്ട്. അടുത്തിടപഴകിയ മനുഷ്യരെക്കുറിച്ചൊക്കെ ആലോചിക്കുമ്പോൾ ആശ്വാസമുണ്ട്.

പീറ്ററിനെ കണ്ട് പരിചയപ്പെട്ടതിനുശേഷം പിന്നെ അകലുവാനാണ് തോന്നിയത്. അകാരണമായി ചേർച്ചയില്ലാത്ത പുരോഗമന പ്രസ്താവനകളും ഭൂതദയയുടെ ലക്ഷണങ്ങളും കാണിക്കുന്നവൻ... സംസാരിച്ചുകൊണ്ടിരിക്കുന്നതിനിടെ വഴിയിൽ ഒരു ധർമ്മക്കാരനെ കണ്ടാൽ അയ്യോ പാവം എനിക്കുള്ളതെല്ലാം അയാൾക്ക് കൊടുക്കാൻ തോന്നുന്നു. എന്നൊക്കെ കണ്ണിൽ വെള്ളം നിറച്ച് പറയുന്നവൻ. മനോഹരമായി ചിത്രങ്ങൾ വരയ്ക്കുകയും പാട്ടുകൾ പാടുകയും ചെയ്യുന്നവൻ. പലതരത്തിലും പ്രണയിക്കാൻ പറ്റിയവൻ. പക്ഷേ എന്തുകൊണ്ടോ പെട്ടെന്നു തന്നെയവനെ കാണുന്നതിൽ താൽപര്യമില്ലാതായിരുന്നു.

ജീവിതത്തിന്റെ നടത്തിപ്പിനായിപ്പോലും ഒരു പണിയുമെടുക്കാത്തവനായിരുന്നെങ്കിലും പീറ്റർ നന്മ നിറഞ്ഞവനായിരുന്നു. നന്മനിറഞ്ഞ ആ മനസ്സ് ഒരു ഭണ്ഡാരം പോലെ സുഹൃദ് മുഖത്ത് തുറന്നുവെച്ചിട്ടാണ് അവൻ ജീവിക്കുന്നത് എന്ന് മനസ്സിലായിരുന്നില്ലെങ്കിലും ആശങ്കകൾ പ്രണയത്തിന് വഴി കൊടുക്കാത്തവിധം ശക്തമായിരുന്നു. പീറ്ററിനോട്

കൂടുതൽ കൂട്ടുകൂടാൻ തോന്നിക്കാത്തതായിരുന്നു ആ ആശങ്കകൾ.

പിന്നെ, ആരിലും മനസ്സുറയ്ക്കാത്ത വിധം മനസ്സ് കഠിനമായതും കാരണമായി. കഠിനമായി എന്നാണോ ലളിതമായി എന്നാണോ പറയേണ്ടത് എന്നവൾക്കുമറിയില്ല. എന്തുമാകട്ടെ, മനസ്സിന്റെ മാറ്റം അവൾ തിരിച്ചറിഞ്ഞു.

നിശ്ചയദാർഢ്യം എന്നത് മറ്റു മനുഷ്യരുമായി ഇടപെടുന്ന കാര്യങ്ങളിൽ അരുത്. സ്വയം മാത്രം ചെയ്യുന്ന കാര്യങ്ങളിൽ മതി എന്ന് തീരുമാനിച്ചാൽ ജീവിതം അത്രയും എളുപ്പവും, സമാധാനകരവുമായിത്തീരും.

മറ്റൊരാളുമായിട്ടുള്ള ഏതെങ്കിലും ബന്ധമുണ്ടായാൽത്തന്നെ, അത് സ്വന്തം ഉത്തരവാദിത്തത്തിൽ സ്വയം ചെയ്യുന്ന ഒന്നായി മാത്രം കാണുക.

അത് സാധിക്കണം എന്നവൾ തീരുമാനിച്ചിരുന്നു.

തിരിച്ചു പോയാലും അങ്ങനെയായിരിയ്ക്കും. ജീവിതം എവിടെ ജീവിച്ചാലും എല്ലാക്കാലവും മനസ്സിനെ അത്തരത്തിൽ സജ്ജമാക്കണം.

പ്രേമം, പ്രണയം, ബന്ധം... എല്ലാം വെറും വാക്കുകളാണ്. നൈമിഷികസുഖങ്ങൾക്കപ്പുറം നോവുമാത്രം തരുന്നവ... അല്ല... ഒരുപക്ഷേ, കുറേ അറിവും തരുന്നു...

വ്യത്യസ്തരായ മനുഷ്യസ്വഭാവങ്ങളെക്കുറിച്ചുള്ള അറിവ്!

ഏഴ്

സ്വാതന്ത്ര്യത്തിന്റെ അർത്ഥമില്ലായ്മ ആസ്വദിക്കാനാകാതെ വൃത്തിയുള്ള വഴിവക്കിലൂടെ നടക്കുമ്പോൾ ആകാശം കറുത്തിരിക്കുന്നത് ഹിത കണ്ടു. ഒരുറപ്പു പറയാനാവാത്ത കാലാവസ്ഥാ സ്വഭാവം അവളെയാകെ ഉലയ്ക്കുവാൻ തുടങ്ങി.

വേനലിന്റെയിടക്ക് വിരുന്നു വരുന്ന മഴക്കാറുകൾ...

കോട്ടിന്റെ ആവശ്യംപോലുമില്ല എന്നുകരുതി അതഴിച്ച് അരയിൽ കെട്ടിയോ ബാഗിൽ തിരുകിയോ നടക്കുകയായിരുന്നു എല്ലാവരും.

പെട്ടെന്ന് തണുപ്പ് പടർന്നതുപോലെ അവൾക്ക് തോന്നി.

പെറ്റിക്കോട്ട്പോലെ, പണ്ട് സ്കൂളിൽ പോയിരുന്ന കാലത്തും ഇപ്പോഴും കേരളീയപെണ്ണുങ്ങൾ ഷിമ്മീസ് എന്ന് വിളിച്ച് കുപ്പായങ്ങൾക്കടിയിൽ ഇടുംപോലത്തെ തുണിക്കഷണം മാത്രമാണ് പലരും ധരിച്ചിരുന്നത്... ഓരോരുത്തരും കോട്ട് വലിച്ചുകയറ്റിക്കൊണ്ടിരുന്നു. കൊച്ചു ട്രൗസറുകൾ മാത്രമിട്ടു പുറത്തിറങ്ങിയവർ കാലിനെ മൂടാൻ എന്തു ചെയ്യുമോ ആവോ...

ഇന്നലെ വടിച്ചിട്ട കക്ഷത്തെ സ്വതന്ത്രമാക്കുന്നതിന്റെ ഭാഗമായി സ്ലീവ്‌ലെസ് ബനിയനിട്ടതിനാൽ പെട്ടെന്ന് തണുപ്പു പിടിക്കുന്നത് ഹിതയറിഞ്ഞു.

രാവിലെ പത്തുമണിക്ക് എഴുന്നേറ്റ് ഒരു കാപ്പി കുടിച്ച് ടെംപറേച്ചർ നോക്കിയതാണ്. ഒരു മണിക്കൂറിന് ശേഷം പുറത്തിറങ്ങുമ്പോഴും നോക്കിയതാണ്; അപ്പോൾ ഇരുപത്തിനാലു ഡിഗ്രിയായിരുന്നു കാണിച്ചത്. ഇപ്പോഴതു പതിന്നാലായിക്കാണും...

ഇത്തരം നിബന്ധനകളില്ലാതെ മാറിക്കളിക്കുന്ന കാലാവസ്ഥ തന്നെയായിരിക്കും ഇവിടത്തെ മനുഷ്യരുടെ സ്വഭാവത്തെ നിർണ്ണയിക്കുന്ന ഒരു പ്രധാന ഘടകം. ഈ കടുത്ത കാലാവസ്ഥകളാണ് ഞങ്ങളെ ഇത്ര കഠിന മനുഷ്യരാക്കുന്നത് എന്ന് മെർലിൻ കഴിഞ്ഞ ദിവസം പറഞ്ഞത് അവളോർത്തു.

'ദിസ് മെയ്ഡ് അസ് ഹാർഡ് പീപ്പിൾ' എന്നാണ് കാലാവസ്ഥയെക്കുറിച്ചുള്ള ചർച്ചയിൽ അവൾ പറഞ്ഞത്...

ഹിതക്ക് ആകെക്കൂടി കിട്ടിയിട്ടുള്ള, പറ്റിയ ഒരു സുഹൃത്ത്. ഇടക്കൊ

ക്കെ കാണാനും സംസാരിക്കാനും കിട്ടിയ കൂട്ട്.

എത്തിയപ്പോൾ പ്രതീക്ഷിച്ച സൗഹൃദം കോണ്ടാക്റ്റിൽ ഉണ്ടായിരുന്ന എമിലിയാണ്. വന്നിറങ്ങിയ ആദ്യ ദിവസത്തിന് ശേഷം എമിലിയെ ഒരു തവണ മാത്രമേ കണ്ടിട്ടുണ്ടായിരുന്നുള്ളു. അന്ന് കുറെ പൊതു കാര്യങ്ങളും കുറച്ചു വ്യക്തിപരമായ കാര്യങ്ങളും സംസാരിച്ചു. പിന്നീട് അവൾക്കു ന്യൂയോർക്കിലേക്ക് താമസം മാറാനുള്ള വിധം ഒരു ജോലി തരപ്പെട്ടു എന്ന് പറഞ്ഞു ഇമെയിൽ കിട്ടി. അവളുടെ സ്വപ്ന നഗരം ന്യൂയോർക്കായിരുന്നു...

മെർലിനെ ആദ്യം കണ്ടത് യൂണിവേഴ്സിറ്റി കഫെയിൽ വെച്ചാണ്. യുഎസ്എ യിൽ എത്തി മൂന്നാമത്തെ ദിവസമായിരുന്നു.

കഫെയിലിരിക്കുമ്പോൾ കോഫീമെഷീനിൽ നിന്ന് സ്വയം കാപ്പിയെടുക്കേണ്ടത് എങ്ങനെ എന്നറിയാതെ ഹിത പരുങ്ങുന്നത് കണ്ട് അവൾ അടുത്തുവരികയായിരുന്നു. അപ്പുറത്തെ സീറ്റിൽ ഇരുന്നിരുന്ന അവൾ അത് ശ്രദ്ധിച്ചു വന്നതാണ് സഹായിക്കാൻ.

'വിച് കോഫീ യു വാണ്ട് ' അവൾ ചോദിച്ചു.

ഏതു കാപ്പി എന്നുചോദിക്കുന്നു... കാപ്പിയുടെ വകഭേദങ്ങൾ ഉണ്ടാകുമെന്ന് ഊഹിച്ചിട്ടു തന്നെയില്ല. അതിനാൽ, അറിയില്ല.

'എനിത്തിംഗ്' എന്ന് മാത്രം പറഞ്ഞു.

'കപ്പുച്ചിനോ ഓർ മിൽക്ക് കോഫീ'... അവൾ വീണ്ടുമെടുത്തു ചോദിച്ചു.

എന്തായാലും വേണ്ടില്ല, മിൽക്ക് കോഫി എന്നു പറഞ്ഞു.

മെഷീനിൽ കാണുന്ന പേരുകളിൽ ഏതുതരം കാപ്പി വേണോ അതിന്റെ വലത്തു വശത്തു കാണുന്ന ബട്ടനിൽ അമർത്തിയാൽ മതി. ആദ്യം കപ്പ് അതിന്റെ പൈപ്പിന്റെ അടിയിൽ വച്ച ശേഷമാണ് ബട്ടൺ അമർത്തേണ്ടത്...

അവൾ കാണിച്ചു തന്നു.

അടുത്തിരിക്കുന്ന ട്രേയിൽ നിന്ന് പഞ്ചസാരയുടെ കുഞ്ഞുപാക്കറ്റുകൾ വേണമെങ്കിൽ എടുത്തോളാൻ പറഞ്ഞ് അവൾ അടുത്തതന്നെയിരുന്ന സീറ്റിൽ പോയിരുന്നു. ഹിതയും അവളുടെ കൂടെ ചെന്നിരുന്നു. ഇൻഡ്യയിൽ നിന്നാണെന്നും, പേരും പറഞ്ഞു സ്വയം പരിചയപ്പെടുത്തി.

അവളും പേര് പറഞ്ഞു, മെർലിൻ. ഫ്രാൻസിൽ നിന്നാണെന്ന് പറഞ്ഞു. അവൾ വിക്കിവിക്കിയാണ് ഇംഗ്ലീഷ് പറഞ്ഞത്.

പിന്നെയും കുറെ സംസാരിച്ചപ്പോഴാണ് അവളും തന്റേതുപോലെ അപരിചിതത്വം അനുഭവിക്കുന്നുണ്ടെന്ന് പറഞ്ഞത്. പക്ഷേ കണ്ടാൽ

വെള്ളക്കാരിയായതിന്റെ പേരിൽ കുറെ മെച്ചങ്ങളും ദോഷങ്ങളും ഒരേ പോലെ ഉണ്ടാകും. കണ്ടാൽ അമേരിക്കക്കാരിയല്ല എന്ന് ആരും കരുതില്ല. നിറത്തിന്റെ പേരിലുള്ള റേസിസ്റ്റ് അവഗണനയ്ക്ക് സാധ്യത കുറവാണ് എന്ന ഗുണവുമുണ്ട്. വിദേശിയാണെന്ന് കണ്ടറിഞ്ഞ് മനസ്സാലെ സഹായിക്കുന്ന ആരെങ്കിലും ഉണ്ടെങ്കിൽ അതിനുള്ള സാധ്യതയും ഇല്ല... വഴിയറിയാനോ മറ്റോ എപ്പോഴും കഷ്ടമാണ്.

പിന്നെ, ബോയ്ഫ്രണ്ട് സാന്റിയാഗോയിൽ ഉള്ളതുകൊണ്ട് എല്ലാ വാരാന്ത്യത്തിലും അങ്ങോട്ട് പോകാം; അതല്ലെങ്കിൽ താൻ അതീവ ഏകാന്തത അനുഭവിക്കാൻ സാധ്യതയുണ്ട് എന്നാണവൾ ചിരിച്ചുകൊണ്ട് പറഞ്ഞത്.

സാൻഫ്രാൻസിസ്കോയിൽ നിന്ന് സാൻഡിയാഗോയിലേക്ക് കാമുകന്റെ കൂടെ കഴിയാൻ പോകാനുള്ള സൗകര്യം നടക്കില്ലായിരുന്നെങ്കിൽ താനിവിടെ പഠിക്കാൻതന്നെ വരില്ലായിരുന്നുവെന്നും അവൾ അന്ന് പറഞ്ഞു.

ചാറ്റൽ മഴ തുരുതുരെ പെയ്യാൻ തുടങ്ങി. കോട്ടെടുത്തിട്ട് കുടയും ചൂടി വീണ്ടും നടക്കാൻ തുടങ്ങിയപ്പോൾ തണുപ്പിന്റെ പ്രശ്നം തോന്നിയതേയില്ല. മഴ വല്ലാതെ നനയ്ക്കുന്ന സ്വഭാവമുള്ളതല്ല. കനത്ത മഴ കോരിച്ചൊരിയുന്ന രീതി ഇവിടെയില്ല. വെറും ചാറ്റൽ മഴ മാത്രം.

നാട്ടിലെ ഗാംഭീര്യമുള്ള മഴയുടെ ഓർമ്മയപ്പോൾ ഓടിയെത്തി. മൺസൂണിന്റെ മൂർദ്ധന്യതയിലുള്ള ദിവസങ്ങളിൽ ചിലപ്പോൾ മഴ ദിവസങ്ങളോളം കോരിച്ചൊരിഞ്ഞ് കുളങ്ങളും പുഴകളും നിറഞ്ഞൊഴുകുന്നുണ്ടാകും. ചളിപിളികാരണം മനുഷ്യർക്ക് നടക്കാൻ പറ്റുന്നുണ്ടാകില്ല.

ചളിപിളി ചെറുപ്പത്തിലൊന്നും തീരെ സഹിക്കാൻ പറ്റാത്ത പ്രശ്നമായി തോന്നിയിട്ടില്ല അവൾക്ക്. പലപ്പോഴും അതിൽ തുള്ളിക്കളിക്കാനും ഇഷ്ടമായിരുന്നു.

ചളിയും മണ്ണും ബാല്യവുമായി അങ്ങനെ എന്തെങ്കിലും അഗാധമായ, സ്വാഭാവിക ബന്ധമുണ്ടോ... സാഹിത്യത്തിലും മറ്റും മനുഷ്യർ പറയും പോലെ. അങ്ങനെയെങ്കിൽ പാശ്ചാത്യ ലോകത്തു ജനിക്കുന്ന കുട്ടികളിലും അതുണ്ടാകണം...

അതൊക്കെയറിയണം എന്ന് തോന്നിയെങ്കിലും കുട്ടികളെ നിരീക്ഷിക്കാൻ പറ്റിയ ഒരവസരവും ഉണ്ടായില്ല.

പക്ഷെ വലുതാകും തോറും ചെരുപ്പില്ലാതെ പുറത്തിറങ്ങാൻ വയ്യ എന്ന് മാത്രമല്ല, വീടിനകത്തും ചെരുപ്പ് വേണമെന്നതായിരുന്നു അവൾക്കു തോന്നിയിരുന്നത്. ഹൈസ്കൂളിൽ പഠിക്കുമ്പോളാണ് ഈ ആവ

ശ്യം അവൾ വീട്ടിൽ പറഞ്ഞത്. അത് വലിയ പുകിലായിരുന്നു. പുരോഗമനം അത്രക്കൊന്നും വേണ്ട എന്നാണു അച്ഛൻ പറഞ്ഞത്. ഇതൊക്കെ പുരോഗമനമോ ഫാഷനോ ആണെന്നാണ് അവർ കരുതിയത്...

അങ്ങനെയാണോ എന്ന് എത്ര ചിന്തിച്ചു. ഇതൊക്കെ സംസ്ക്കാരം എന്ന പേരിൽ ഓരോ നാട്ടിലും ഉള്ള ശീലങ്ങളുടെ പ്രശ്നമല്ലേ. വൃത്തി സങ്കല്പങ്ങളുടെ പ്രശ്നമല്ലേ.

ഇന്ത്യയിൽ, പ്രത്യേകിച്ചും കേരളത്തിൽ, ആളുകൾ പാന്റിന്റെ പോക്കെറ്റിൽ കയ്യിട്ടു നടക്കുന്നത് പോലെയല്ല അമേരിക്കയിൽ എന്നവൾക്കു ബോധ്യമായിട്ടുണ്ട്.. തണുപ്പിൽ നിന്ന് രക്ഷിക്കാനും കൂടിയാണ് ഇവർ പാന്റിന്റെ പോക്കെറ്റിൽ കയ്യിട്ടുനടക്കുന്നതും തൊപ്പി വക്കുന്നതും മുടി ചെവിമൂടും പോലെ മുന്നോട്ടിടുന്നതും ഷൂസും സോക്സുമൊക്കെ എപ്പോഴും ധരിക്കുന്നതുമൊക്കെ..

തണുപ്പുകാലമോ മഞ്ഞുവീഴ്ചയോ വളരെക്കുറച്ചു മാത്രം ഉള്ള കേരളത്തിൽ കാലാവസ്ഥ നോക്കാതെയുള്ള വസ്ത്രധാരണ രീതികൾ ആണുള്ളതെന്നു അവൾക്കു തോന്നി. മനുഷ്യർ ചൂടിനും തണുപ്പിനുമുള്ള വസ്ത്രങ്ങൾ, തുണിത്തരങ്ങൾ തിരിച്ചറിയുന്നേയില്ല എന്ന് തോന്നും, വേനൽക്കാലത്തു പോളിസ്റ്റർ തുണിയുടെ കോളറുള്ളതും ഫുൾക്കയ്യുള്ളതുമായ വസ്ത്രങ്ങൾ ധരിച്ചു കണ്ടാൽ. ചൂടിൽ വെറും കോട്ടൺ ഉടുപ്പോ പാവാടയോ കയ്യില്ലാത്ത കുപ്പായങ്ങളോ ധരിച്ചു നടക്കാനാണ് സുഖം. ആണുങ്ങൾ മുണ്ടുടുക്കുന്നതു അവർക്കു സുഖം പകരുന്നുണ്ടാകും. എന്നാൽ സാരി എന്ന വസ്ത്രം പാവാടയുടെ മുകളിൽ പല ഞൊറികളിലിട്ടാൽ വിയർക്കുന്ന കാലുകളുടെ അവസ്ഥ എത്ര ദുഷ്ക്കരം.

വസ്ത്രസങ്കല്പത്തെക്കുറിച്ചും കാലാവസ്ഥയെക്കുറിച്ചും വൃത്തി സങ്കല്പത്തെക്കുറിച്ചും ചിന്തിച്ചുകൊണ്ടാണ് അവൾ ആദ്യ ദിവസങ്ങളിൽ വഴി നടന്നിരുന്നത്.

ഒരുതരി മഞ്ഞോ ചളിയോ കാണാൻ കിട്ടാതെ വഴികളിലൂടെ ഹിത നടന്നു.

രാവിലെ പതിനൊന്നു മണിയോടെ തുടങ്ങിയ നടത്തമാണ്. ഇപ്പോൾ മൂന്നുമണിയാകാറായി. വഴികൾ ഏതൊക്കെ താണ്ടി എന്ന് വലിയ പിടിയില്ലാതായിരിക്കുന്നു. അവൾ വഴിവക്കിലെങ്ങാനും ലൊക്കേഷൻ മാപ്പ് വരച്ചുവെച്ചിട്ടുള്ള ബോർഡ് കണ്ടാൽ നോക്കാമെന്നു കരുതി വീണ്ടും നടന്നു. ബാഗിലുള്ള സിറ്റിമാപ്പ് എടുത്ത് നോക്കുവാൻ തോന്നിയില്ല. അതിൽ നോക്കി നടന്നിട്ട് എത്ര പ്രാവശ്യം വഴിതെറ്റി പോയതാണ്. പിന്നെയും ആളുകളോട് ചോദിക്കണം വഴി മനസ്സിലാക്കാൻ.

തന്റെ താമസസ്ഥലം നിൽക്കുന്നഭാഗം കണക്കാക്കി വഴി അന്വേഷിച്ച് അലഞ്ഞ് നടന്നു. ഭൂമിശാസ്ത്രം ഏകദേശം ഊഹിക്കാൻ ശ്രമിച്ചുകൊണ്ട് പ്രാദേശിക ഭൂപടങ്ങൾ നോക്കി വഴി കണ്ടുപിടിച്ച് യാത്ര ചെയ്യുന്നതരം സ്വയം പര്യാപ്തത ഇന്ത്യക്കാർക്കു പരിചിതമല്ലോ.

ഒരു മണിക്കൂറിനുള്ളിൽ റൂമിലെത്തിപ്പെട്ടതോടെ വേഗം കെറ്റിലിൽ വെള്ളം തിളപ്പിക്കാൻ വെച്ചു അവൾ. ഒരു കാപ്പിയുണ്ടാക്കി കംപ്യൂട്ടർ തുറന്നു.

ഇ-മെയിലുകൾ തുറന്നു വായിച്ചുകൊണ്ടും മറുപടി എഴുതിക്കൊണ്ടും മണിക്കൂറുകളോളം ഇരുന്നു. നാളത്തെ കാലാവസ്ഥ കാറ്റും മഴയും ആയിരിക്കുമെന്നും വായിച്ചു.

നാളെ എന്ത് ചെയ്യണം...

റിസർച്ച് സിനോപ്സിസിനെ ഒന്നുകൂടി മോടിപിടിപ്പിക്കണം... പിന്നെ കുറെ സിനിമകൾ കാണുകതന്നെ... കാറ്റും കോളുമുള്ള ഒരു ഞായറാഴ്ച അങ്ങനെ തീരും... വേണമെങ്കിൽ ലൈബ്രറിയിൽ പോകാം... പക്ഷേ അവൾക്കൊരു താൽപര്യവും തോന്നിയില്ല.

മെർലിൻ തിങ്കളാഴ്ച രാവിലെ വന്നാൽ കാണണമെന്ന് ഇമെയിലിലയച്ചു. ഉടനെതന്നെ അവളുടെ മറുപടിയും കിട്ടി. തിങ്കൾ രാവിലെ പത്തരയ്ക്ക് കഫറ്റീരിയയിൽ കാണാമെന്ന്...

കാമുകനെ കാണാൻ ചെന്ന ദിവസങ്ങളിലും അവൾ മുഴുവൻ സമയവും ഓൺലൈനിലുള്ളപോലെ... ഹിത അതിശയിച്ചു.

ഒരുപക്ഷേ അവളിപ്പോഴിരിക്കുന്ന നഗരത്തിലും കാറ്റും കോളുമായിരിക്കും. ദിവസം മുഴുവനും. വീടിനു പുറത്തിറങ്ങാൻ കഴിയുന്നുണ്ടാവില്ല! റൂമിനകത്ത് കിടന്ന് മടുത്ത് കാണും. പുറംലോകത്തേക്കിറങ്ങാനുള്ള പ്രധാനമാർഗ്ഗം പിന്നെ ഇന്റർനെറ്റാണല്ലോ.

വെറുതെയല്ലാ സായിപ്പിന്റെ ബുദ്ധിയിൽ ഇതുദിച്ചത്. ഇവർ ഇന്റർനെറ്റ് സംവിധാനം കണ്ടുപിടിച്ചില്ലെങ്കിലേ അദ്ഭുതമുള്ളൂ..! ആവശ്യക്കാരന് ബുദ്ധിയും കഴിവുമുണ്ടെങ്കിൽ കണ്ടുപിടിക്കാമല്ലോ... ഇന്റർനെറ്റ് കണ്ടുപിടിച്ചതിന്റെ പിന്നിലുമുണ്ട് അങ്ങനെയൊരു ഔചിത്യബോധമുള്ള ആവശ്യം..!

പതിനൊന്നുമണിയോടെ കംപ്യൂട്ടറും ലൈറ്റും കെടുത്തിക്കൊണ്ട് കിടക്കപോലെ കട്ടിയുള്ള പുതപ്പിനടിയിലേക്ക് ഹിത ആഴ്ന്നിറങ്ങിക്കിടന്നു...

ആദ്യമെല്ലാം ബ്ലാങ്കെറ്റിനടിയിലെ കിടത്തം അവൾക്കു ശ്വാസം മുട്ടായിരുന്നു. കൂടാതെ തണുപ്പുള്ള കാലാവസ്ഥയിലും അൽപനേരം ഇതിനടിയിൽക്കിടന്നാൽ അവൾ വിയർത്തൊലിച്ചിരുന്നു.

അവൾക്കു കരിമ്പടത്തിനുള്ളിലെ ആവിപിടുത്തമാണ് അപ്പോൾ ഓർമയിൽ വന്നത്. പനിയോ ജലദോഷമോ വന്നാൽ നെറ്റിയിലും കഴുത്തിലും നെഞ്ചിലും വിക്സ് പുരട്ടി, ഒരു ചെമ്പിൽ തിളപ്പിച്ച വെള്ളത്തിൽ നിന്ന് വരുന്ന ആവിക്കു മുകളിൽ തലവെച്ച് മൊത്തത്തിൽ മൂടുന്ന കറുത്ത കരിമ്പടത്താൽ ആകെ മൂടികൊണ്ടു നടത്തുന്ന ആവി പിടുത്തം കഴിയുമ്പോഴേക്ക് ആകെ വിയർത്തു കുളിക്കും. ശ്വാസം മുട്ടും പോലെ തോന്നി കരിമ്പടപ്പുതപ്പ് വലിച്ചിട്ടു പുറത്തേക്കു ഇടയ്ക്കിടെ നോക്കുന്ന പോലെ അവൾ ഉറക്കത്തിനിടക്കും ഇടയ്ക്കിടെ ബ്ലാങ്കെറ്റ് വലിച്ചുമാറ്റി വിയർത്ത തല പുറത്തിടും.

അതുപോലെയുള്ള വിയർപ്പ്... അതിനാൽത്തന്നെ ഉറക്കവും ശരിയാകില്ലായിരുന്നു.. പക്ഷെ ആ തണുപ്പൻ കാലാവസ്ഥയിലും ജലദോഷമോ പനിയോ അവളെ ബാധിച്ചില്ല.

അന്ന് അത്താഴത്തെക്കുറിച്ച് അവളോർത്തതേയില്ല. വിശപ്പും വിചിത്രമായാണ് പെരുമാറിയത്.. ചിലപ്പോൾ നല്ല വിശപ്പു തോന്നും.. ചിലപ്പോൾ ചിലദിവസങ്ങൾ വിശപ്പു തോന്നുകയേ ഇല്ല..!

തണുപ്പും മഞ്ഞുമുള്ള ഭൂപ്രദേശങ്ങളിലെ മനുഷ്യരുടെ കാര്യം തന്നെയായിരുന്നു അവൾ ആലോചിച്ചത്. വീടിനു പുറത്തിറങ്ങാൻ കഴിയാത്തവിധം കാലാവസ്ഥ മരവിച്ചതും വിരസവുമാകുന്ന പ്രദേശങ്ങളിൽ ജനിക്കുന്ന മനുഷ്യർക്ക് കൂർമ്മബുദ്ധി കൂടുമോ...?! ആവശ്യാനുസരണമാണ് ബുദ്ധി മൂർച്ചപ്പെടുന്നത്!

ഇത്തരം തണുപ്പ് മനസ്സിനെ മരവിപ്പിക്കുകയല്ല, മനസ്സിന്റെ പ്രവർത്തനത്തെ ത്വരിതപ്പെടുത്തുകയാണ് ചെയ്യുന്നത്! സമയം വിരസമാകാതിരിക്കാൻ വിവിധതരം കണ്ടുപിടുത്തങ്ങൾ വീടിനകത്തെങ്ങനെ സുഖസൗകര്യങ്ങൾ വർദ്ധിപ്പിക്കും എന്നതിൽ പാശ്ചാത്യർ മുന്നേറുന്നതങ്ങനെയാണ്.

ഡോക്ടറേറ്റിന് എടുത്ത വിഷയം അല്പം മാറ്റിയെടുത്താലോ എന്നും അവൾ ചിന്തിച്ചു. സാംസ്ക്കാരിക പഠനം. അതാണിപ്പോൾ ഹിതയുടെ തിസീസ്.

എട്ട്

'അത്താഴപ്പഷ്ണി കിടക്കണ്ടാട്ടോ കുട്ടീ... എന്തെങ്കിലും കൊറച്ച് കഴിച്ച് കെടന്നോളൂ... കൊറച്ച് കഞ്ഞ്യെങ്കിലും കടുമാങ്ങ കൂട്ടിക്കഴിച്ചാ മതി, നല്ല സ്വാദുണ്ടാവും'

മുത്തശ്ശ്യമ്മ ഇങ്ങനെ പറഞ്ഞുകൊണ്ടിരിക്കെ ഇടിവെട്ടിന്റെയും മിന്നലിന്റെയും ശക്തികാരണമെന്നപോലെ കറന്റുപോയി ഇരുട്ടു പരന്നു. നാട്ടുംപ്രദേശത്തു ഇങ്ങനെയാണ്. ഒരു ചെറിയ കാറ്റ് വീശുകയോ ഒരുമഴ പെയ്യുകയോ മതി, ഉടനെ കറന്റു പോകും. പിന്നെ ടോർച്ചു തപ്പണം. മണ്ണെണ്ണ വിളക്ക് കൊളുത്തണം.

ഇത് ശീലമായതിനാൽ ഇപ്പോഴും ഒരു ടോർച്ചും കൊണ്ടാണ് രാത്രി മുത്തശ്ശൻ ഇരിക്കുക. മാത്രമല്ല പുറത്തിറങ്ങണമെങ്കിൽ അവിടെ ബൾബില്ല. എന്നും മുത്തശ്ശന്റെ മൂത്രമൊഴിക്കൽ മുറ്റത്തെ തെങ്ങിൻ ചോട്ടിലാണുതാനും. അതിനാൽ വലിയൊരു ടോർച്ച് എപ്പോഴും ഉണ്ടാകും. രണ്ടോ മൂന്നോ ബാറ്ററി ഇടാവുന്നത്. അത് കൊണ്ട് തലയ്ക്കു ഒന്ന് കിട്ടിയാൽ മനുഷ്യന്റെ കഥ കഴിഞ്ഞെന്നും വരാം. അതിനാൽ രാത്രി അതും കൊണ്ട് പുറത്തുനടന്നാലും ഒരു കള്ളനും അക്രമികളും അടുക്കില്ലത്രേ.

ലൈറ്റ് പോയാൽ മുത്തശ്ശൻ അവിടെ ഇരിക്കുന്നുണ്ടെങ്കിൽ ഉടനെ ടോർച്ച് തെളിക്കും. എന്നിട്ടു കമ്പിവിളക്കു കൊളുത്തി തൂക്കിയിടും. ചിലപ്പോൾ ശ്രീലകത്തു വിളക്ക് കെട്ടിട്ടില്ലെങ്കിൽ അതിൽ നിന്നും കൊളുത്താനും എളുപ്പമാണ്.

മുത്തശ്ശൻ മരിച്ച ശേഷം മുത്തശ്ശ്യമ്മ എന്നും ഒറ്റയ്ക്കു തന്നെയാണ്.. ഓണാവധിക്ക് ചെന്നതായിരുന്നു എല്ലാവരും. അന്നെന്തോ നല്ല മഴയായിരുന്നു.

അച്ഛൻ ഹരിതയ്ക്കും ഹരീഷിനും ചോറു കൊടുക്കുന്നതിനിടെ, മണ്ണെണ്ണ വിളക്കുമായി വന്നു അമ്മ.

ഊണുവേണ്ട എന്നുപറഞ്ഞ് മുകളിലേക്ക് കയറാനുള്ള കോണിപ്പടിയിൽ ഇരുന്നിരുന്ന ഹിതയെ അമ്മ വിളക്കുമായി മുറിയിലേക്ക് കൊണ്ടുപോയി.

കിടക്ക വിരിച്ചുകൊടുത്ത ശേഷം, കിടന്നോ എന്നും പറഞ്ഞു വിള

ക്കുമായി താഴേക്ക് പോയതും വീണ്ടും ഇടിമുഴക്കം കേട്ടു... അവൾക്കന്നും തെല്ലും ഭയമില്ലായിരുന്നു ഇരുട്ടിനെയും ഒന്നിനെയും.

എങ്കിലും ഞെട്ടിയെഴുന്നേറ്റിരുന്ന ഹിത സ്വപ്നത്തിലെന്നപോലെ വെളിച്ചം ചുറ്റും പരന്നതായിക്കണ്ടു. ഇടിമിന്നലിന്റെ മാത്രം വെളിച്ചം.

കൺമിഴിച്ചു ചുറ്റും നോക്കി...

മുത്തശ്ശ്യമ്മയില്ല, കോണിപ്പടിയില്ല, അച്ഛനില്ല, അമ്മയില്ല, വിളക്കില്ല, ഇടിമിന്നലില്ല...

ഒന്നുമില്ല ചുറ്റും...

കട്ടിയുള്ള ബ്ലാങ്കറ്റ് മാറ്റി നോക്കിയപ്പോൾ കണ്ടത് ലൈറ്റിന്റെ വെളിച്ചമല്ല..

കംപ്യൂട്ടറിൽ നിന്നുംവരുന്ന ചെറിയ വെളിച്ചം അവൾക്ക് സ്ഥലകാലബോധം നല്കി.

സ്വപ്നത്തിൽ കണ്ട ആ ദിവസത്തിന്റെ പിറ്റേന്ന് അവളുടെ വയർ പൊട്ടിയതുപോലെ രക്തം താഴേക്ക് ഒഴുകിയിരുന്നു എണീറ്റപ്പോൾ, എന്നവളോർത്തു. സ്ത്രീത്വത്തിന്റെ മഹിമയെ വെറുത്തു തുടങ്ങിയ കാലം...

തീണ്ടാരി ആയിട്ടുള്ള ദിവസങ്ങളിൽ സ്ത്രീകൾ അഴുക്കുള്ളവരാകുമോ. തൊടാതെ മാറി, ജയിൽപ്പുള്ളികളെപ്പോലെ പ്രത്യേകം പാത്രത്തിൽ ഭക്ഷണം മുറിയിൽ കൊണ്ടുവന്നു തരുന്ന അവസ്ഥ.

ഇത്തരം ആചാരങ്ങൾ എങ്ങനെ ഉണ്ടായി. അന്നൊക്കെതന്നെ അവളെ ഭ്രാന്ത് പിടിപ്പിച്ച പ്രശ്നമാണത്.. ഇപ്പോഴും അതിന്റെയൊക്കെ ഉത്തരങ്ങളാണ് അവൾ തേടുന്നത്.. ഇതൊക്കെ അനാചാരമാണെന്നും വിവേചനമാണെന്നും കാര്യ കാരണസഹിതം ലോകത്തോട് വിളിച്ചുപറയാൻ.

സ്ക്രീനിനെ സേവ് ചെയ്യാനുള്ള ബാധ്യതയിൽ പല നിറത്തിലുള്ള പൈപ്പുകൾ കെട്ടുപിണഞ്ഞുകൊണ്ടേയിരുന്നു...

മഞ്ഞ, പച്ച, നീല, ചുവപ്പ്... പലനിറത്തിലുള്ള പൈപ്പുകൾ കെട്ടുപിണഞ്ഞു കൊണ്ടേയിരുന്നു സ്ക്രീനിൽ !

കണ്ണിമയ്ക്കാതെ എത്രനേരം അതിലേയ്ക്ക് നോക്കി കട്ടിലിലിരുന്നു എന്നറിയില്ല.

എഴുന്നേറ്റ് കീബോർഡിൽ തട്ടിയപ്പോൾ അതിൽ സമയം തെളിഞ്ഞു നിന്നു...

നാല് മണി...

അവൾ സുബ്ബലക്ഷ്മിയുടെ സുപ്രഭാതം ക്ലിക്ക് ചെയ്തു. ഫ്ളോപ്പി ഡിസ്കിൽ നാട്ടിൽ നിന്നും ചില പാട്ടുകളും സേവ് ചെയ്തിരുന്നു. അതിൽ ചിലതു ദിവസവും കേൾക്കാൻ തീരുമാനിച്ചു കമ്പ്യൂട്ടറിലേക്ക് സേവ്

ചെയ്തു വെച്ചതാണ്.

ടോയ്‌ലറ്റിലേക്ക് നടക്കുമ്പോൾ കൈകൾ തണുത്ത് വിറയ്ക്കുന്നതു പോലെ... ചൂടുവെള്ളം വരുന്ന ടാപ്പിൽ കൈകഴുകിക്കൊണ്ടു നിന്നപ്പോൾ തണുപ്പ് മേലാകെ പടരുന്നതവളറിഞ്ഞു. അവൾ ബാത്ത്ടബ്ബിൽ ചൂടുവെള്ളം നിറയ്ക്കാൻ തിരിച്ചിട്ട് റൂമിൽ പോയി ലാപ്ടോപ്പ് കുളിമുറിയിലേയ്ക്ക് എടുത്തുകൊണ്ടു വന്നു.

അമേരിക്കയിൽ വന്നു ആദ്യം വാങ്ങിയ ഉപകരണമായ ലാപ്ടോപ്പ് അവൾ പഠിച്ചു വരുന്നേ ഉണ്ടായിരുന്നുള്ളൂ. ആദ്യം തന്നെ ചെയ്തത് പാട്ടുകൾ സേവ് ചെയ്യലാണ്. ബാത്ത്ടബ്ബിൽ നിന്ന് കൈയെത്താവുന്ന വിധത്തിൽ വച്ചതിന് ശേഷം സുബ്ബലക്ഷ്മിയുടെ സുപ്രഭാതവും കഴിഞ്ഞ് തന്റെ ഹിറ്റ്നമ്പറായ ഭജഗോവിന്ദത്തിലേക്ക് കടന്നു.

പുനരപി ജനനം
പുനരപി മരണം
പുനരപി ജനനീ ജഠരേ ശയനം...

അവൾ ബാത്ടബ്ബിലേക്ക് മുങ്ങിക്കിടന്നു. വെള്ളത്തിൽ മുങ്ങാതെ ചാരിവച്ച തല ഒരു ശവത്തിന്റേതുപോലെയുണ്ടാവുമെന്ന് അവളൂഹിച്ചു.

ആ ചിന്ത അവളെ ചൊടിപ്പിച്ചു. അങ്ങനെ ജീവിതത്തോട് തോൽക്കാൻ തനിക്കു മനസ്സില്ല.

ഉടനെ കൈ വെള്ളത്തിൽ നിന്ന് പുറത്തെടുത്ത്, വശത്തായി തൂക്കിയിട്ടിരുന്ന ടൗവ്വലിൽ തുടച്ച് അടുത്ത ഗാനം നോക്കി ക്ലിക്ക് ചെയ്തു.

അധരം മധുരം...
വസനം മധുരം...
മധുരാധിപതേ...
അഖിലം മധുരം...

അവൾ സ്വയമൊരു മധുരാഭിഷേകം നടത്തി. അഭ്യംഗത്തിന് കൈ ചലിച്ചു... വിരലുകളതിലും ചടുലമായ് ചലിച്ചു... അതിന്റെ ആവേശത്തിൽ എന്നപോലെ ആർത്തവരക്തം കുത്തിയൊലിച്ചു

അല്ലെങ്കിലും മാസമുറ സമയം അവൾ ഓർക്കാറില്ല. വെള്ളത്തെ ചുവപ്പിച്ചത് ഏറെനേരം കഴിഞ്ഞാണവളറിഞ്ഞത്.

ആത്മരതിയുടെ മൂർദ്ധന്യതയിൽ അവൾ എല്ലാം മറന്നുകിടന്നു. കുറച്ചുനിമിഷങ്ങളിൽ അവളോർത്തു-സ്ത്രീകൾ രതിയുടെ സുഖം അറിയാതെ ജീവിച്ച കാലങ്ങൾ എത്രയോ ഉണ്ടായി. പാശ്ചാത്യ ഫെമിനിസ്റ്റുകൾ ഭഗശിശ്നം കണ്ടെത്തിയതായി ഉറക്കെ വിളിച്ചു പറഞ്ഞില്ലായിരുന്നെങ്കിൽ, സ്വയം ഭോഗം ആണുങ്ങളുടെ മാത്രം കുത്തകയാകുമായി

രുന്നു. ഫ്രോയിഡും മനശ്ശാസ്ത്രജ്ഞരും ജീവശാസ്ത്രജ്ഞരും വളർച്ചയെത്താത്ത പുരുഷനാണ് സ്ത്രീയെന്ന് തരം താഴ്ത്താനായി അവതരിപ്പിച്ചെങ്കിലും സ്ത്രീപക്ഷപഠനങ്ങൾ ഇല്ലായിരുന്നെങ്കിൽ രതിസുഖത്തിനു പെണ്ണുങ്ങൾക്ക് ഇപ്പോഴും ആണുങ്ങളെ ആശ്രയിക്കണമെന്നുള്ള അന്ധവിശ്വാസം അവസാനിക്കുമായിരുന്നില്ല.. ലിംഗാധിഷ്ഠിതമായി മാത്രം രതിയെ കണ്ടകാലം മാറുമായിരുന്നില്ല...

ആത്മരതി തെറ്റാണോ... പലരും തെറ്റാണെന്നു വാദിക്കും... സംസ്ക്കാരസമ്പന്നർ.. പക്ഷെ അത് തന്നെയല്ലേ എല്ലാവരെയും ഒരർത്ഥത്തിൽ മുന്നോട്ടു നയിക്കുന്നത്. അതായത്, മറ്റുള്ളവർക്ക് വേണ്ടി എല്ലാം ചെയ്യുന്നു, ജീവിക്കുന്നു, എന്നൊക്കെയുള്ളതു അവരവരുടെ സന്തോഷത്തിനും ഗുണത്തിനും വേണ്ടിക്കൂടിയല്ലേ. അല്ലാത്തത് പലരും ചെയ്യുന്നുണ്ടാവും, പക്ഷെ അതിൽ അവർ കലിപ്പ് കാണിക്കുകയും ജീവിതം മുഷിപ്പനാക്കുകയും ചെയ്യുന്നു. അതിൽ രതിയില്ല. അതിനാൽ ആത്മരതിയുമില്ല...

ആരും ചെയ്യുന്നത് നിഷ്ക്കാമ കർമമൊന്നുമല്ല. മറ്റുള്ളവർക്ക് വേണ്ടി എന്ന് പറഞ്ഞു കൊണ്ട് ചെയ്യുന്ന പലതിലൂടെയും ഓരോരുത്തരും സ്വയം ജീവിക്കുകയല്ലേ. സ്വന്തം കാര്യങ്ങൾ നടത്തുകയല്ലേ...

ചുവന്നതിനെ ഒഴുക്കിക്കളയാൻ വിട്ട് ഷവറിന്റെ കീഴിൽ നിന്ന് സോപ്പ് പതച്ച് കുളിച്ചു വന്നപ്പോഴേക്കും അവൾക്കു തോന്നി എട്ടുമണിക്കുള്ള ന്യൂസിന്റെ ഹെഡ്‌ലൈൻസ് കഴിഞ്ഞിരിക്കുമെന്ന്. നാട്ടിൽ വെച്ച് രാവിലെ നേരത്തെ ഉണർന്നിട്ടുള്ള ദിവസങ്ങളിൽ ആകാശവാണിയോ അല്ലെങ്കിൽ ടിവിയിലെ ഏതെങ്കിലും ഒരു ചാനലിലോ എട്ടുമണിക്കൊരു ന്യൂസ് കേട്ടാൽ പിന്നെ പ്രാതൽ കഴിച്ചില്ലെങ്കിലും കുഴപ്പമില്ല.

അവൾ പാൽ തിളപ്പിച്ച് ഒരു കാപ്പിയുണ്ടാക്കി കുടിച്ചുകൊണ്ട് അന്നത്തെ കാലാവസ്ഥ എങ്ങനെയെന്ന് സെർച്ച് ചെയ്തുനോക്കി.

രാവിലെത്തന്നെ ലൈബ്രറിയിൽ പോകാമെന്നു കരുതി പുറത്തിറങ്ങിയതും ഒരു ട്രാം വിട്ടുപോയി. അടുത്ത ട്രാമിനുവേണ്ടി പത്തുപതിനഞ്ചുമിനിട്ട് കാത്തിരിക്കാൻ ഒഴിഞ്ഞ ഒരു ബഞ്ചിനടുത്തേക്ക് പോയി. സാൻ ഫ്രാൻസിസ്കോയിലെ കേബിൾ കാർ പ്രസിദ്ധമാണത്രെ ധാരാളം ടൂറിസ്റ്റുകൾ ഇതിലായി യാത്ര ചെയ്യുന്നത് സാധാരണമത്രേ. പോയ ട്രാമിൽ നല്ലതിരക്ക് കണ്ടു.

ബഞ്ചിനടുത്തേക്ക് പോയി ഇരിക്കാൻ തുടങ്ങിയതും മറുഭാഗത്തു നിന്ന് വന്ന സ്ത്രീ ഇന്ത്യാക്കാരിയെപ്പോലെ തോന്നിച്ചു.

എല്ലാവരോടും അങ്ങോട്ടെന്തെങ്കിലും ചോദിച്ചു പരിചയപ്പെടുന്ന

സ്വഭാവം ഉണ്ടായിരുന്നെങ്കിലും ഇവിടെയതു മോശമാണ് എന്നതിനാൽ ഹിത ഒന്നും ചോദിച്ചില്ല.

മറ്റുള്ളവരുടെ സ്വകാര്യതയെ മാനിക്കാതെ ഒന്നും ചോദിക്കാൻ പാടില്ല. 'ഹലോ' എന്നതിൽ കവിഞ്ഞ് ഒന്നും ആരും പ്രതീക്ഷിക്കുന്നില്ല. പ്രതീക്ഷിക്കരുത്. ഗുഡ്മോർണിംഗ്, ഗുഡ് ഈവനിംഗ് എന്നോ മറ്റോ ഏറിയാലാവാം.

ആരെയും ശ്രദ്ധിക്കുകയോ നോക്കുകയോ ചെയ്യുന്നതായി ആർക്കും തോന്നാൻ പാടില്ല. നോക്കരുത് എന്നതാകാം മര്യാദച്ചട്ടം.

പക്ഷേ ചില ആളുകൾ നോക്കുന്നുണ്ട് എന്ന് അവൾക്ക് മനസ്സിലായിട്ടുണ്ട്. പക്ഷേ ഒരിക്കലും 'പരസ്പരം' ആകരുത് എന്നുശ്രദ്ധിച്ചുകൊണ്ടാണ് നോട്ടം എന്നതാണ് പ്രത്യേകത.

ആണുങ്ങൾ പെണ്ണുങ്ങളെ തുറിച്ചു നോക്കുന്നതിന്റെ അസ്വാരസ്യം അനുഭവിച്ചുവന്ന, തന്നേപ്പോലുള്ളവർ ഇതിൽ സന്തോഷിക്കുകയല്ലേ വേണ്ടത്...! ആരും ആരെയും നോക്കുക പോലുമില്ല. പക്ഷേ അവൾക്കെന്തോ, സന്തോഷിക്കാനായില്ല.

അവൾ വെറുതെ അടുത്തിരുന്ന സ്ത്രീയെ തല ചെരിച്ചു നോക്കി, ചുററും നോക്കുന്നതിന്റെ ഭാഗമെന്നപോലെ.

ആ സ്ത്രീയും അവളെ നോക്കുന്നുണ്ടായിരുന്നു. അദ്ഭുതമെന്ന പോലെ രണ്ടുപേരും ചിരിച്ചു.

'ആർ യു ഫ്രം ഇൻഡ്യ?' ആ സ്ത്രീ ചോദിച്ചു.

'യേസ് അയാം..' ഹിത ചിരിച്ചുകൊണ്ട് പറഞ്ഞു.

'ഫ്രം ഡൽഹി?' അവൾ ചുരുണ്ട മുടി കെട്ടിവെച്ചുകൊണ്ട് അല്പം കൂടി ചെരിഞ്ഞിരുന്നു.

'നോ, നോ അയാം ഫ്രം ദ സൗത്ത് '

' യു റിയലി യു ലുക്ക് ലൈക്ക് നോർത്ത് ഇൻഡ്യൻ!'.

'ഫ്രം കേരള'. ഹിത ചിരിച്ചതോടൊപ്പം അവളും ശബ്ദമുണ്ടാക്കി ചിരിച്ചു, 'ഞാനും'

'അത്യോ..!'

കന്നടികയോ തെലുങ്കത്തിയോ തമിഴത്തിയോ കേരളക്കാരിയോ എന്ന് ഗ്രഹിക്കാൻ പറ്റാത്ത ഛായയിലുള്ള ചുരുണ്ട മുടിക്കാരിയിൽ ഒരു സന്തോഷഭാവം ദർശിച്ച ഹിത കൂടുതൽ ഉന്മേഷവതിയായി.

അവൾ ഒരു ഐ. ടി. കമ്പനിയിൽ ജോലിയായി മൂന്നാലു കൊല്ലം മുൻപ് വന്നതാണെന്നു പറഞ്ഞു. അപ്പോഴേക്കും ട്രാം വരുന്നുണ്ടായിരുന്നു. അതിൽ കയറിയതിനുശേഷം അവർ പരസ്പരം ഇമെയിൽ

അഡ്രസ് കൈമാറി.

മിത്ര എന്ന പേരിനോട് ഒരു സൗമ്യവുമില്ലാത്ത തരം അക്ഷരങ്ങളുടെയും ചില അക്കങ്ങളുടെയും ഗണമാണ് അവളുടെ ഇമെയിൽ വിലാസം. അതിനാൽ ഹിതയത് വിശദമായി എഴുതിവെച്ചു.

'എഞ്ചിനീയറിംഗ് കോഴ്സ് കഴിഞ്ഞതും പാലക്കാട് ബി പി എല്ലിൽ ജോലികിട്ടി. ഒരു വർഷം അവിടെ ജോലി ചെയ്തിട്ടാണ് ഇവിടെ വന്നത്.' മിത്ര പറഞ്ഞു. കേരളത്തിൽ നിന്നൊരാളെ കണ്ടതിൽ വലിയ സന്തോഷമായി, മലയാളം സംസാരിക്കാൻ ആരെങ്കിലുമായല്ലോ... എന്നൊക്കെ പറഞ്ഞാണ് മിത്ര ഇറങ്ങിപ്പോയത്. പിന്നീട് കാണാമെന്ന് പറഞ്ഞുകൊണ്ട്.

ഹിതയ്ക്കും സന്തോഷം തോന്നി.. അവളുടെ സ്റ്റോപ്പെത്തിയിട്ടും അവൾ ട്രാമിൽ നിന്ന് ഇറങ്ങാൻ മറന്നുകൊണ്ട് എന്തോ ചിന്തിച്ചിരുന്നു.

എല്ലാവരും ഇറങ്ങിപ്പോകുന്നത് കണ്ടപ്പോഴാണ് അവസാനത്തെ സ്റ്റോപ്പിൽ ഇറങ്ങിയത്. പിന്നെ അടുത്ത ട്രാമിൽ തിരിച്ചുപോയി. തന്റെ സ്റ്റോപ്പും നോക്കിയിരുന്നു.

പരിചയമില്ലാത്ത കുറേ സ്ഥലപ്പേരുകൾ...

എല്ലാം വായിച്ച്, വായിച്ച്, വിശാലമായ ചില്ലുജാലകത്തിലൂടെ പുറത്തേക്ക് നോക്കിയിരിക്കുമ്പോൾ ഹിതയ്ക്ക് സ്വയം അപരിചിതത്വം അനുഭവപ്പെട്ടു. ഒരു മലയാളിയെ കണ്ടുമുട്ടിയതിൽ എന്തിനിത്ര ആനന്ദം അനുഭവിക്കണം!

അത് ഭാഷാസ്നേഹമാണോ!

അതോ ദേശസ്നേഹമോ...!

അതോ ഏകാന്തതയുടെ അതിപ്രസരത്തിൽ തോന്നുന്ന ഒരു തരം നഷ്ടബോധാധിഷ്ഠിതമായ വികാരമോ..?

സ്വന്തം വികാരത്തെ വിശകലനം ചെയ്യുമ്പോൾ, സ്വയം തിരിച്ചറിയാൻ അവൾ പാടുപെട്ടു.

ഒൻപത്

മിത്ര ഫ്ളാറ്റിലെത്തിയതും ഒരു കേക്ക് ഉണ്ടാക്കാനുള്ള റെസിപ്പി നോക്കിക്കൊണ്ടിരുന്നു. ഹിതയെ അടുത്ത ഞായറാഴ്ച വീട്ടിലേക്ക് വിളിക്കാനും കേക്ക് ഉണ്ടാക്കിക്കൊടുക്കാനും തീരുമാനിച്ചു.

ഞായറാഴ്ച ഉച്ചയ്ക്ക് മൂന്നുമണിക്ക് സിറ്റിയിലെ മരിയറ്റ് ഹോട്ടലിനു പരിസരത്തുള്ള ചെറിയ കാപ്പിക്കടയിൽ വെച്ച് കണ്ടുമുട്ടാമോ എന്ന് ഇമെയിലിൽ എഴുതിയയച്ചു. അവളുടെ ഫോൺനമ്പറും ചോദിച്ചു. ഉടനെ ഹിതയുടെ മറുപടി കണ്ട് അവൾ സന്തോഷിച്ചുകൊണ്ട് ഫോണെടുത്ത് വിളിച്ചു. ഫോണിലൂടെ സ്ഥലത്ത് എത്തുന്നതിനുള്ള വഴികളും മറ്റും മിത്ര വിശദീകരിച്ചു. ഹിതയ്ക്ക് വഴിയെക്കുറിച്ചുള്ള ഏകദേശ ധാരണ കിട്ടിയെന്നു ബോധ്യം വരും വരെ മിത്ര സംസാരിച്ചു.

അവൾ കേരളത്തിലേയ്ക്കും അതുപോലെ ഇടയ്ക്കിടെ വിളിച്ചു സംസാരിയ്ക്കും. മലയാളത്തിൽ ഒരു ദിവസം കുറച്ചു നേരമെങ്കിലും സംസാരിച്ചില്ലെങ്കിൽ അവൾക്കുറക്കം വരില്ല. ഒന്നുകിൽ അമ്മയെ അല്ലെങ്കിൽ അച്ഛനെ അവൾ ദിവസവും വിളിച്ച് സംസാരിക്കും.

മിത്രൻ നമ്പൂതിരിക്ക് സരോജിനിയമ്മയുമായുള്ള സംബന്ധത്തിൽ ജനിച്ച ഏകമകന്റെ ഏകപുത്രി. മിത്രയ്ക്ക് മുത്തച്ഛന്റെ പേരിനോടും ഛായയോടും സാമ്യമുണ്ട്. സരോജിനിയമ്മയുടെ കാലശേഷം മിത്രയല്ലാതെ യാതൊന്നും അവശേഷിക്കുന്നില്ല അവരുടെ ജീവിതത്തിൽ. തിരുവനന്തപുരത്തെ ഗ്രാമസ്വഭാവമുള്ള പട്ടണത്തിൽ നിന്നുവിട്ട്, കുറെ ദൂരെയായി നില്ക്കുന്ന സാധാരണ ഗ്രാമത്തിലാണ് മിത്രയും അച്ഛനും അമ്മയും ജീവിച്ചത്. അടുത്തുള്ള യു. പി. സ്ക്കൂളിൽ രണ്ടുപേർക്കും ജോലി. അധ്യാപകരായ അച്ഛനുമമ്മയും നല്ല സുഹൃത്തുക്കളെപ്പോലെയാണ് മകൾക്ക്.

അച്ഛന്റെ സാധാരണ മട്ടിലുള്ള വീടും, മുത്തച്ഛന്റെ ഖ്യാതിയും പാരമ്പര്യവും എല്ലാം ഉൾക്കൊണ്ട് ജീവിച്ചവളാണ് മിത്ര. സംബന്ധക്കാരന്റെ സഹായങ്ങളധികം പറ്റാതെ തന്റെ കൊച്ചുവീട്ടിൽ തന്നെയാണ് സരോജിനിയമ്മ മകനെയും കൂട്ടി ജീവിച്ചത്. എങ്കിലും അന്ത്യകാലത്തു മിത്രൻ നമ്പൂതിരി തന്റെ കൊട്ടാര സ്വഭാവത്തിലുള്ള വീടും സ്ഥലവും സരോജിനിയമ്മയുടെ മകന് എഴുതി വെച്ച് മരണപ്പെട്ടു. അതാണ് അവളെ

ക്കുറിച്ചു മിത്ര പറഞ്ഞ കഥയുടെ ചുരുക്കം.

ഹിത എത്തുന്ന സമയത്തിന് മുൻപേ മിത്ര സ്ഥലത്തെത്തി, ഞായറാഴ്ച.

സൈക്കിളോടിച്ചു സമയം തീർത്തു. കാപ്പിക്കടയ്ക്ക് മുന്നിലെത്തിയതും ഹിതയെക്കണ്ടു.

അവൾ അഴിച്ചിട്ട കട്ടിയുള്ള ചുരുളൻ മുടി ചുവപ്പിച്ചത് ഹിത ശ്രദ്ധിച്ചു. ഹിതയുടെ കനം കുറഞ്ഞ കോലൻമുടി ചുവപ്പിച്ചിട്ടിരിക്കുന്നത് മിത്ര ആദ്യം കണ്ടപ്പോഴേ ശ്രദ്ധിച്ചിരുന്നു. ഹെയർകളറിന്റെ മാഹാത്മ്യം!

ഹലോ, ഹൗ ആർ യു... എന്നുള്ള ചോദ്യം രണ്ടുപേരും ചോദിച്ചില്ല. സാധാരണ കേരളീയരെ പോലെ വെറുതെ ഒരു ചിരി പരസ്പരം കൈമാറിക്കൊണ്ട് കാപ്പിക്കടയിൽ കയറിയിരുന്നു.

'ഹിതയ്ക്കെന്താ വേണ്ടത്?'

അവൾ കപ്പുച്ചിനോ എന്നുപറഞ്ഞു. പലപ്പോഴായി ബട്ടൻ അമർത്തി പരീക്ഷിച്ച് അവസാനം തമ്മിൽ ഭേദം തൊമ്മൻ എന്ന കണക്കെ ഹിത തീരുമാനിച്ചതാണ് ഇനിയെപ്പോഴും കപ്പൂച്ചിനോ മതിയെന്ന്. മറ്റൊരു കാപ്പിയും കുടിക്കാൻ കൊള്ളില്ല.

കാപ്പികുടിക്കെ മിത്ര പറഞ്ഞു. 'എന്റെ വീടത്ര അകലെയല്ല. നമുക്കവിടെ പോയാലോ കുറച്ചു കഴിഞ്ഞ്.'

ഹിത അങ്ങിനെയാകാമെന്നുപറഞ്ഞു.

'എങ്ങനെയുണ്ട് ഇവിടെ യൂണിവേഴ്സിറ്റി'

'ങ്ഹാ... കുഴപ്പമില്ല...'

ഹിത വെറുതെ ചിരിച്ചുകൊണ്ട് ചോദിച്ചു. 'ജോലിയൊക്കെ എങ്ങനെയാ ഇവിടെ...?'

'ഒ അതൊന്നും പറയണ്ട... പണിതന്നെ പണി..വീക്കെൻഡിൽ ഇങ്ങനെ കറങ്ങി നടക്കും. പിന്നെ കുറെ യാത്രയൊക്കെ പോയി ഇടയ്ക്ക്...'

'ആ യാത്രയൊക്കെ ഒറ്റയ്ക്കാണോ...?' അതോ ഫ്രൻസൊക്കെയുണ്ടോ...?' ഹിത ചുരുക്കത്തിൽ ചോദിച്ചു.

'ഒന്നുരണ്ടിവിടത്തുകാരികൾ ഉണ്ട്. പിന്നെ ഒറ്റയ്ക്കാണ് കൂടുതൽ യാത്ര പോകാറുള്ളത്. ന്യൂയോർക്ക്, വാഷിംങ്ങ്ടൺ, ലോസ് ആഞ്ചലസ്, ക്യാനഡ, മെക്സിക്കോ...' ഒക്കെ പോയി കണ്ടു.

'അപ്പോ നല്ല യാത്രക്കാരിയാണല്ലേ... നാട്ടിലെങ്ങനെയായിരുന്നു... വീട്ടിൽ നിന്ന് മറ്റു പ്രഷറൊന്നുമില്ലേ... അല്ല, സാധാരണ കേരളകുടുംബങ്ങളുടെ കാര്യമോർത്താൽ അങ്ങനെയുണ്ടല്ലോ, അതുകൊണ്ട് ചോയ്

ക്കുകയാണ്ട്ടോ മിത്ര...'

'അതൊക്കെയുണ്ട് ഹിത... പക്ഷേ, ഒരു തരത്തിൽ എനിക്ക് നല്ല പിന്തുണ എല്ലാ തരത്തിലും തരുന്ന അച്ഛനമ്മമാരാണ് എന്നത് ഭാഗ്യമാണ്. അവർ ഒന്നും പറയില്ല. എല്ലാം എന്റെ ഇഷ്ടം.'

'അപ്പോൾ കല്യാണത്തിനൊന്നും നിർബന്ധിക്കില്ലെന്നാണോ... പൊതുവെ പ്രായം ഇരുപത്തഞ്ചും മുപ്പതുമൊക്കെയായാൽ അതൊക്കെ വലിയ വിഷയമാണല്ലോ നമ്മുടെ നാട്ടിൽ ...'

'ങ്ഹും... ശരിയാണ്. ഒരു തരത്തിൽ പറഞ്ഞാൽ, ഞാൻ ഒരു കല്യാണം കഴിച്ചതാ...' മിത്ര സംശയത്തിൽ സ്വരം താഴ്ത്തിക്കൊണ്ട് തുടർന്നു 'അത് പിരിയാനുള്ള പ്ലാനെല്ലാം നടത്തുകയാണിപ്പോ...'

'ഓ... സോറി ഞാൻ വെറുതെ ചോദിച്ചതാ...'

ഹിത അസ്വസ്ഥമായി പറഞ്ഞു.

'ഓ... സാരമില്ല.. ഞാനിപ്പോ എന്തെല്ലാമോ ചിന്തയിലാണ്. ഈ ആണുങ്ങളൊക്കെ ഒരുതരം സൈക്കിക്കാണെന്നു തോന്നുന്നു. ഓരോരോ ടൈപ്പ്. പെണ്ണുങ്ങളാ ഭേദം. എനിക്കങ്ങനെ ആരെയും പറ്റുന്നില്ല. എനിക്കറിയില്ല എനിക്ക് എങ്ങനെയുള്ള ആളെയാണ് വേണ്ടതന്ന്...! പിന്നെ, പിരിഞ്ഞു താമസിച്ചാലും മറ്റും നാട്ടിലാകെ വലിയ പ്രശ്നമാണല്ലോ. നാട്ടുകാർ എന്തെല്ലാം ചോദിക്കും. ഞാനങ്ങോട്ട് പോകുന്നേയില്ല എങ്കിൽ കുഴപ്പമില്ലല്ലോ...'

'ശരിയാണ്... സേം ഈസ് ദ കേസ് വിത്ത് മി...'

ഹിത ഒരു ദീർഘനിശ്വാസം ഇട്ടെങ്കിലും പെട്ടെന്ന് പുഞ്ചിരിക്കാൻ ശ്രമിച്ചുകൊണ്ട് കൂട്ടിച്ചേർത്തു.

'എങ്കിലും അതൊന്നും നമ്മളെ ബാധിക്കാൻ അനുവദിക്കരുത്. ഞാനതൊക്കെ പരമാവധി നിസ്സാരവൽക്കരിച്ചു കാണാൻ ശ്രമിക്കാറുണ്ട്... പിന്നെ ഒരു നാട്ടിൽത്തന്നെ സ്ഥിരമായി താമസിച്ചിട്ടില്ലാത്തതുകൊണ്ട് വല്ലാത്ത ചോദ്യങ്ങളൊന്നും നാട്ടുകാരിൽ നിന്നുവരുന്ന പ്രശ്നമില്ല. പക്ഷേ.. എന്നാലും ശരിയാണ്... ആരെങ്കിലുമൊക്കെ കല്യാണം കഴിച്ചോ കഴിച്ചില്ലേ എന്നൊക്കെ ചോദിച്ചാൽ എന്ത് പറയണമെന്ന ആശയക്കുഴപ്പം. അതുണ്ടാകും. അല്ലേ? ഞാൻ ചിലപ്പോൾ ഉണ്ട്, ഇല്ല എന്നൊക്കെ മാറ്റിപ്പയും... ഒരു ഡിവോഴ്സ് ചെയ്തു നടക്കുകയാണ് എന്ന് ചിരിച്ചു നിസ്സാരമാക്കിപ്പറയുന്നത് നമ്മുടെ നാട്ടുകാർക്ക് പിടിക്കില്ലല്ലോ...!'

ഹിതയും മിത്രയും ചിരച്ചുകൊണ്ട് കാപ്പി മുഴുവനാക്കി.

മിത്ര സൈക്കിളുരുട്ടിക്കൊണ്ട് ഹിതയെയും കൂട്ടി നടന്നു...

അവളുടെ മനോഹരമായ അപ്പാർട്ട്മെന്റ് വിലകൂടിയ വസ്തുക്കളെ

ക്കൊണ്ട് നിറഞ്ഞിരുന്നു. മനോഹരമായ സോഫ, കസേരകൾ, മേശ, ടീപോയ്, എംബ്രോയിഡറി ചെയ്ത കർട്ടനുകൾ, മേശവിരികൾ, കൂടാതെ എല്ലാവിധ ഗൃഹോപകരണങ്ങളും... പലതിലും പാശ്ചാത്യ മാതൃകകൾ ആണുള്ളതെങ്കിലും ഇന്ത്യൻ മാതൃകയിലുള്ള വിളക്കുകളും കാഴ്ചക്ക് വെച്ച ചെറിയ ഓട്ടുപാത്രങ്ങളും ശില്പങ്ങളും ഉണ്ട്. പൊതുവെ സൗന്ദര്യാസ്വാദകയും ജീവിതാസ്വാദകതന്നെയുമാണെന്നു ആർക്കും മനസ്സിലാക്കാം.

അവൾ കേക്ക് ഉണ്ടാക്കുന്നതിനെക്കുറിച്ചു കുറെ വാചാലയായി. ഓരോ സ്റ്റെപ്പും വിശദീകരിച്ചു കൊണ്ടാണ് അവൾ അതുണ്ടാക്കിയത്. കാമുകനെ കാത്തിരിക്കുന്നവൾ ശ്രദ്ധയോടെ അവനു വേണ്ടി ഭക്ഷണം പാകം ചെയ്യുന്ന യാഥാസ്ഥിതിക കാമുകീ ഭാവം അവളിൽ ദർശിക്കാൻ കഴിഞ്ഞു.

അവർ കേക്കു കഴിക്കുകയും കുറെനേരം സംസാരിക്കുകയും ചെയ്തു.

ഹിത പോയതിനുശേഷവും മിത്ര ആലോചനയിൽ മുഴുകി. ജീവിതകാര്യങ്ങൾ സംസാരിച്ചതിനിടെ വിട്ടുകളഞ്ഞ എത്രയോ കാര്യങ്ങൾ മനസ്സിൽ തെളിഞ്ഞു കിടക്കുന്നു.

കല്യാണം കഴിഞ്ഞുവന്ന ആദ്യത്തെ ദിവസം അങ്ങേയറ്റം സന്തോഷത്തിൽ കഴിഞ്ഞുപോയിരുന്നു. രണ്ടാമത്തെ ദിവസമാണ് അതു സംഭവിച്ചത്. അവളുടെ കമ്പനിയിൽ നിന്നും ഫ്രെഡറിക് എന്ന സുഹൃത്ത് ഫോൺ വിളിച്ചു. വിവാഹത്തിന് വരാൻ പറ്റിയില്ല എന്നു പറഞ്ഞ് ആശംസകൾ അറിയിച്ചു.

സംസാരിക്കുന്നതത്രയും ശ്രദ്ധിക്കുന്നുണ്ടായിരുന്നിട്ടും എന്തിനാണ് വിളിച്ചതെന്ന് ദേഷ്യഭാവത്തിലല്ലാതെ തന്നെ ഗൗതം ചോദിച്ചു. കാര്യം പറഞ്ഞുവെങ്കിലും ബോധ്യപ്പെടാത്തതുപോലെ തോന്നി. ഇത്തരം രീതികൾ പിന്നെയും തുടരുന്നതിനുള്ള സാധ്യത അവൾക്ക് തീരെ തോന്നിയില്ല. എങ്കിലും എന്തോ ഒരസ്വസ്ഥത തോന്നി.

പിന്നീടങ്ങോട്ട് ഓരോ ദിവസവും ഓരോ പ്രശ്നങ്ങളായിരുന്നു.

തൊട്ടടുത്തുള്ള ഓഫീസുകളാണെങ്കിലും രണ്ടുപേരും ഒരേ ഓഫീസിനകത്തല്ലല്ലോ എന്നൊരു സമാധാനം അവൾക്ക് തോന്നിയിരുന്നു; കാരണം അവൾ അവരോടൊക്കെ ഏത് ഭാവത്തിൽ സംസാരിക്കുന്നു എങ്ങനെ പെരുമാറുന്നു എന്നിങ്ങനെയുള്ള കാര്യങ്ങളൊക്കെ ശ്രദ്ധിക്കാനും അതിലൊക്കെ ഓരോ പ്രശ്നങ്ങൾ കണ്ടെത്തുന്നതിനും തുടങ്ങി ഗൗതം.

പിന്നീട് ഫോൺകോളുകൾ വരുന്നതിലും കുറച്ചധികം ഇന്റർനെറ്റിൽ ഇരിക്കുന്നതുമൊക്കെ അവനൊരു പ്രശ്നമായി. ഒന്നും നേരിട്ടു പറയുകയില്ല. പക്ഷേ, അവളെ എല്ലാറ്റിൽ നിന്നും എല്ലാവരിൽ നിന്നും അകറ്റിക്കൊണ്ട് പോകാൻ, അകറ്റിനിർത്താൻ അവൻ ശ്രമിക്കുന്നതായി പല സന്ദർഭങ്ങളിലും അവൾക്കു തോന്നി. പൊസ്സസ്സീവ്നെസ് എന്ന് കേട്ടിട്ടുണ്ട്... പക്ഷേ ഇത് വല്ലാത്ത അസുഖം തന്നെ.

പലപ്പോഴും സ്നേഹപൂർവ്വമായി അവൻ പറയുന്നത് കേൾക്കാം: 'ഇപ്പോഴാ ഫോൺ എടുക്കണ്ടാടീ' എന്നൊക്കെ. അത് പലപ്പോഴും അവർ ഒരുമിച്ചിരിക്കുകയോ കിടക്കുകയോ ആണെങ്കിലാണ്.

ഒരിക്കൽ ഒരു ഫോൺ വന്നപ്പോൾ, അത് വീണ്ടും വീണ്ടും അടിച്ചപ്പോൾ അവനതു കട്ടാക്കി കളയുകയും ചെയ്തു.

മറ്റൊരിക്കൽ ദേഷ്യത്തോടെ അവളുടെ ഫോണിൽ നിന്ന് സിമ്മൂരി വലിച്ചുകീറിക്കളഞ്ഞു.

ഇങ്ങനെ തോന്നാൻ മാത്രം എന്ത് സംശയമാണ് അവനുള്ളിൽ കയറിയത് എന്ന് എത്ര ആലോചിച്ചിട്ടും മിത്രക്ക് മനസ്സിലായിരുന്നില്ല.

അവൾ യു.എസിൽ വന്ന് മൂന്നാല് മാസത്തിനുള്ളിൽ അവനുമായി അടുപ്പത്തിലായതായി സ്ഥിരീകരിച്ചതാണ്. അതിനിടെ രണ്ടുപേർക്കും കൂടിയുള്ള പല സുഹൃത്തുക്കളും ഉണ്ടായി. സ്വന്തമായ പരിചയത്തിലുള്ള സുഹൃത്തുക്കളും ഉണ്ടായിരുന്നു. ചിലരെയൊക്കെ സാഹചര്യം ഉള്ളപ്പോൾ പരസ്പരം പരിചയപ്പെടുത്തുകയും ചെയ്തതാണ്.

എന്നിട്ട് കല്യാണം കഴിഞ്ഞ് ഒരുമിച്ച് ജീവിക്കാൻ തുടങ്ങിയതും അപകടകരമായി സ്വാർത്ഥതയും പൊസസ്സീവ്നെസ്സും വളരാൻ മാത്രം എന്തുണ്ടായി. അതു മനസ്സിലാക്കാതെ അവളും, എത്ര വ്യക്തമായി ചോദിച്ചാലും അതു വ്യക്തമാക്കാതെ അവനും.

പലപ്പോഴും വാക്കുതർക്കം അടിപിടിയിൽ തന്നെ കലാശിച്ചു. അങ്ങോട്ടുമിങ്ങോട്ടുമുള്ള കയ്യേറ്റങ്ങളിൽ രണ്ടുപേർക്കും പരുക്കേറ്റു. ഇങ്ങനെ ജീവിക്കണ്ട എന്നവൾ തീരുമാനിച്ചു.

പക്ഷേ, ഗൗതം പലതരത്തിലും അവളെ പിടിച്ചു നിർത്താൻ ശ്രമിച്ചു. അതീവ സ്നേഹം കൊണ്ടല്ല എന്നവൾക്ക് തോന്നിയിരുന്നു. സ്റ്റാറ്റസ് പ്രശ്നം! നാട്ടിലെന്തു പറയും.

ബന്ധുക്കളോടും മിത്രങ്ങളോടും അവളൊരഴിഞ്ഞാട്ടക്കാരിയാണെന്ന് പറയുമായിരിക്കും.

ഗൗതമിനും സ്ത്രീസുഹൃത്തുക്കൾ ഇല്ലാതില്ല. അവന്റെ ചാരിത്ര്യത്തിന്റെ കഥ മിത്രക്കും അറിയില്ല. അവൾ ഇങ്ങനെ ചിന്തിച്ചിട്ടുപോലു

മില്ല. അതേപ്പറ്റിയൊന്നും സംസാരിച്ചിട്ടുമില്ല അവനോട്. അവന്റെ ഓഫീസിലുള്ള മദാമ്മകളെ കണ്ടാൽ അവൻ ആലിംഗനം ചെയ്തുകൊണ്ടാണ് സ്വീകരിക്കാറുള്ളത്. പക്ഷേ അവൾ അങ്ങനെ ചെയ്യുന്നതിനെക്കുറിച്ച് അവൻ കമന്റുകൾ ഇറക്കാറുണ്ട്.

ഇത്തരം ഇടപെടൽ ഒന്നും ഒരു പ്രശ്നമല്ല എന്നുള്ള സംസ്ക്കാര മാറ്റം അവനിലുണ്ടായിട്ടുണ്ടാകും എന്നു കരുതിയതിലെ വിഡ്ഢിത്തം മിത്ര തിരിച്ചറിഞ്ഞത് സാവധാനമാണ്.

പത്ത്

ന്യൂയിറിന്റെ പടക്കങ്ങളും പൊടിപൂരങ്ങളും കഴിഞ്ഞ് റൂമിലെത്തിയത് രണ്ട് മണിയോടെയാണ്.

ഗോൾഡൻ ബ്രിഡ്ജ് പരിസരത്തും സിറ്റിസെന്ററിലും മറ്റും ഉച്ചമുതൽ കുറെ നടന്ന് രാത്രി പന്ത്രണ്ട് മണിക്ക് ന്യൂയർ ഫയർവർക്സും കണ്ട് തിരിച്ചുപോയാൽ മതിയെന്ന് മിത്രയും മെർലിനും കൂടി തീരുമാനിച്ചതാണ്.

മെർലിന്റെ ബോയ്ഫ്രണ്ട് ഈ വർഷം സാൻഫ്രാൻസിസ്കോയിൽ പുതുവർഷം ആഘോഷിക്കാൻ വന്നു. കഴിഞ്ഞവർഷം അവർ സാന്റിയാഗോയിലായിരുന്നു. ഈ സെമസ്റ്ററോടെ മെർലിന്റെ കോഴ്സു കഴിഞ്ഞാൽ പിന്നെ അവർ രണ്ടുപേരും കൂടി സാന്റിയാഗോയിൽത്തന്നെ ഒരുമിച്ചുള്ള ജീവിതം തുടരുകയാണത്രേ. രണ്ടുവർഷത്തോളമുള്ള വാരാന്ത്യബന്ധത്തിൽ അവർക്ക് ഒരുമിച്ചു ജീവിക്കാനുള്ള തീരുമാനമെടുക്കാൻ കഴിഞ്ഞുവെന്ന് കാമുകന്റെ ചുണ്ടിൽ ചുംബിച്ചുകൊണ്ട് മെർലിൻ പറഞ്ഞു. വിവാഹത്തെക്കുറിച്ച് ചിന്തിക്കണമെന്നും പറഞ്ഞു.

കറുത്ത് തടിച്ച ചുണ്ടുകളും ശരീരവും മൊട്ടത്തലയും അവനെയൊരു പ്രത്യേക കാർട്ടൂൺ കഥാപാത്രം വരച്ചതുപോലെ തോന്നിച്ചു. അവന്റെ ഇംഗ്ലീഷ് മനസ്സിലാക്കാൻ ബുദ്ധിമുട്ടുള്ളതുകൊണ്ട് മിത്രയും ഹിതയും ചിരിക്കുകയല്ലാതെ അവനോടധികമൊന്നും സംസാരിച്ചില്ല. ആഫ്രിക്കനമേരിക്കൻ ഇംഗ്ലീഷ് ഉച്ചാരണം മനസ്സിലാക്കാൻ വളരെ ബുദ്ധിമുട്ടാണ്.

മെർലിൻ അമേരിക്കയിൽ പഠിക്കാൻ വരാനായി ഇംഗ്ലീഷ് കോഴ്സൊക്കെ പാസായിയെന്നാലും സംസാരിക്കാൻ തപ്പലുണ്ട്. പക്ഷേ, കാമുകന്റെ സംസാരരീതികേട്ട് തഴമ്പിച്ചതുകൊണ്ടിപ്പോൾ വേഗം മനസ്സിലാക്കാൻ വിഷമമില്ലത്രേ. അവനെ അല്പം ഫ്രഞ്ചും പഠിപ്പിച്ചെടുത്തിട്ടുണ്ട്.

വഴിയരികിൽ മഞ്ഞുറഞ്ഞുകിടന്നു. റോഡും ഫുട്പാത്തും ചെറിയ വെള്ളമതിലുകൾ പോലെയായിരിക്കുന്നു. മഞ്ഞുമാറ്റി നിരത്തുകൾ വൃത്തിയാക്കുന്ന വണ്ടികൾ അതിരാവിലെ എത്തും.

ഇന്നിപ്പോൾ പടക്കങ്ങളുടെയും പൂത്തിരികളുടെയും വൃത്തികേടുകൾ

മാറ്റാനും കുറേ വണ്ടികൾ ഒരു മണിക്ക് ശേഷം ഇറങ്ങിക്കണ്ടു...

ഹിത ആദ്യമായിട്ടനുഭവിച്ച ശിശിരകാലത്തിന്റെ സ്വഭാവം ഏകദേശം പഠിച്ചെടുത്തിരിക്കുന്നു. ആദ്യം മഞ്ഞു വീഴുന്നതു കണ്ടപ്പോൾ പുറത്തിറങ്ങാൻ മടി തോന്നിയിരുന്നെങ്കിലും അതെല്ലാം പരിചയമായി, ദിവസങ്ങൾക്കുള്ളിൽ. കൂടാതെ ഈ പ്രദേശത്തു അത്ര കഠിനമല്ലതാനും മഞ്ഞുവീഴ്ച.

തിരിച്ചുനടക്കുമ്പോൾ പെയ്ത മഞ്ഞ്, കോട്ടിന്റെയും തൊപ്പിയുടെയും മുകളിൽ പറ്റിനിന്നിരുന്നു. അത് മാറ്റി കുടഞ്ഞ് തൂക്കിയിട്ട് ഉള്ളിലെ കമ്പിളിക്കുപ്പായവും അതിനുള്ളിലെ തെർമൽ വെയറും അഴിച്ചിട്ട് അവൾ ബാത്ത്റൂമിലേക്ക് പോയി. മുഖം ചെറിയ ചൂടുവെള്ളത്തിൽ കഴുകി, പല്ലുതേച്ചു. ടീ ഷർട്ടും പാന്റ്സും മാറ്റി. നാട്ടിൽനിന്നു പോരുംവഴി ഡൽഹിയിൽ നിന്ന് വാങ്ങിയ കഫ്താൻ എടുത്ത് ധരിച്ചു. പിന്നെ കിടക്കയിലേക്ക് പൂഴ്ന്നു.

അവൾ മെർലിനെയും മിത്രയേയും കുറിച്ച് മാത്രമാണ് അലോചിച്ചത്.

മെർലിനും ബോയ്ഫ്രണ്ടും പടക്കങ്ങൾ പൊട്ടിത്തുടങ്ങിയപ്പോൾത്തന്നെ തിരക്കിലെവിടെയോ പോയ്മറഞ്ഞു. പോരുമ്പോൾ അവരെ തിരക്കിനിടയിൽ നിന്ന് കണ്ടുപിടിക്കാൻ കഴിഞ്ഞില്ല.

പലരും കൊണ്ടുവന്നിരുന്ന ഷാംപെയ്ൻ പൊട്ടിച്ചു ചീറ്റിച്ച് 'ഹാപ്പി ന്യൂയർ'എന്ന് അലറിക്കൊണ്ടിരുന്നു. മിത്രയും ഹിതയും ആ ഭാഗത്തുള്ള ഒരു ബിയർപാർലറിൽ നിന്ന് ഓരോ ചെറിയ കുപ്പി ബിയർ വാങ്ങി മൊത്തിക്കൊണ്ട്, ഒരു മണിക്കൂർ കൂടി അവിടെനിന്ന് സംസാരിച്ചിട്ടാണ് പോന്നത്.

മിത്ര മാർച്ചിൽ നാട്ടിലേയ്ക്ക് തിരിച്ചുപോകാൻ തീരുമാനിച്ചതായി പറഞ്ഞു. ഇപ്പോൾ ഇവിടെ തുടരുന്നതിൽ യാതൊരർത്ഥവും തോന്നുന്നില്ലത്രേ. വേണമെങ്കിൽ കുറെക്കൂടി കാശുണ്ടാക്കാം. പക്ഷേ, ഇപ്പോഴാവശ്യത്തിനു കാശൊക്കെ ഐ. ടി ക്ക് നാട്ടിലും കിട്ടും.

ടൗണിൽ ഒരു ഫ്ളാറ്റ് വാങ്ങാം അവിടെപ്പോയി താമസിച്ച് ജീവിതം തുടരാം. അമ്മയുമച്ഛനും അകലെയല്ലാതെ ഉണ്ടാകും. അവരുടെ സന്തോഷമാണ് അവളുടെ സന്തോഷം. അവരെ വിഷമിപ്പിക്കാൻ വയ്യയിനിയും.. അതിനാൽ അവർ പറയുംപോലെ മറ്റൊരു കല്ല്യാണവും കഴിക്കാൻ തീരുമാനിച്ചു. ആളെ കണ്ടുപിടിക്കുന്ന കാര്യവും അവരെ ഏൽപ്പിച്ചു.

'പറ്റുമോന്ന് നോക്കാം'...

അവർ കണ്ടുപിടിക്കുന്ന ആൾ എങ്ങനെയുള്ള വ്യക്തിയാണെന്ന് എങ്ങനെ മനസ്സിലാക്കാം, എന്നു ചോദിച്ചപ്പോൾ അവളുടെ കണ്ണുകൾ ഉന്മാദത്തിന്റെ ലക്ഷണം കാണിക്കുന്നതായിത്തോന്നിയിരുന്നു.

കാലങ്ങളായി കൺമഷി പുരളാതെ കിടക്കുന്ന നീണ്ട കണ്ണുകൾ...! ഇമ ചിമ്മാതെയാണവൾ മൊഴിഞ്ഞത്... പറ്റുമോന്ന് നോക്കാമെന്ന്.

'മനസ്സിലാക്കാനൊന്നും പറ്റില്ലായിരിക്കാം. കുറച്ചു കാലം കൂടെ ജീവിച്ചു കഴിയുമ്പോൾ മനസ്സിലാകുമായിരിക്കാം കുറച്ചൊക്കെ ഒരു മനുഷ്യനെ... അല്ലെങ്കിൽത്തന്നെ, നമ്മൾ സ്വയം കണ്ടുപിടിക്കുന്നയാളെ നമ്മക്കെത്ര മനസ്സിലാക്കാൻ കഴിയുന്നുണ്ട് ! മനസ്സിലാക്കിയ രൂപമായിക്കൊള്ളണമെന്നില്ല പിന്നീട്...! ഇറ്റ്സ് ആൾ കോംപ്ലികേറ്റഡ് എനിവേ...'

അവളന്ന് പതിവിലും വിപരീതമായി മനോഹരമായി ലിപ്സ്റ്റിക്കിടുകയും ഓവർകോട്ടിന്റെ നിറമുള്ള നീണ്ട കമ്മലുകൾ കാതിൽ തൂക്കുകയും ചെയ്തിരുന്നു.

അവൾ സാധാരണ ഇടാറുള്ള 'സ്വർണ്ണമൊട്ട്' സെക്കന്റ്സ്ററഡായും ഇടാറുള്ള ചെറിയ ഒറ്റക്കൽ, മൂന്നാമതൊരു കമ്മലായും ഇട്ടിരുന്നു.

മിത്ര മൂന്നാമതും കാതുകുത്തിയിട്ടുള്ളതായി ഹിത ഇതുവരെ ശ്രദ്ധിച്ചിരുന്നില്ല.

തേർഡ് സ്റ്റഡ്! മൂന്നു കമ്മലുകൾ...!

ഇയ്യിടെ കുത്തിയതാകാം മൂന്നാമത്തെ ഓട്ട ചെവിയിൽ !

ഇവിടം വിട്ട് നാട്ടിലേക്ക് തിരിച്ചുപോകാൻ തീരുമാനിച്ച ശേഷം കഴിഞ്ഞയാഴ്ചയോ മറ്റോ...

എല്ലാം ഒരു പ്രതികരണമാണെന്ന് അവൾ തന്നെ മുമ്പ് പറഞ്ഞിട്ടുമുണ്ട്.. നാം നമ്മുടെ ശരീരത്തിന്റെ മുകളിൽ കാട്ടിക്കൂട്ടുന്നതും എല്ലാം.. കാതിൽ രണ്ടോ മൂന്നോ നാലോ തുളകളിടുന്നതും മൂക്കിൽ ഓട്ട കുത്തുന്നതും മുടിവെട്ടുന്നതും ഒക്കെ...

എന്തോ ജീവിതത്തിൽ സംഭവിച്ച നേരത്ത്, ആരോടും എവിടെയും പ്രതികരിക്കാൻ പറ്റാത്ത നേരത്ത്, സ്വയത്തോട് അഥവാ സ്വന്തത്തിനുമേൽ ചെയ്യുന്ന പ്രതികരണപ്രവർത്തനങ്ങൾ...!!

ശരിയാണ്.. ഹിതയും അങ്ങനെ തന്നെ...

പാശ്ചാത്യ പെണ്ണുങ്ങളും അങ്ങനെയാണോ? പലരും നാവിലും ചുണ്ടിലും പുരികത്തിലും മാറിടങ്ങളുടെ ഇടുക്കിലും ഒക്കെ സ്റ്റഡുകൾ കുത്തിയിട്ടിരിക്കുന്നത് കാണാം! അല്ലെങ്കിൽ ചെറിയ റിങ്ങുകൾ...! ഇവർക്ക് വേദനയെടുക്കില്ലേ ആവോ...! ചിലർ യോനീദളത്തിലും കുത്തിയിട്ടലങ്കരിക്കുന്നുണ്ടത്രേ!

അലങ്കാരമാക്കാനാണോ അതോ സ്വയത്തോടുള്ള, അല്ലെങ്കിൽ മറ്റുള്ളവരോടുള്ള, എന്തിനോടൊക്കെയോ ഉള്ള പ്രതികരണമാണോ അതു കാണിക്കുന്നത്!

ഇവിടെ ആണുങ്ങളും പലരും ഇങ്ങനെ ചെയ്തു കാണാമെന്നതാണ് പ്രത്യേകത! ഇന്ത്യയിലും ചില ആണുങ്ങൾ കാതു കുത്തുന്നുണ്ട് ഇപ്പോൾ...

പണ്ട് മിക്കവാറും ആണുങ്ങൾ കാതുകുത്തി കമ്മലിടുകയും മുടി നീട്ടുകയുമൊക്കെ ചെയ്തിരുന്നു... പലതും മാറി വന്നു.

എന്താണിതിന്റെയൊക്കെ പൊരുൾ... ഓരോരുത്തർക്കും ഓരോരോ പൊരുൾ ആണോ...

ഇവിടെയിങ്ങനെയാകാം...

കാരണം സമൂഹം എന്തെന്നില്ലാത്ത ഒരു വ്യതിരിക്തതയുടേതാണ്. എന്നാൽ ഇൻഡ്യയിൽ അങ്ങനെയാകാനൊന്നും മനുഷ്യരെക്കൊണ്ടാവില്ല... മനുഷ്യരുടെ ചെയ്തികളുടെ അർത്ഥങ്ങൾ ഗ്രഹിക്കുന്നതിലും കൊടുക്കുന്നതിലും, സ്വാതന്ത്ര്യങ്ങൾ ഗ്രഹിക്കുന്നതിലും കൊടുക്കുന്നതിലും പാശ്ചാത്യവും പൗരസ്ത്യവുമായ രീതിയിൽ വളരെ വ്യത്യസ്തം തന്നെ...

ഇതാണോ സംസ്ക്കാരം...

എങ്കിൽ സംസ്ക്കാരം എന്നൊന്നുണ്ട്.

സംസ്ക്കാരത്തിലുള്ള വ്യത്യാസം ഉണ്ട്..

എന്തു സംസ്ക്കാരം എന്ത് സംസ്ക്കാരം എന്ന് എത്രയോ തവണ താൻ തന്നെ വീട്ടിലുള്ളവരോട് ദേഷ്യപ്പെട്ടിരിക്കുന്നു. അവർ പറയുമായിരുന്നു. ഇതു നമ്മുടെ സംസ്ക്കാരത്തിന് ചേർന്നതല്ല, അതല്ല നമ്മുടെ സംസ്ക്കാരം... എന്നൊക്കെ.

ജാതിപരമായത്... മതപരമായത്.. ജാതിശീലങ്ങളുടെയും മതാനുശാസനങ്ങളുടെയും മുകളിൽ മെനയുന്ന സംസ്ക്കാരചിന്ത! അതാണ് അവർ പറഞ്ഞിരുന്നത്. ഹാ... ഇപ്പോൾ തിരിച്ചറിയുന്നുണ്ട് എന്താണ് സംസ്ക്കാരമെന്ന്...

ക്ലോഡ് ലെവിസ്ട്രോസിനെയും മറ്റും വായിച്ചിട്ടും പഠിച്ചിട്ടും മനസ്സിലാകാത്ത സംസ്ക്കാരം... വിശ്വവിഖ്യാതനായ നരവംശശാസ്ത്രജ്ഞൻ, കേരളത്തിലെ പ്രത്യേക ജാതിപ്രതിഭാസമായ സംബന്ധത്തെക്കുറിച്ചു വരെ പരാമർശിച്ചിട്ടുണ്ട്.

കൾച്ചറൽ ഡിഫറൻസ്..

സംസ്ക്കാരങ്ങളുടെ വ്യത്യാസങ്ങൾ... ഉണ്ട്...

അതുണ്ട്.

അതൊരു പക്ഷേ സാമൂഹ്യനിർമ്മിതിയാണ് എന്നു മനസ്സിലാക്കാം. എന്തായാലും അത് തൂത്തു കളയാനാവാത്ത വിധം വേരുറച്ചിരിക്കുന്ന ഒന്നാണ് എന്നു തോന്നുകയാണ്... സാമൂഹ്യ സാംസ്ക്കാരിക ശീലങ്ങളിലൂടെ നിർമ്മിതമായത്. യഥാർത്ഥമാണെന്നപോലെ മനസ്സുകളിൽ വേരുറയ്ക്കുന്ന പ്രതിഭാസം...

അത് ശീലിച്ചുവന്ന കാര്യങ്ങൾ ലോകം തുടങ്ങിയ കാലം മുതൽ ഉള്ളതാണ് എന്ന മട്ട് മനുഷ്യരിൽ കുടികൊള്ളുമോ...! സംസ്ക്കാരമെന്നത് ഓരോരോ കാലഘട്ടത്തിൽ ഓരോരുത്തരുടെ ആവശ്യത്തിന് ഉണ്ടാക്കിയെടുത്ത ശീലങ്ങളും മാറ്റങ്ങളുമാണെന്നു മനുഷ്യൻ മറക്കുന്നതെന്തു കൊണ്ട്..!

പതിനൊന്ന്

'മറ്റുള്ളവർ നമ്മുടെ ജീവിതത്തെ അലങ്കോലമാക്കിത്തരും ചില പ്പോൾ... ഒരാളെത്ര ശ്രദ്ധിച്ചു ജീവിച്ചാലും...' ഷഹർബാൻ പറഞ്ഞത് ഹിതയ്ക്ക് മനസ്സിലായില്ല.

അവൾ ഇമെയിൽ വീണ്ടും തുടർന്നു വായിച്ചുനോക്കി.

ഷഹർബാൻ ബാംഗ്ലൂരിൽത്തന്നെ ഒറ്റയ്ക്കൊരു വീട് വാടകയ്ക്കെ ടുത്ത് താമസം തുടങ്ങിയിരിയ്ക്കുന്നു. ഇടയ്ക്ക് കൂട്ടിന് അവളുടെ ഒരു പുതിയ സുഹൃത്തായ സ്മൃതിയും വരുമത്രേ. അവിടെ നിയമബിരുദ ത്തിന് പഠിക്കുന്ന ഒരു വിദ്യാർത്ഥിനി.

ചരൺ ഇപ്പോഴും അവർ ഒരുമിച്ചു താമസിച്ചിരുന്ന വീട്ടിൽത്തന്നെ, മൂന്നു പുരുഷസുഹൃത്തുക്കളുമായി താമസിക്കുന്നു. ഈ സുഹൃത്തു ക്കളെ അവൾക്കു മുൻപും അറിയാം.

അതിൽ രണ്ടു പേര് തമ്മിൽ വലിയ അടുപ്പമാണെന്നും ഒരുപക്ഷെ അവർ ഗെയ്മെൻ എന്നിയ്യിടെയായി കേൾക്കുന്ന വിഭാഗത്തിലുള്ളവരാ കാം എന്നും അവൾക്കു ഇയ്യിടെയായി തോന്നിയിട്ടുണ്ട്. സംഗമ എന്ന പേരിൽ ബാംഗളൂരിൽ നടത്തുന്ന ഒരു നോൺ ഗവണ്മെന്റല് ഓർഗനൈ സേഷനിൽ അവർ ഒരു പ്രോഗ്രാമിന് പോയി എന്ന് ഇടയ്ക്കു പറഞ്ഞി രുന്നു. അതെന്താണെന്നു അവൾ ചരണിനോട് ചോദിച്ചുവെങ്കിലും അവൻ അറിയില്ല എന്ന് പറഞ്ഞു. സുഹൃത്തുക്കൾ ആണ് അവൾക്കു വിശദീകരിച്ചു കൊടുത്തത്, ഇതര ലിംഗ വ്യക്തികൾക്കായുള്ള സംഘ ടനയാണെന്ന്. അങ്ങനെയൊക്കെ ഉള്ളത് എത്ര നന്നായി എന്നാണന്ന വൾ കരുതിയത്. കേരളത്തിൽ കുണ്ടന്മാരുടെ കരച്ചിലുകൾ ഉള്ളതായി അവൾക്കറിയാം. ചൂഷണത്തിന്റെ രീതിയിലല്ലാതെ സ്വവർഗ്ഗരതി സാധ്യ മാകുമെങ്കിൽ നല്ലതാകുമെന്നു അവൾ കരുതിയിരുന്നു.

ആ വിശാലമായ വീട് അവൻ വാങ്ങിച്ചതാണ്. അവർ കല്ല്യാണം കഴിച്ചപ്പോൾത്തന്നെയാണ് അത് വാങ്ങിച്ചത്. ജീവിതാരംഭം അവിടെ യാണ് മനോഹരമായിത്തുടങ്ങിയത്.

പക്ഷേ, ജീവിതത്തിന്റെ സാധ്യതയില്ലായ്മ അവൾക്ക് ബോധ്യപ്പെ ട്ടത് കുറച്ചു മാസങ്ങളുടെ അനുഭവങ്ങളിലൂടെയാണ്. ആദ്യമൊക്കെ ഒന്നും സാരമില്ല എന്നപോലെ ജീവിക്കാൻ അവൾക്ക് കഴിയുമായിരു

ന്നു. പിന്നെ പിന്നെ എല്ലാം ഒരു പ്രശ്നമായിത്തോന്നി.

കേരളത്തിൽ ജനിച്ചു വളർന്ന സാധാരണ പെൺകുട്ടികളെപ്പോലെ വിവാഹജീവിതത്തെക്കുറിച്ചും ലൈംഗികതയെക്കുറിച്ചുമൊക്കെ ഒരു ജ്ഞാനവുമില്ലാത്ത, ആശയങ്ങളില്ലാത്ത ആളായിരുന്നില്ല ഷഹർബാൻ. സ്മൃതിയും അങ്ങനെയായിരുന്നില്ല എന്നതിനാൽ അവർക്ക് കുറെ കാര്യങ്ങൾ പരസ്പരം പങ്ക് വയ്ക്കുവാനും ചർച്ചചെയ്തു കൂടുതൽ വ്യക്തത വരുത്തുവാനും സാധിക്കുമായിരുന്നു.

ഈ സൗഹൃദത്തെ ചരൺ അങ്ങേയറ്റം വെറുത്തു. അവൾ എന്താണ് എപ്പോഴും ജീൻസും ഷർട്ടും മാത്രമിടുന്നത് എന്താണ് മുടി ക്രോപ്പ് ചെയ്തിരിക്കുന്നത് എന്നൊക്കെയായിരുന്നു അവൻ ചോദിച്ചിരുന്നത്. സ്ത്രീകൾ അങ്ങിനെയാണെങ്കിൽ അവർ ലെസ്ബിയനായിരിക്കുമെന്നു അവൻ കരുതിക്കാണുമോ.

അവളിവിടെ ഇടയ്ക്കിടെ വന്നുപോകുന്നത് എന്തിനാണ് എന്ന് ആവലാതിയുടെ സ്വരത്തിൽ അവൻ പറയുന്നുണ്ടായിരുന്നു. എല്ലാ കാര്യത്തിലും അവന് ആവലാതിയാണ്. എന്നാൽ അവന് തന്നോടൊത്തുള്ള ജീവിതത്തിൽ ശാരീരികബന്ധം അടക്കം ഒരു കാര്യത്തിലും വലിയ താൽപര്യവുമില്ല എന്നത് ഷഹർബാന് പിന്നെ മനസ്സിലായി.

കല്ല്യാണം കഴിച്ച് കൂടെത്താമസമാക്കിയ ദിവസം അവൻ ബീയറും മോന്തിക്കൊണ്ട് രാത്രി മുഴുവൻ ക്രിക്കറ്റ് കണ്ടുകൊണ്ടിരുന്നു; ക്രിക്കറ്റിൽ വലിയ താൽപര്യമില്ലായിരുന്നിട്ടും.!

പ്രേമിച്ചു നടക്കുമ്പോൾ എന്തും അവളുടെ ഇഷ്ടത്തിന് വിട്ടുകൊടുക്കുമായിരുന്നു അവൻ.

ഏതു റെസ്റ്റോറന്റിൽ പോകണം, ഏതു സിനിമയ്ക്ക് പോകണം, എന്തെല്ലാം ഷോപ്പിംഗ് ചെയ്യണം... പിന്നെ, കല്ല്യാണം ആഘോഷമായി കഴിക്കണോ വേണ്ടയോ- എല്ലാം ഷഹർബാന്റെ ഇഷ്ടം.

അവൻ എന്തിനും തയ്യാർ എന്നു പറഞ്ഞുകൊണ്ട് കൂടെ നടന്നു.

പലപ്പോഴും അവർ ഒന്നുകിൽ അവളുടെ ഫ്ളാറ്റിലോ അല്ലെങ്കിൽ അവന്റെ ഫ്ളാറ്റിലോ രാത്രി വൈകുവോളം പബ്ബിലോ മറ്റോ ചെലവഴിച്ച് ഒരുമിച്ച് പോയി കിടന്നുറങ്ങും. പരസ്പരം കെട്ടിപ്പിടിച്ചു കിടക്കും എന്നതിൽ കവിഞ്ഞ് ചുംബിക്കുകപോലും ചെയ്തിട്ടില്ല അപ്പോഴൊന്നും.

ഇതേക്കുറിച്ചൊന്നും അവർ പരസ്പരം സംസാരിച്ചിരുന്നതേയില്ല.

പ്രേമിക്കുമ്പോൾ പരസ്പരം ഒരുമിച്ചു നടക്കുകയാണെന്നുള്ളതു തന്നെ നിർവൃതിയാണല്ലോ കേരളീയർക്ക്.

എപ്പോഴും കൂടെ നടക്കുകയും, കാപ്പിയും ഊണും നേരമ്പോക്കു

കളും എല്ലാം ഒരുമിച്ചു ചെയ്യുകയും ചെയ്തു. പലപ്പോഴും ഒരുമിച്ചു കിടന്നുറങ്ങി. ചാരിത്ര്യവിചാരം കൊണ്ടോ സന്മാർഗ്ഗബോധം കൊണ്ടോ അല്ലെങ്കിലും ഒന്നും സംഭവിക്കാതെ ആലിംഗനബദ്ധരായി ഉറങ്ങിയിട്ടുണ്ട് പല രാവുകളിലും.

ലൈംഗികബന്ധത്തിലേർപ്പെടുന്നതോ, പ്രേമത്തെക്കുറിച്ചോ ജീവിതത്തെക്കുറിച്ചോ പറയുകയോ ചർച്ച ചെയ്യുകയോ ചെയ്യുന്നതും പ്ലാനിങ്ങ് നടത്തുന്നതുമൊക്കെയൊ, അർത്ഥപൂർണ്ണമായിക്കൊള്ളണമെന്നില്ല. അത് ഷഹർബാന് ബോധ്യപ്പെട്ടിട്ടുള്ളതാണ്. അതിനൊക്കെ താത്പര്യമുള്ള, മിടുക്കു കാണിച്ചയാളെ കോളേജിൽ വെച്ചുതന്നെ കണ്ടതാണല്ലോ... അവന്റെ അല്പത്തരം എത്രമാത്രം എന്നത് ബോധ്യപ്പെട്ടിട്ടുള്ളതാണ്. !!

മീശവച്ച ഭീരുത്വം എങ്ങനെയാണെന്നുള്ളതും എം. ടെക് കഴിഞ്ഞതും ബോധ്യമായതാണ്.

ഷഹർബാൻ തിരുവനന്തപുരം വിട്ട് ബാംഗ്ലൂരിൽ ജോലിക്ക് എത്തിയതോടെ സമാധാനമായി. പലതരം കേരളീയ പുരുഷകേസരികളിൽ നിന്ന് വിട്ടുനിൽക്കുന്നതവൾക്കാശ്വാസമായിത്തോന്നിയിരുന്നു.

പിന്നീടുള്ള മൂന്നാലുവർഷം മൂന്നാലുതരം ഭാഷക്കാരുമായി ആവോളം കൂട്ടുകൂടി. കേരളത്തിലില്ലാത്ത പ്രതിഭാസമായിട്ടുള്ള പബ്ബ് എന്ന ബിയർ സൽക്കാരകേന്ദ്രം കണ്ടു. രാത്രിയിലുള്ള നടത്തം ആവോളം ആസ്വദിച്ചു. സ്വാതന്ത്ര്യത്തിന്റെയും പ്രേമത്തിന്റെയും കൂടിയുള്ള പൊരുൾ മനസ്സിലായി.

പിന്നെ ചരണുമായി അടുത്തു.

പക്ഷെ, ചരണിന്റെ മിനുസമുള്ള കവിളുകളിൽ കവിൾ ചേർത്ത് ശാന്തമായി ഉറങ്ങിയിരുന്ന നാളുകളും പിന്നെപിന്നെ അവളിൽ അസ്വസ്ഥത ജനിപ്പിച്ചു തുടങ്ങി. അപ്പോഴാണ് അവൻ വിവാഹത്തെക്കുറിച്ച് സംസാരിച്ചത്.

അവളും അതുതന്നെയായിരുന്നു ആലോചിച്ചിരുന്നത്. പക്ഷേ, ഇൻഡ്യൻ പുരുഷന്മാർക്ക് ഒരു പെണ്ണ് അങ്ങോട്ട്, പ്രേമിക്കുന്നു വിവാഹം കഴിക്കാമെന്നൊക്കെ പറയുന്നത് ഇഷ്ടമാവില്ല എന്നു കരുതി അവൾ ഒന്നും പറയാതെ നടക്കുകയായിരുന്നു. അവൻ തന്നെ ആദ്യം പറയട്ടെ എന്നു കരുതിക്കൊണ്ട്.

ഹിന്ദി സിനിമകളിൽ ക്ലീൻഷേവായിട്ടുള്ള കാമുകന്മാർ പെണ്ണുങ്ങളുടെ പിന്നാലെ നടന്നു പ്രേമം സാധിച്ചെടുക്കുന്ന മട്ടാണ് മിക്കവാറും കാണിച്ചു തന്നിട്ടുള്ളത്. കേരളത്തിൽ, മാത്രമല്ല ഇന്ത്യയിലൊക്കെയും

ഇതു തന്നെയാണ് പ്രേമത്തിന്റെ പൊതുവായ രീതിയായി അംഗീകരിക്കപ്പെട്ടിട്ടുള്ളത്.

എങ്കിലും ചരൺ കല്ല്യാണം കഴിക്കാൻ തീരുമാനിച്ചത് അജണ്ടയോടെയാണ്. ഷഹർബാന് പിന്നീടതു ബോധ്യമായി.

വീട്ടിൽ നിന്നുവന്ന കല്ല്യാണാലോചനകൾ മുടക്കാൻ മതനിരപേക്ഷവിവാഹം ചെയ്യൽ തന്നെയാണ് നല്ലതു എന്നവൻ കരുതിക്കാണും. വീട്ടുകാരുടെ സമ്മതമില്ലാതെ നടത്തുന്നതുതന്നെയാണ് നല്ലത് എന്ന് കരുതി തന്നെയായിരിക്കണം അവൻ തീരുമാനിച്ചത്.

എന്തിനാണവൻ കല്ല്യാണം രജിസ്റ്റർ ചെയ്തു ഒരുമിച്ചൊരു ഫ്ളാറ്റിൽ താമസമാക്കിയതുമുതൽ തന്റെ സ്ത്രീസൗഹൃദങ്ങളെ വെറുത്തു തുടങ്ങിയത്. സാധാരണയായി ഭർത്താക്കന്മാർ ഭാര്യമാരുടെ പുരുഷസൗഹൃദങ്ങളെയാണ് സംശയിക്കുക. ഇവൻ ഭാര്യയുടെ സ്ത്രീസൗഹൃദങ്ങളെയൊക്കെയാണ് സംശയിക്കുന്നത്!! അതു പറഞ്ഞ് പിണങ്ങിയിരിക്കുകയും ചെയ്യും!

സ്വന്തം ലൈംഗികതയുടെ പ്രശ്നങ്ങൾ വെളിപ്പെടുത്താതിരിക്കാൻ എന്തിനാണ് ചരൺ ഇത്രയും ഒളിച്ചുകളികൾ നടത്തിയത്! എന്തായിരുന്നാലും അവന് തുറന്ന് സംസാരിക്കാമായിരുന്നു.

അവൻ സ്വയം മാറ്റിയെടുക്കാൻ ശ്രമിച്ചതായിരുന്നോ, ഒരു വിവാഹത്തിലൂടെ?

അതോ ആസൂത്രണം ചെയ്ത വെറും കളിയോ?! സ്വന്തം വീട്ടുകാരിൽ നിന്ന് അകലാൻ വേണ്ടിയും സ്വന്തം ഐഡന്റിറ്റി വെളിപ്പെടുത്താതിരിക്കാൻ വേണ്ടിയും ഒരു ഇന്ത്യക്കാരനു ചെയ്യേണ്ടിവരുന്ന ഒളിച്ചുകളി!

ഒരു മുസ്ലിം സ്ത്രീയെ വിവാഹം കഴിക്കുന്നു എന്നത് അവന്റെ കുടുംബത്തിന് അംഗീകരിക്കാനാവില്ല എന്നവൻ മനസ്സിലാക്കി. അത് തന്നെയാണ് അവന്റെ ആവശ്യവും. ഒരു സ്വവർഗ്ഗ വിവാഹത്തെക്കാളും ഭേദമാണല്ലോ മുസ്ലീം സ്ത്രീയായി വിവാഹം കഴിക്കുന്നതിന്റെ പേരിൽ വെറുക്കപ്പെടുക എന്നത് എന്നവൻ കരുതി.

എന്താണ് ഇതിന്റെയൊക്കെ രാഷ്ട്രീയം. ഇങ്ങനെ സാമൂഹ്യ ബോധത്തിന്റെ അളിഞ്ഞ പടുകുഴിയിൽ വീണ വികാരാധീനന്മാർ ചെയ്യുന്ന ഇത്തരം പ്രശ്നങ്ങളെ നാം എങ്ങനെ കാണണം.

വീട്ടുകാർ അവനെ പുറം തള്ളണം എന്ന ആവശ്യത്തിന് അവൻ ഇങ്ങനെ ചെയ്യാമോ..

എന്നാലും ക്ഷമിക്കണം എന്നവൾ കരുതി. കാരണം അവനെ സംബ

ന്ധിച്ചും സ്വന്തം ലൈംഗികത തിരിച്ചറിയാനും അതുറപ്പിക്കാനും മാന്യമായി ഉൾക്കൊള്ളാനും സമൂഹത്തിൽ തുറന്നുപറയാനുമൊക്കെ ബുദ്ധിമുട്ടുണ്ടാകുക സ്വാഭാവികമല്ലേ. ഈ സാമൂഹ്യ സാംസ്ക്കാരിക സാഹചര്യത്തിൽ ജനിച്ചു വളർന്ന ആൾ എന്ന നിലക്ക് അതവനും ബുദ്ധിമുട്ടായിക്കാണും...

വികാര വിചാരങ്ങൾ ഒന്നും അത്ര വ്യക്തമല്ല...

അവന് ആത്മനിന്ദ ഉണ്ടായിരുന്നു.

ഷഹർബാന്റെ ഇമെയിൽ സന്ദേശം അങ്ങനെയാണ് അവസാനിച്ചത്.

പന്ത്രണ്ട്

ഓവനിൽ വേവാൻ വച്ചിരുന്ന അരി എപ്പോഴോ വെന്തിരിക്കുന്നു. അത് തനിയെ പ്രവർത്തനം നിർത്തുകയും ചെയ്തിരിക്കുന്നു.

ഹിത കംപ്യൂട്ടറിനുമുന്നിൽ നിന്നെഴുന്നേറ്റ് ചെന്ന് ഓവൻ തുറന്നു നോക്കി. വെള്ള നിറത്തിലുള്ള നനുത്ത അരി, വെന്തു എന്നപോലെ, 'ഇപ്പോൾ ഞങ്ങൾ ചോറായിമാറിക്കഴിഞ്ഞു'വെന്ന നാട്യത്തിൽ കിടക്കുന്നു.

ഇതുണ്ണാൻ അവൾക്ക് തീരെയിഷ്ടമില്ല. ചോറെന്ന പേരിൽ മറ്റെന്തെങ്കിലും ഉണ്ണാൻ കിട്ടാത്തതുകൊണ്ട് ഇതുണ്ണുന്നു എന്നുമാത്രം. ഇതിന്റെ സ്വാദ് മാത്രമല്ല വിലയോർത്താലും ഉണ്ണാൻ തോന്നില്ല.

ഓ... എന്നാലും പോട്ടെ. തനിക്കിഷ്ടംപോലെ ചിലവാക്കാനുള്ള കാശ് ഫെലോഷിപ്പിലൂടെ കിട്ടുന്നുണ്ടല്ലോ. മറ്റാർക്കും വേണ്ടി ചെലവഴിക്കാനില്ല. ആർക്കും അയച്ചു കൊടുക്കുകയും വേണ്ട.

ബാധ്യതകളില്ലാത്ത ജീവിതത്തിന്റെ സുഖം!

പക്ഷേ ഒരു ഊണിനുള്ള ഇവിടുത്തെ പൈസ ഉണ്ടായിരുന്നെങ്കിൽ ഇൻഡ്യയിൽ ഉണ്ണാനില്ലാത്ത അഞ്ചാൾക്കെങ്കിലും ഒരു ദിവസത്തെ അരി വാങ്ങാമായിരുന്നു.

എന്തു കഷ്ടം...!

സുഖങ്ങളും മനുഷ്യരെ അസ്വസ്ഥരാക്കും.

അസ്വസ്ഥത എന്നത് ഇങ്ങനെ ഒരു ശീലമായാൽ പറ്റില്ല എന്ന് ഹിത തീരുമാനിക്കാൻ ശ്രമിച്ചു. എന്തിനാണ് താൻ ഇത്രയും കാലം ഇങ്ങനെയൊക്കെ ജീവച്ചത്.

ഇങ്ങനെയൊക്കെയുള്ള സാമൂഹ്യ ചിന്തകളും നിലപാടുകളും കൊണ്ട് എന്തുണ്ടായി...?! എന്ത് നേടി എന്നു ചിന്തിക്കുന്നില്ല. ഒന്നും നേടാൻ വേണ്ടിയായിരുന്നില്ല ഇത്രയും കാലം കാട്ടിക്കൂട്ടിയതൊക്കെ. അതിനാലാണ് എന്തുണ്ടായി ഇത്രകാലത്തെ ജീവിതംകൊണ്ട് എന്ന് ചിന്തിക്കാൻ ശ്രമിച്ചത്.

എന്തെല്ലാമൊക്കെയോ ഉണ്ടായി ജീവിതത്തിൽ എന്നല്ലാതെ എന്തെങ്കിലും ഒരു വ്യക്തതയും കിട്ടിയില്ല.

കേരളത്തിലെ സ്ത്രീകൾക്ക്, ഇൻഡ്യയിലെ സ്ത്രീകൾക്ക്, തുല്യ

മാന്യതയുള്ള ജീവിതം ഉണ്ടാകണമെന്ന് കരുതി എന്തെല്ലാമോ ചെയ്യാൻ ശ്രമിച്ചവരുടെ കൂട്ടത്തിൽ കൂടാൻ ശ്രമിച്ചു. നാലഞ്ചു കൊല്ലം കൊണ്ട് ഒന്നും നടക്കുന്നില്ല എന്നു തോന്നി. എന്തെല്ലാമോ ചിലത് നടന്നു. ഒന്നിന്റെയും തുടർച്ച അനുഭവപ്പെട്ടില്ല അഥവാ ചെയ്യാൻ കഴിഞ്ഞില്ല.

കൂട്ടത്തിലുള്ളവരൊക്കെ അവരുടെ ജീവിതങ്ങൾ പരുവപ്പെടുത്തിക്കഴിഞ്ഞിരിക്കുന്നു. ഒരു കുട്ടിയെയെങ്കിലുമുണ്ടാക്കി ഒരു ഭർത്താവിനെയും കൂട്ടി ജീവിക്കാത്ത ഒരു സ്ത്രീയും തന്നെ കേരളത്തിൽ ഗുണംപിടിക്കില്ല എന്ന് അവരുടെ ജീവിതം പറഞ്ഞു തരുന്നുണ്ട്! അതുംകൂടി ചേർത്തു വായിച്ചാണ് ഹിത ലോകത്തിന്റെ മറ്റൊരു ഭാഗത്തേക്ക് ജീവിക്കാൻ പോയത്.

ഗവേഷണം അക്കാദമികം മാത്രമല്ല ജീവിതം കൂടിയാണ്. ജോലി ജീവിതമാണെന്ന് പറയുന്നതുപോലെ.. ഇതത്ര എളുപ്പം ആളുകൾ സമ്മതിക്കുമോ എന്നറിയില്ല.

പഠനം തന്നെയാണ് ജീവിതം...

ജീവിതം തന്നെയാണ് പഠനം, എന്നു തിരിച്ചുപറഞ്ഞാൽ തർക്കശാസ്ത്ര പരിധിയിൽ ശരിയാകില്ലെങ്കിലും, അതും ശരിതന്നെ.

ഫ്രീസറിൽ നിന്നും മിക്സഡ് വെജിറ്റബിൾസിന്റെ ഒരു പായ്ക്കറ്റെടുത്ത് തുറന്ന്, പാത്രത്തിലിട്ട് ചൂടാക്കി ഉപ്പും മുളകും മഞ്ഞപ്പൊടിയും കറിമസാലയും ചേർത്ത് കുറച്ച് സൂര്യകാന്തി എണ്ണയുമൊഴിച്ച് പാത്രത്തിൽ കരണ്ടിയിട്ട് ഇളക്കിക്കൊണ്ടിരുന്നു.

ഇൻഡ്യൻ കറിപ്പൊടികൾ വാങ്ങാൻ സാധിച്ചത് മിത്രയെ കണ്ടശേഷമായിരുന്നു. അവളാണ് ഏഷ്യൻ കട കാണിച്ചു തന്നത്. അതുവരെ മാസങ്ങളായി സ്പഗറ്റിയും പാസ്തയും മാത്രമാണ് കഴിച്ചത്. പച്ചക്കറികൾ മുറിച്ചു വേവിച്ചു തയ്യാറാക്കിയത് കടകളിലെ ഫ്രീസറിൽ ഉണ്ട്. അതുവാങ്ങി ഉപ്പിലിട്ടു കൂട്ടിത്തിന്നുകയല്ലാതെ വേറെ വഴിയില്ലായിരുന്നു അതുവരെ.

യൂണിവേഴ്സിറ്റിയിൽ ഒന്നുരണ്ട് ഇൻഡ്യക്കാരെ കണ്ടിരുന്നു. സാധാരണമോ ഉപരിപ്ലവമോ ആയ ഒരു കുശലാന്വേഷണത്തിനപ്പുറം ആരും വലിയ വർത്തമാനത്തിന് താൽപര്യം കാണിച്ചിരുന്നില്ല.

നാട്, നാട്ടുകാർ... എന്ന വാക്കുകൾക്കൊക്കെ അർത്ഥമുണ്ടെന്ന് മിത്രയെ കണ്ടുമുട്ടിയപ്പോഴാണ് അവൾക്കു മനസ്സിലായത്.

എനിക്കൊരു നാടുണ്ട്, അതെന്റെ നാടാണ് എന്നൊക്കെ തിരിച്ചറിയാൻ ഒരാൾക്ക് അതു വിട്ടുപോകേണ്ടി വരിക...!

അത്ഭുതം തന്നെ.

ഹിത സ്വയം അസ്ഡാളിച്ചിരുന്നു.

ചോറും വെജിറ്റബിൾ കറിയും കൂടി കഴിച്ചുകൊണ്ടിരിക്കെ വീണ്ടും ഷഹർബാന്റെ ഈമെയിലിൽ കണ്ണുഴറിക്കൊണ്ടിരുന്നു. സ്ക്രീൻ സേവർ പോലും അതു മറച്ചിട്ടില്ല ഇപ്പോഴും!

അതോ പ്ലെയിറ്റുംകൊണ്ട് വന്നിരുന്നപ്പോൾ കീബോർഡ് അറിയാതെ തൊട്ടിരുന്നുവോ... വ്യക്തമായി ഓർക്കുന്നില്ല.

ഷഹർബാന് എന്തു മറുപടി എഴുതണം...!

ഒന്നും മനസ്സിലാവുന്നില്ല... അവൾക്ക് അല്ലെങ്കിൽത്തന്നെ ആരുമി ല്ലാത്ത മട്ടാണ്.

അച്ഛനും അമ്മയും ഗൾഫിലായിരുന്ന കാലത്ത് സ്കൂളിൽ പഠിക്കു മ്പോൾ വല്യുമ്മയുടെയും വല്യുപ്പയുടെയും കൂടെയാണവൾ കഴിഞ്ഞത്.

തങ്ങള് മാഷ്ക്ക് തലശ്ശേരിയിൽ ചെരുപ്പുകടയുണ്ട്. റിട്ടയറായ ശേഷം കട നടത്തുന്നതിൽത്തന്നെയായിരുന്നു ശ്രദ്ധമുഴുവൻ. കാശ് മോഹിച്ചി ട്ടല്ല. അവിടെച്ചെന്ന് പത്രമാസികകൾ വായിച്ചിരിക്കുന്നതിന് വേണ്ടിയാ ണ്. വീട്ടിലാണെങ്കിൽ രണ്ട് ആൺമക്കളുടെ ഭാര്യമാരും കുട്ടികളും.

മൂത്തവൻ മാത്രമേ ഭാര്യയെ കൂട്ടിക്കൊണ്ട് പോയിട്ടുള്ളു ഗൾഫി ലേക്ക്. പക്ഷേ അവൻ മകളെ ഇവിടെ നിർത്തി. എന്നാലേ അവർക്ക് രണ്ടുപേർക്കും ജോലിക്ക് പോകാൻ പറ്റൂ എന്നാണ് പറഞ്ഞത്. പഠിത്ത ത്തിൽ മിടുക്ക് കാണിക്കാതിരുന്ന മറ്റ് രണ്ട് ആൺകുട്ടികളും ഗൾഫിൽ പോയി നാല് കാശുണ്ടാക്കി. രണ്ട് പെങ്ങന്മാരെയും അൻപത് പവൻ കൊടുത്ത് കെട്ടിച്ചു. ചെരുപ്പ് കട വളരെ വിപുലമാക്കി, രണ്ട് ചെക്ക ന്മാരെ നിർത്തി, കട നടത്തുവാൻ.

തങ്ങളുമാഷ് സ്ക്കൂളിലെ കണക്കുപഠിപ്പിക്കൽ നിർത്തിയിട്ടും കണക്കു വിടാൻ വയ്യ എന്നപോലെ കടയിലെ കണക്കെഴുത്തിലേക്ക് അമർന്നിരിക്കാൻ തുടങ്ങി. കാശിനു തീരെ ക്ഷാമമില്ലാതായി എന്നല്ല കാശു കുമിഞ്ഞുകൂടി എന്നുവേണം പറയാൻ.

വർഷത്തിലൊരിക്കലാണ് ഷഹർബാന്റെ ഉമ്മയും ഉപ്പയും രണ്ടാഴ്ച ത്തേക്ക് വരിക. അവൾക്കതിൽ വലിയ സന്തോഷമൊന്നും തോന്നാ റില്ല.

പ്രീഡിഗ്രിക്ക് പഠിച്ചിരുന്ന സമയത്ത് അവൾ പറഞ്ഞു, ഹോസ്റ്റലിൽ നിൽക്കണമെന്ന്. വീട്ടിലെ തിരക്കും ബഹളവും കാരണം പഠിക്കാൻ പറ്റുന്നില്ലെന്നും.

ഉപ്പയും ഉമ്മയും ഒരെതിരും പറഞ്ഞില്ല. അവൾ പറഞ്ഞ കാര്യം ശരി യാകാമെന്ന് അവർക്കുമറിയാം. അനുജന്മാരുടെ ഭാര്യമാർ രണ്ടുപേർ,

അവരുടെ കുട്ടികൾ ഒൻപതുപേർ... പത്തു വയസ്സിനു താഴെ പല പ്രായത്തിലുള്ള ഒൻപതു കുട്ടികൾ!

വല്യ പഠിപ്പൊന്നുമില്ലെങ്കിലും ഉപ്പയ്ക്കതു മനസ്സിലായി.

അയാൾ മകളെ ഹോസ്റ്റലിൽ നിർത്തി. അവളുടെ പേരിൽ ഒരു ബാങ്ക് അക്കൗണ്ട് തുറന്നുകൊടുത്തു. അതിലേക്ക് ആവശ്യത്തിലധികം പൈസയും അയച്ചുകൊടുത്തു.

പാലക്കാട് എഞ്ചിനീയറിങ്ങ് കോളേജിൽ അവൾ ആഘോഷമായിട്ടാണ് ജീവിച്ചത്. ഒരേ ക്ലാസ്സിൽ പഠിച്ചിരുന്നതും മെൻസ് ഹോസ്റ്റലിൽ താമസിച്ചിരുന്നതുമായ പ്രത്യുഷുമായി പ്രണയത്തിലായത് കുറെ അധികച്ചെലവുകൾ വരുത്തിവെച്ചു.

തൃശ്ശൂരിലെ ഒരു ഉൾനാടൻ ഗ്രാമവാസിയായ പ്രത്യുഷിന്റെ കുടുംബ പശ്ചാത്തലം സാമ്പത്തികമായി മോശമായിരുന്നു. അവന്റെ ഹോസ്റ്റൽ ഫീസ് പലപ്പോഴും കൊടുത്തത് ഷഹർബാനായിരുന്നു. അവന്റെ സ്നേഹവും കരുതലും സദാ സമയവും കൂടെയുണ്ടാകുമെന്ന സാധ്യതയും അവളെ വളരെ സന്തോഷിപ്പിച്ചിരുന്നു. അവൾക്ക് അത് ആവശ്യമായിത്തോന്നിയത്, അവൾ അങ്ങനെയില്ലാത്ത സാഹചര്യത്തിൽ വളർന്നതുകൊണ്ടായിരിക്കാം.

തങ്ങളുമാഷ് കൊച്ചുമകളെ അങ്ങേയറ്റം ശ്രദ്ധിക്കാൻ ശ്രമിക്കാറുണ്ട്. പക്ഷേ അവൾ വല്യുപ്പയോട് പലപ്പോഴും വഴക്കടിക്കും. വല്യുമ്മയും കുഞ്ഞുമ്മമാരും അവൾ വലുതായിട്ടും വീട്ടുപണിയൊന്നും ചെയ്യുന്നില്ല എന്നു പറഞ്ഞലട്ടുന്നതിന്റെ ദേഷ്യം അവൾ വല്യുപ്പയോടാണ് കാണിക്കാറ്.

ഇത്തരം സൊല്ലയൊന്നുമില്ലാതെ സ്വസ്ഥമായ സ്നേഹത്തിൽ പ്രത്യുഷുമായി നടക്കാൻ പറ്റുന്നുണ്ട് എഞ്ചിനീയറിങ്ങിന് ചേർന്നതുമുതൽ...

നാലുവർഷത്തോളം അവർ എല്ലാ ഒഴിവുദിവസങ്ങളും, പകൽ മുഴുവൻ മലമ്പുഴ ഡാമിൽ പോയിരിക്കും. വലിയ വർത്തമാനങ്ങളിലല്ല അവരുടെ ശ്രദ്ധ. മുഖത്തോടു മുഖമുരുമ്മി മെയ്യോടു മെയ്യുരുമ്മി അവർ കെട്ടിക്കിടക്കുന്ന ജലാശയത്തിനുമുന്നിൽ ഒഴുകുകയായിരുന്നു.

അങ്ങനെയൊരു ദിവസമായിരുന്നു ഹിത ഷഹർബാനെ കണ്ടുമുട്ടിയത്. അവളും വൃന്ദയും കൂടി ഒരു സുഹൃത്തിനെ സന്ദർശിക്കാൻ മലമ്പുഴയിലെത്തിയതായിരുന്നു. വൃന്ദയുടെ കൂടെ സ്കൂളിൽ പഠിച്ച ഒരു കൂട്ടുകാരിയാണ്. അവളുടെ വിവാഹത്തിന് ക്ഷണിച്ചിരുന്നു. വൈകി വന്ന വിവാഹം ആണ്. അതിനാൽ അവളെ പോയ്ക്കാണണം എന്ന് ക്ഷണ

ക്കത്തു വന്നപ്പോൾത്തന്നെ തോന്നിയതാണ്. വിവാഹച്ചടങ്ങിന് പോകാൻ താല്പര്യമില്ല. എങ്കിലും കുറെ വർഷങ്ങൾ കാത്തിരുന്ന ശേഷം നടക്കുന്ന ഒരു പ്രേമവിവാഹമാണ് അതെന്നു വൃന്ദ പറഞ്ഞപ്പോൾ കൂട്ടിന്നുവരണമെന്നുപറഞ്ഞപ്പോൾ ഹിതയും കൂടെച്ചെന്നു. അതീവ സുന്ദരിയായ കൂട്ടുകാരി വിവാഹച്ചമയങ്ങളൊന്നുമില്ലാതെ നിൽക്കുന്നത് കണ്ടത് നന്നായി എന്ന് ഹിത വൃന്ദയോട് പറഞ്ഞു. അവർ സ്കൂളിൽ മുതലുള്ള പ്രേമമാണെന്നും ഇത്രയും വർഷങ്ങൾ അവൾ കാത്തിരുന്നത് അവനു ജോലികിട്ടാനാണെന്നും, മാത്രമല്ല വീട്ടുകാർ സമ്മതിച്ചു നൂറു പവൻ തന്നു കല്യാണം നടത്തിയാലേ പറ്റൂ എന്നും കൂടി ശാഠ്യം പിടിച്ചാണ്, അവൾ കാത്തിരുന്നത് കുറച്ചു വർഷങ്ങൾ കൂടിയായത്രെ. അത് വിചിത്രം തന്നെ എന്ന് തോന്നി ഹിതയ്ക്ക്.

എങ്കിലും തിരിച്ചുപോന്നു. ഡാമിലൂടെ നടക്കുമ്പോൾ അവൾ വൃന്ദയോടു പറഞ്ഞു, ‘ഒരു തരത്തിൽ അതും നന്നായി. പ്രേമിച്ചാൽ മകളെ വെറുതെയങ്ങു വീടിനുപുറത്താക്കി ജീവിച്ചു പോകുന്ന തരം മാതാപിതാക്കളോട് ഇങ്ങനെ ചെയ്യേണ്ടതാണ്. പക്ഷെ ചില മാതാപിതാക്കൾ, എന്നാലെന്റെ മോള് കല്യാണം കഴിക്കണ്ട ഇവിടെനിന്നോ എന്നും പറഞ്ഞേക്കും. വിചിത്രമായ ഏർപ്പാടുതന്നെ ഈ കുടുംബ സംവിധാനം...’

ശേഷം കുറച്ചുനേരം പൂന്തോട്ടത്തിലൂടെയൊന്നു നടന്നിട്ടു പോകാമെന്നു കരുതിയതാണ്. കുറ്റിച്ചെടികൾ നില്ക്കുന്ന ഭാഗത്തു നിന്ന് പെട്ടെന്നാണ് ഒരു കരച്ചിൽ കേട്ടത്. അവർ ഓടിച്ചെന്ന് നോക്കിയപ്പോൾ ചെടികളുടെ അപ്പുറത്തുള്ള കൂറ്റൻ യക്ഷിയുടെ മറവിൽ നിന്നായിരുന്നു ശബ്ദം എന്നുമനസ്സിലായി. ശബ്ദം കേട്ട് ഓടിച്ചെന്നവരിൽ അവർ രണ്ടു പേരല്ലാതെ ഷഹർബാനുമുണ്ടായിരുന്നു.

പതിമൂന്ന്

അവർ മൂന്നുപേരും ഒരുമിച്ചാണ് യക്ഷിയുടെ പിന്നിലേക്ക് പരിഭ്രമത്തോടെ എത്തിപ്പെട്ടത്. ഹിതയും വൃന്ദയും ഷഹർബാനും.

അവർ പരിഭ്രമിച്ചിരുന്നു.

മൂന്നുപേരും അന്ന് ഒരു ബലാത്സംഗം നേരിൽ കണ്ടു.

പന്ത്രണ്ടോ പതിനഞ്ചോ വയസ്സു വരുന്ന ഒരു പെൺകുട്ടിയും, മെലിഞ്ഞുകുറുകിയ ശരീരമെങ്കിലും അൻപതോളം വയസ്സു തോന്നിക്കുന്ന ബലിഷ്ഠമായ കൈകാലുകളുള്ള ഒരാളും!

പൂന്തോട്ടവും ഡാമുമൊക്കെ കാണിക്കാമെന്നു പറഞ്ഞ് കൂട്ടിക്കൊണ്ടുവന്ന ബന്ധുവോ അയൽവാസിയോ ആകാം. പരിസരത്ത്, അധികം ആളുകളൊന്നും വന്നിട്ടില്ലെന്നു മനസ്സിലാക്കിക്കൊണ്ട് ചെയ്ത ബുദ്ധിയായിരിക്കാം.

എന്തുമാകട്ടെ, അയാൾ ഓടിമറഞ്ഞു അവരെത്തിയപ്പോൾത്തന്നെ. എഴുന്നേറ്റോടുന്നതിനിടെ അയാളുടെ ലിംഗം തൂങ്ങിക്കിടക്കുന്നത് അവർ കണ്ടു. ഇത്രയ്ക്ക് നീളമോ എന്ന ഞെട്ടൽ പോലെ അവർ സ്തബ്ധരായി പരസ്പരം നോക്കി. പിന്നാലെ ഓടാനോ ഒച്ചയിടാനോ ഒന്നും അവർക്ക് കഴിഞ്ഞില്ല.

അവർ മൂന്നുപേരും കൂടി പെൺകുട്ടിയെ എഴുന്നേൽപ്പിച്ച് തലോടിയും കെട്ടിപ്പിടിച്ചും ആശ്വസിപ്പിച്ചു. അവളുടെ പാവാടയും ബ്ലൗസും ശരിയാക്കിക്കൊടുത്തു. കാര്യമായ പരുക്കുകൾ കാണാനില്ലെങ്കിലും അപ്പോഴും അവൾ വേദന കൊണ്ടെന്നപോലെ തേങ്ങിക്കരയുന്നുണ്ടായിരുന്നു.

അവർ എന്തു ചോദിച്ചിട്ടും അവൾ മറുപടി പറഞ്ഞില്ല. എന്തു ചെയ്യണമെന്നറിയാതെ കുറച്ചുനേരം അവർ മുഖത്തോട് മുഖം നോക്കിനിന്നു.

'നിങ്ങളീ കുട്ടിയേയുംകൊണ്ട് മെല്ലെയാ ഗേറ്റിലേക്ക് വാ. അപ്പോഴേക്കും ഞാൻ പോയി വേലുച്ചേട്ടന്റെ ഫോണിലേക്ക് വിളിച്ചു നോക്കാം.' എന്നുപറഞ്ഞ് ഹിത ഓടിക്കൊണ്ട് ഫോൺ നമ്പറുകളെഴുതിയ കുഞ്ഞ് ബുക്ക് ബാഗിൽ നിന്നെടുത്തു. ഗെയ്റ്റിനു പുറത്ത് കുറച്ചു നീങ്ങിയുള്ള കടകൾക്കിടയിലുള്ള ടെലിഫോൺ ബൂത്തിൽ ചെന്നുകയറി.

വേലുച്ചേട്ടനെ വിളിച്ച് കാര്യങ്ങൾ പറഞ്ഞു. പോലീസ് സ്റ്റേഷനിൽ

കൊണ്ടുപോയി വിവരങ്ങൾ പറയുന്നതാണ് നല്ലതെന്ന് അയാളും അഭിപ്രായപ്പെട്ടു.

സ്ഥലത്തെ ഒരു സാമൂഹ്യപ്രവർത്തനബന്ധങ്ങളുള്ള ആളാണ് വേലു. പ്രവർത്തനങ്ങൾ പലതും രഹസ്യ സ്വഭാവമുള്ളവയാണ് എന്നതിനാൽ ഹിതയ്ക്ക് കൂടുതലായറിയില്ല. എങ്കിലും സാമൂഹ്യ പ്രതിബദ്ധതയുടെ കാര്യത്തിൽ അയാളെ വിശ്വസിക്കാം എന്ന് തോന്നിയതുകൊണ്ടാണ് അവളയാളെ വിളിച്ചത്. ചില പൊതുപരിപാടികളിൽ കണ്ട പരിചയം മാത്രമേയുള്ളു.

അവൾ ഒരു ഓട്ടോറിക്ഷ പിടിച്ച് ഗെയിറ്റിനടുത്തേക്ക് ചെന്നു.

ഷഹർബാനും വൃന്ദയും വേച്ചു വേച്ചു നടക്കുന്ന പെൺകുട്ടിയെ അപ്പുറവും ഇപ്പുറവും നിന്ന് താങ്ങിയെടുത്ത് നടന്നുവന്നു.

പിന്നിൽ നിന്നും നഗ്നയായിരിക്കുന്ന യക്ഷി ആർത്തുകരയുകയോ ചിരിക്കുകയോ എന്നറിയാത്തപോലെ അലറുന്നുണ്ടെന്നു തോന്നി... വലിയ മുലയും വച്ചു സ്വന്തം തലമുടി പിടിച്ചു പറിക്കാനെന്ന പോലെ ഭീമാകാരിയായ യക്ഷി, കാലും കവച്ചു വച്ചിരിക്കുന്നു. അവളുടെ നഗ്നത ലോകത്താർക്കു മറയ്ക്കാനാകും? ശില്പിക്കാകുമോ? ശില്പികളിൽ പുരുഷന്മാർ മാത്രമുള്ളതുകൊണ്ട് സ്ത്രീകൾ അനുഭവിക്കുന്നു...

ഇൻഡ്യയിൽ ബാഹുബലിയുടേതല്ലാതെ ഏതു പുരുഷന്റെ ലിംഗം വ്യക്തമാക്കിക്കൊണ്ടുള്ള ശില്പമാണ് ഉണ്ടാക്കപ്പെട്ടിട്ടുള്ളത്... ഉണ്ടെങ്കിൽ തന്നെ അതു കണ്ടതുകൊണ്ട് ഒരു സ്ത്രീയും പ്രകമ്പനം കൊണ്ടിരിക്കാനോ പുരുഷനെ കയറിപ്പിടിക്കാനോ നിൽക്കുമെന്ന് തോന്നുന്നില്ല.

ഓട്ടോറിക്ഷ കയറിയപ്പോഴാണ് ഷഹർബാൻ ബോധവതിയായത്.

പ്രത്യുഷെവിടെ...?

അവൾ ചുറ്റും നോക്കി. കാണാനില്ല. പോയിക്കാണും ലഹളയ്ക്കിടെ.

അവൾ മിണ്ടാതെ അവരുടെ കൂടെ കയറി. അവളുടെ പേരും വിവരങ്ങളും അപ്പോഴാണ് ഹിതയും വൃന്ദയും ചോദിച്ചതും പരിചയപ്പെട്ടതും.

അവർ പോലീസ് സ്റ്റേഷനിൽ എത്തിയപ്പോൾ സന്ധ്യയായതിനാൽ വനിതാ പോലീസുകാരൊന്നും ഉണ്ടായിരുന്നില്ല. അതുകൊണ്ട് ആ കുട്ടിയുടെ കേസ് എടുക്കാൻ ഇപ്പോൾ പറ്റില്ല എന്നു പറഞ്ഞു.

അവളെ എന്തു ചെയ്യും പിന്നെ? കരയുകയല്ലാതെ കുട്ടി ചോദിച്ചിട്ട് ഒന്നും മിണ്ടുന്നുമില്ല.

എങ്കിൽ കേസ് ചാർജ്ജ് ചെയ്തിട്ട് കുട്ടിയെ അടുത്തുള്ള ഒരു ഹോസ്പിറ്റലിൽ കിടത്താം. ഒപ്പം വന്നവർ ആരെങ്കിലും വനിതാപോലീസിനു പകരം കൂടെ നിന്നാൽ മതിയെന്നാണ് കോൺസ്റ്റബിൾ പറഞ്ഞത്.

പിറ്റേദിവസം ബാക്കി കാര്യമെല്ലാം ചെയ്യാമെന്നും പറഞ്ഞു.

അവർ ഒരു നിമിഷം പോലും ചിന്തിക്കാതെ നിൽക്കാമെന്ന് സമ്മതിച്ചു.

വൃന്ദയുടെ വീട്ടിൽ കുറച്ചുനാൾ നിൽക്കുകയായിരുന്നതിനിടെയാണ് അവർ രണ്ടുപേരും മലമ്പുഴയിൽ പോകാനിടയായത്. ഒന്നാം വർഷ പി.ജി. പരീക്ഷയുടെ സ്റ്റഡീലീവായിരുന്നു...

അവൾ വൃന്ദയുടെ വീട്ടിലേക്ക് ഫോൺ വിളിച്ചു പറഞ്ഞു. പോലീസ് സ്റ്റേഷനിൽ നിന്നുതന്നെ.

സന്ധ്യകഴിഞ്ഞിട്ടും ഈ കുട്ടികൾ വരാത്തതെന്തെന്ന് പരിഭ്രമിച്ചിരിക്കുകയായിരുന്നു, നായരും ഭാര്യയും.

വേണമെങ്കിൽ അയാൾ അങ്ങോട്ട് ചെല്ലാമെന്ന് പറഞ്ഞു. അതൊന്നും വേണ്ടെന്നും ഞങ്ങൾ നാളെ എത്തിക്കൊള്ളാമെന്നും അവൾ പറഞ്ഞു ബോധിപ്പിച്ചു.

ഷഹർബാനോട് ഹോസ്റ്റലിലേക്ക് പോകാൻ പറഞ്ഞെങ്കിലും അവൾ പോയില്ല. ഏതായാലും ഹോസ്റ്റലിൽ കയറാനുള്ള സമയം കഴിഞ്ഞു. ഇനി പലതും ബോധ്യപ്പെടുത്തണം അകത്തു കയറാൻ. അതിലും ഭേദം നാളെ രാവിലെയോ ഉച്ചക്കോ ചെല്ലുന്നതാണ്.

അവൾ വൈകുന്നേരങ്ങളിൽ പുറത്തുപോകുകയാണെങ്കിൽ അവിടെയുള്ള ബുക്കിലൊന്നും എഴുതിവെയ്ക്കാറില്ല. പോയതിനും വന്നതിനുമുള്ള കണക്കുകൾ എഴുതി വയ്ക്കേണ്ടുന്ന സമയം വൈകിയാൽ ഹോസ്റ്റലിലേക്ക് പോകാറേയില്ല.

പ്രത്യുഷിന്റെ ചില സുഹൃത്തുക്കൾ വാടകയ്ക്ക് താമസിക്കുന്ന വീടുണ്ട്. അവിടെ അവർക്ക് ഒരു മുറി എപ്പോൾ വേണമെങ്കിലും കിട്ടും ഉറങ്ങാനായി.

മര്യാദയുള്ള പോലീസുകാർ. അവർ തന്നെ പെൺകുട്ടിയെയും കൂട്ടിരിപ്പുകാരെയും ആശുപത്രിയിലാക്കി. പിറ്റെദിവസം വരാമെന്ന് പറഞ്ഞു പോയി. അവരുടെ മുഖത്ത് ഒരമ്പരപ്പുണ്ടായിരുന്നെങ്കിലും അവരതു മറയ്ക്കാൻ പാടുപെടുന്നത് മൂന്നുപേരും മനസ്സിലാക്കി.

ഷഹർബാനും ഹിതയും വൃന്ദയും മാറി മാറി ചോദിച്ചിട്ടും പെൺകുട്ടി പിന്നെയും കരയുകയല്ലാതെ ഒന്നും ഉരിയാടിയില്ല.

ഡ്യൂട്ടി നഴ്സ് ചില ഇഞ്ചക്ഷനുകൾ കൊടുക്കാൻ ശ്രമിക്കുമ്പോൾ അവൾ തടഞ്ഞുകൊണ്ടേയിരുന്നു. മൂന്നുപേരും കൂടി അവളെ പിടിച്ചു കൊടുക്കുന്നതിനിടെ അവൾക്ക് കുത്തിയ സൂചി ഹിതയുടെ കൈയ്യിലൊന്ന് തട്ടി.

വൃന്ദ അല്പം പരിഭ്രമിച്ചുകൊണ്ട് നഴ്സ് പോയതും പറഞ്ഞു. 'നീയൊന്ന് പോയി ചൂട് വെള്ളത്തിലോ ഡെറ്റോളിലോ സൂചി കുത്തിയ ഭാഗം കഴുകിയേക്ക്!'

'ഓ സാരമില്ല' എന്നുപറഞ്ഞ് ഹിത കൈകൊണ്ട് ആ ഭാഗമൊന്ന് തുടച്ചു. അവൾക്ക് ഇഞ്ചക്ഷൻ വലിയ പേടിയായിരുന്നു. ശാരീരിക വേദന ഇഷ്ടമല്ലാത്തവൾ. അപ്പോഴങ്ങനെയൊന്നും തോന്നിയില്ല എന്ന് സ്വയം അദ്ഭുതപ്പെട്ടു.

'അതല്ല ഈ കുട്ടിക്ക് എയ്ഡ്സൊന്നും ഉണ്ടായില്ലായിരിക്കില്ലല്ലോ. അങ്ങനെയൊക്കെ തോന്നിപ്പോയി ആ നഴ്സ് പറയുന്നത് കേട്ടിട്ട്'

വൃന്ദയുടെ പതുങ്ങിക്കൊണ്ടുള്ള പറച്ചിൽ കേട്ട് ചെറുചിരിയോടെ ഹിത ആ പെൺകുട്ടിയെ നോക്കി. അവൾക്കും ഉള്ളിലെന്തോ പരിഭ്രമം തോന്നാതിരുന്നില്ല.

കട്ടിലിനു വശത്തുള്ള സ്റ്റൂളിലും മേശയിലുമൊക്കെയിരുന്ന് സംസാരിച്ചുകൊണ്ടവർ നേരം വെളുപ്പിച്ചു. ഷഹർബാനെ പരിചയപ്പെടലും മനസ്സിലാക്കലുമായിരുന്നു പ്രധാന പണി. പിന്നെ പല പൊതുചർച്ചകളും.

ജാഫറിന്റെയും ജിതേഷിന്റെയും കഥകൾ പറഞ്ഞ് ഹിതയും വൃന്ദയും ചിരിച്ചു. ഷഹർബാൻ ഇനി പ്രത്യൂഷുമായി യാതൊരു ബന്ധവും തുടരില്ല എന്ന് മനസ്സിലുറപ്പിക്കുകയായിരുന്നു അപ്പോൾ.

'അവന്മാരൊക്കെ പെണ്ണും കെട്ടി തന്തമാരായി. കെട്ടി പത്താംമാസത്തിൽ പിള്ളകൾ പിറന്നു. അവന്മാരൊക്കെ ആണുങ്ങളാണെന്ന് തെളിയിച്ചു. അതിനുള്ള വെമ്പലായിരിക്കാം എല്ലാ പുരുഷന്മാരെയും നയിക്കുന്നത്...!'

ഇൻഡ്യയിലെ ശരാശരി പുരുഷന് ഏറ്റവും പ്രധാനം പെണ്ണുംകെട്ടി കുഞ്ഞുങ്ങളെയും ഉണ്ടാക്കി അവർക്ക് നല്ലപോലെ ചെലവിനുകൊടുത്തു എന്നൊക്കെ തെളിയിക്കലാണ്. ചിലപ്പോൾ പ്രേമമെന്ന ഒരു പുറംപൂച്ചും ചിലർക്കിഷ്ടമാണ്. പിന്നെ, അതിന്റെയിടക്ക് ചിലർക്ക് ഇത്തരം റേപ്പോ വേശ്യകളെ സമീപിക്കലോ, ഒക്കെയൊരു നേരംമ്പോക്ക്..!'

ഇങ്ങനെ പോയി പല വർത്തമാനങ്ങൾ.

രാവിലെ ഏഴുമണിയോടെ നഴ്സ് വന്നപ്പോൾ മൂന്നുപേരും ഇരുന്ന് മയങ്ങുകയായിരുന്നു. അവർ പെൺകുട്ടി ഉണർന്നാൽ ചൂടുവെള്ളത്തിൽ കുളിപ്പിച്ച് വൃത്തിയാക്കാം എന്നു പറഞ്ഞു തിരിഞ്ഞതും അവൾ ഒന്നുണർന്നു ഞരങ്ങി.

നഴ്സിനു ഒറ്റയ്ക്ക് ആ കുട്ടിയെ പിടിച്ചു താങ്ങിക്കൊണ്ടുപോയി കുളിമുറിയിൽ ഇരുത്തുവാൻ പറ്റില്ലായിരുന്നു. വൃന്ദ അവരെ സഹായിച്ചു.

എന്നുമാത്രമല്ല, പിന്നെ അവൾ തന്നെയാണ് പെൺകുട്ടിയെ ഉരച്ചു കഴുകി കുളിപ്പിച്ചത്. ഷഹർബാൻ വൃന്ദയുടെ കൂടെ നിന്ന് പെൺകുട്ടിയെ തോർത്തി. തുണികളുടുപ്പിച്ച് കട്ടിലിൽ കൊണ്ടുവന്നുകിടത്തി.

കസേരയിൽ ഉറക്കച്ചടവിൽ കുത്തിപ്പിടിച്ചിരിക്കുകയായിരുന്നു ഹിത. വൃന്ദയും ഷഹർബാനും നെറ്റികൾ ചുളിഞ്ഞുപിടിച്ച് ഒരേസ്വരത്തിൽ പറഞ്ഞു:

'ഹിത എന്തൊരു ചളിയും നാറ്റവും. ഈ കുട്ടി കുറെ നാളായി കുളിച്ചിട്ടില്ലാന്നു തോന്നുന്നു...മാത്രമല്ല... കുറെ മുറിവുകളും അടിവസ്ത്രങ്ങൾ മാറ്റിയാൽ കാണാം.'

ഹിതയുടെ നെറ്റിയിൽ ചുളിവു വീണു. വല്ലാത്ത തലവേദന തോന്നി. അവൾ എണീറ്റു നിന്നു കോട്ടുവായിട്ടുകൊണ്ട് ചോദിച്ചു.

'ഇനിയെന്താണാവോ നമ്മൾ ചെയ്യുക... പോലീസു വരുന്നത് കാണാനില്ലല്ലോ...'

'വരുമ്പോൾ വരട്ടെ, നമുക്കിവളോട് എന്തെങ്കിലും ചോദിച്ചു മനസ്സിലാക്കാൻ നോക്കാം...'

മലയാളം മനസ്സിലാകാഞ്ഞിട്ടാണെന്ന് കരുതി വൃന്ദ തമിഴിൽ ചോദിക്കാൻ തുടങ്ങി.

'വീടെങ്കെ, എന്ന ആച്ച് ഉനക്ക്...' എന്നിങ്ങനെ.

കുട്ടിയൊന്നും മിണ്ടിയില്ല. ദയനീയമായി നോക്കുകയല്ലാതെ...പിന്നെ മൂളുന്നതുപോലെ തോന്നി...

അപ്പോഴാണവരോർത്തത്... ചിലപ്പോൾ ഊമയായിരിക്കും.

അതെ അങ്ങനെയാകാം. മൂന്നുപേരും തലയ്ക്കും താടിക്കുമായി കൈകൾ കുത്തിയിരുന്നു.

നഴ്സ് വന്ന് ചില മരുന്നുകൾ കൊടുത്ത് പോയി.

'ഹോസ്റ്റലിൽ പോയി ഈ കുട്ടിക്ക് മാറ്റാനുള്ള രണ്ടുകുപ്പായങ്ങൾ എടുത്തുകൊണ്ട് വരാം.'

ഷഹർബാൻ പറഞ്ഞു.

അവൾ പോയി കുറച്ചു കഴിഞ്ഞതും പോലീസുകാർ വന്നു. രണ്ട് വനിതാ പോലീസുകാർ ഉണ്ടായിരുന്നു.

അവരോട് ഹിത പറഞ്ഞു, കുട്ടിയുടെ വസ്ത്രങ്ങൾ വല്ലാതെ മുഷിഞ്ഞിരുന്നു, ഇപ്പോൾ കുളിപ്പിച്ച് പുതച്ചു കിടത്തിയതാണ്. കുറച്ചു കാക്കണമെന്ന്.

പതിനൊന്നരയോടെ അവളെ ഒരുക്കി പോലീസിലേപ്പിച്ച്, അവർ മൂന്നു പേരും തിരിച്ചുപോയി.

പിന്നീടവൾക്കെന്തു സംഭവിച്ചു എന്നന്വേഷിച്ചപ്പോൾ അറിഞ്ഞത് പോലീസുകാർ അവളെ ഒരു അഗതിമന്ദിരത്തിലാക്കി എന്നാണ്. ആരും അന്വേഷിച്ചു വരാത്തതിനാൽ, കുട്ടി ഒന്നും പറയാത്തതിനാൽ! ആരും കേസ് കൊടുത്തിട്ടില്ലാത്തതിനാൽ!

പോലീസിന് മറ്റൊന്നും ചെയ്യാനില്ലായിരുന്നു.

പതിന്നാല്

ഹിത മറുപടിയെഴുതി.

മറുപടിയെന്നു പറയാനാവില്ല. മറുപടി പറയാനായി ഷഹർബാൻ ഒന്നും ചോദിച്ചിരിക്കുകയല്ലല്ലോ. തന്റെ കാര്യങ്ങൾ എഴുതിയറിയിച്ചു എന്നുമാത്രം.

കാര്യങ്ങൾ പങ്കുവെക്കാറുള്ള ഒരാളാണ് താൻ. അതിനാൽ എന്തെങ്കിലും പറയാനായി ഫോൺ വിളിച്ചാലോ എന്നു വിചാരിച്ചു. വേണ്ട, ഇമെയിൽ തന്നെ മതി. ചിലപ്പോൾ കാര്യങ്ങൾ അറിയിക്കാൻ എഴുത്തു മതി. സംസാരമായാൽ അസ്വസ്ഥതയുണ്ടാകാം പലപ്പോഴും.

മിത്ര എന്നൊരു കൂട്ടുകാരി യു.എസിൽ നിന്ന് തിരുവനന്തപുരത്തേക്ക് അടുത്ത മാസം വരുന്നുണ്ടെന്നും ബാംഗ്ലൂർ വഴി വരുമെന്നും, അവൾ നിന്നെ വന്ന് കാണുമെന്നും ഷഷഹർബാനെഴുതി.

വെറുതെ...

അല്ലാതെയെന്താണ് എഴുതേണ്ടതെന്ന് ഹിതയ്ക്ക് അറിയാത്തപോലെ തോന്നി.

ഇത്രയും മതി എന്നുറപ്പിച്ചുകൊണ്ടവൾ കംപ്യൂട്ടർ ഓഫാക്കി.

ഷോർട്സിന്റെ മുകളിലൂടെ ജീൻസിട്ടു. ടീഷർട്ടിന്റെ മുകളിലൂടെ ഒരു കട്ടിയുള്ള സ്വെറ്ററും പിന്നെ വൂളൻ ജാക്കറ്റും വലിച്ചു കയറ്റി. സാധാരണ റൂമിന്റെ അകത്തിട്ടിരിക്കാറുള്ള സോക്സിന്റെ മുകളിൽ മുട്ടിനു മുകളിലെത്തുന്ന വൂളൻ സോക്സ് കയറ്റി ബൂട്ട്സും ഇട്ടു.

പുറത്തിറങ്ങിയ ഉടനെ തന്നെ ബാഗിൽ നിന്ന് തൊപ്പിയും കൈയുറയുമെടുത്ത് ധരിച്ചു. വൂളൻ ഷാൾ കഴുത്തിൽ ചുറ്റിയിട്ടു.

മഞ്ഞ്...

കുടയും നിവർത്തി ചവിട്ടിമെതിച്ചുകൊണ്ട് അവൾ നടന്നു. ട്രാമിൽ കയറി ലൈബ്രറിയുടെ അടുത്ത് ഇറങ്ങി.

വൈകുന്നേരം ആറ് മണിക്ക് കാണണമെന്ന് മിത്രയ്ക്ക് ഒരു മെസേജ് അയച്ചതിനുശേഷം ഷെൽഫിനരികിൽ ചെന്നു നിന്നു.

ജെൻഡർ സ്റ്റഡീസ് എന്നെഴുതിയ ഷെൽഫുകളുടെ നീണ്ട ഒരുനിര.

പ്രണയത്തെക്കുറിച്ചും ബലാത്സംഗങ്ങളെക്കുറിച്ചും വിവാഹത്തെക്കുറിച്ചും വേശ്യാവൃത്തിയെകുറിച്ചും, സ്വവർഗ്ഗ, ഉഭയവർഗ്ഗ ലൈംഗീകത

യെക്കുറിച്ചും മറ്റുമെല്ലാം നിരവധി പഠനങ്ങൾ, തിയറികൾ! എന്നാണി തൊക്കെയൊന്നു വായിച്ചു തീരുക. അല്ലെങ്കിലും ആരെങ്കിലും എല്ലാ പുസ്തകങ്ങളും വായിക്കുന്നുണ്ടോ.. അതു സാധ്യമാണോ...

അതിന്റെ ആവശ്യമുണ്ടോ...

ഹിത കസാരയിൽ തളർന്നിരുന്നു.

പ്രീഡിഗ്രിക്ക് കണക്ക് ഗ്രൂപ്പ് പഠിച്ചു. കണക്കിന്റെ അബ്സ്ട്രാക്ഷൻ കൂടുതൽ ആവശ്യമില്ലെന്ന് അന്ന് തോന്നി. പ്രാഥമിക ഗണിതം മതി. ഇന്റഗ്രേഷനും ഡിഫറൻസിയേഷനും മറ്റും കണക്കിൽ പയറ്റുന്നതിൽ വലിയ അർത്ഥമില്ല. വേണമെങ്കിൽ ഒരു മാനസിക വ്യായാമത്തിനു അതിൽ രസിക്കുന്നവർക്കുതകും.

ജീവിതത്തിൽ അതെന്താണ് എന്നതാണ് അറിയേണ്ടത്.

സാഹിത്യകാരന്മാർ പറയുന്ന കഥകളിൽ അതു കാണാനാകുമെന്നു കരുതി...

എങ്കിലും, മലയാള സാഹിത്യം പഠിക്കേണ്ടതില്ലെന്നുതോന്നി. സ്വയം വായിച്ചു മനസ്സിലാക്കാവുന്നതേയുള്ളൂ.

എങ്കിൽ ഇംഗ്ലീഷ് എടുക്കാം എന്നു കരുതി. ഭാഷയും മെച്ചപ്പെടുമല്ലോ. പക്ഷേ, ബിരുദത്തോടെ അതും മതിയായി.

ഷേക്സ്പിയറും ഷെല്ലിയും മറ്റും മറ്റും...

അവർ പറഞ്ഞ കഥകൾ... വൈകാരികം...

എന്താണീ മനുഷ്യജീവിതം! എന്താണീ മനുഷ്യജീവിതം..!

എന്നിട്ടും ചോദ്യങ്ങൾ ബാക്കി. സംശയങ്ങൾ... തീരാത്ത സംശയം...

'ഞാൻ സംശയിക്കുന്നതിനാൽ ഞാനുണ്ട്' എന്ന് ഒരു തത്ത്വചിന്തകൻ പറഞ്ഞുവെന്ന് എവിടെയോ വായിച്ചു. ദെക്കാർത്ത്. ആധുനിക തത്ത്വശാസ്ത്രത്തിന്റെ പിതാവെന്നറിയപ്പെടുന്ന ഫ്രഞ്ചുകാരൻ.

തത്ത്വശാസ്ത്രം പഠിച്ചാലോ എന്നുകരുതി...

അതു വായിക്കാം പഠിക്കാം... പക്ഷേ തത്ത്വശാസ്ത്രം തലയിൽ കയറി നിഷ്ക്രിയതയിലേക്ക് പോകാൻ വയ്യ.

'അഹം ബ്രഹ്മാസ്മി' എന്നാണല്ലോ ഇന്ത്യക്കാർ വിശ്വസിക്കാൻ താൽപര്യപ്പെടുന്നത്. അഹങ്കാരമാണതെന്ന് ചിലപ്പോൾ തോന്നും. ചില തരം ഭീരുത്വം. ഒന്നും ചെയ്യാതിരിക്കാനുള്ള തന്ത്രം. പക്ഷേ പല ചർച്ചകൾ, വായനകൾ.. അത് വ്യക്തമാക്കിത്തന്നു. തത്ത്വം എല്ലാവർക്കും ജീവിതത്തിൽ ഒരു കൂട്ടാണ്.

പക്ഷേ, മനഃശാസ്ത്രം, സാമൂഹ്യശാസ്ത്രം... ഇതൊക്കെ ഒരുമിച്ച് പഠിച്ചാലേ എല്ലാം മനസ്സിലാക്കാനുള്ള കഴിവുണ്ടാകൂ എന്നു തോന്നി.

നമ്മുടെ നാട്ടിൽ എല്ലാ വിഷയത്തിനും കൂടി ബിരുദങ്ങളെടുക്കാൻ മാർഗ്ഗമില്ലല്ലോ... എങ്കിൽ ഔപചാരിക വിദ്യാഭ്യാസം വേണ്ടെന്ന് വയ്ക്കണം. പക്ഷേ, പിന്നെയീ സമൂഹത്തിലെങ്ങനെ പിടിച്ചു നില്ക്കും. വായിക്കാം... എല്ലാം വായിക്കാം. എല്ലാ പ്രസംഗങ്ങളും പ്രഭാഷണങ്ങളും പോയി കേൾക്കാം... പക്ഷേ, ജീവിച്ചിരിക്കാനുള്ള ചോറ് ആരു തരും. !

മനുഷ്യന് ചോറിനുള്ള കാശ്... കാശിനുള്ള ജോലി... അതെന്താണ്... എന്തെങ്കിലുമാകാം... പക്ഷേ, എന്തെങ്കിലുമായാൽ ചെയ്യാൻ തോന്നുകയും വേണ്ടേ!

അന്വേഷിക്കണം.

ചെയ്യാൻ താൽപര്യമുള്ള കാര്യം തന്നെ ചോറിനുപകരിക്കുന്ന ജോലിയാകണം; എങ്കിൽ ജീവിക്കാം. അതിലൊരു സന്തോഷമുണ്ട്.

അങ്ങനെയുള്ള അന്വേഷണങ്ങളാണ് തന്നെയീ ലിംഗപദവിഭാഗത്തിൽ കൊണ്ടുചെന്നു നിർത്തിയിരിക്കുന്നത്. ഇതാണെന്റെ ജീവിതം. ഹിത മനസ്സിൽ ഉറപ്പിക്കാൻ ശ്രമിച്ചു...

ആണോ... എന്ന് വീണ്ടും സംശയിച്ചെങ്കിലും!

തിരഞ്ഞുവച്ച പുസ്തകങ്ങളുടെ മറവിൽ തല ചായ്ച്ചു കിടന്നു ചിന്തിക്കുന്നതിനിടെ ആണ് ഇമെയിൽ നോക്കാൻ തോന്നിയത്. തന്റെ മെസ്സേജ് മിത്ര കണ്ടോ, മറുപടിയുണ്ടോ എന്ന് നോക്കണം... അപ്പോഴും ലൈബ്രറിയിൽ കമ്പ്യൂട്ടർ ആളൊഴിഞ്ഞുകിടക്കുന്നുമുണ്ടായിരുന്നു.

'റീച്ച് ദ ലെവിൻസ്കി പബ് അറ്റ് സെവൻ ഇഫ് യു സീ ദിസ്... വി കാൻ ഹാവ് എ ബ്ലഡി മേരി!' മിത്ര നല്ല മൂഡിലാണെന്നു തോന്നുന്നു. ഉടനെ മറുപടി കൊടുത്തു വരുന്നുവെന്ന്.

ഹിത പുസ്തകങ്ങളെ തിരിഞ്ഞുനോക്കാതെ വേഗം തന്നെ പുറത്തു കടന്നു ട്രാമിൽ കയറി. വോഡ്ക്കയും തക്കാളിജ്യൂസുമൊക്കെ ചേർത്ത ഈ ഡ്രിങ്കാണ് അവരുടെ രണ്ടുപേരുടെയും താൽപര്യം. ഈ താല്പര്യം ഇതിന്റെ പേര് കാരണമാണെന്ന് ഹിതയ്ക്കു തോന്നാറുണ്ട്. കേൾക്കും പോലെ ഏതോ മോശപ്പെട്ട സ്ത്രീകളെക്കുറിക്കുന്നതല്ല ഇത് എന്നും ചരിത്രം ഉണ്ട്. രാജ്ഞിമാരുമായി ബന്ധപ്പെട്ടാണ് ഈ പേര് വന്നത് എന്നുമുണ്ട് കഥകൾ.

സമയം ആറുമണിയാകുന്നതിന് മുൻപേ നേരം ഇരുട്ടിയിരിക്കുന്നു. ആറരയ്ക്കുള്ളിൽ അവിടെയെത്തും. സാരമില്ല. ഒരു ഡ്രിങ്കിൽ തുടങ്ങിക്കൊണ്ടിരിക്കാം അവൾ വരും വരെ. അവർ ഇടയ്ക്ക് പോകാറുള്ള പബ്ബാണ്. അതിനാൽ അപരിചിതത്വം തോന്നിയില്ല.

അവൾ അകത്ത് കയറി ചുറ്റും നോക്കിയതും ഒരു മൂലയ്ക്കുള്ള മേശ

ക്കരികിൽ നിന്ന് ഫ്രഡറിക് കൈവീശി കാണിക്കുന്നത് കണ്ടു. മിത്ര യുടെ കൂടെ മുൻപ് പരിചയപ്പെട്ടിട്ടുണ്ട്. അവൾ അവന്റെ ടേബിളിലേക്കു ചെന്നു.

നനുത്ത മീശയും ബുൾഗാൻ താടിയും വച്ച മെലിഞ്ഞുനീണ്ട കണ്ണ ടക്കാരൻ സായിപ്പ്.

'ഹെയ് ഹൗ ആർ യു ഹിത' എന്ന് പറഞ്ഞ് അവൻ എഴുന്നേറ്റ് ആലിം ഗനം ചെയ്തു.

'ഫൈൻ, ഹൗ ആർയു ഡൂയിങ്ങ്' എന്നു ചോദിച്ചുകൊണ്ട് അവളി രുന്നു.

തനിക്കിന്ന് ജോലി ഓഫായിരുന്നുവെന്നും റൂമിലിരുന്നു ബോറടിച്ച പ്പോൾ ഉച്ചയ്ക്ക് വന്നിരുന്നതാണെന്നും അവൻ പറഞ്ഞു.

അവന്റെ ഗേൾഫ്രണ്ട് ഒരു റോക്ക് ഗായിക മൂന്ന്മാസം മുന്നെ പിരി ഞ്ഞുപോയതിന്റെ സങ്കടത്തിലാണവൻ എന്ന് മിത്ര പറഞ്ഞു കേട്ടിരുന്നു. എന്നാലും അമേരിക്കക്കാരന്മാരും ദേവദാസ് ചമയുമോ എന്ന് ഹിത ചിന്തിച്ചു.

അതിനിടെ അവൾ ഒരു സ്പാനിഷസ് റെഡ് വൈൻ തരാനാവശ്യ പ്പെട്ടു.

ഫ്രഡറിക് എന്തെല്ലാമോ സംസാരിച്ചു.

കാലാവസ്ഥയുടെ കാഠിന്യത്തെക്കുറിച്ചാണാദ്യം ചോദിച്ചത്. വിന്റർ തനിക്കു ശീലമില്ലെന്നും കുറച്ചു കടുപ്പം തന്നെയാണെന്നുമൊക്കെ അവളും പറഞ്ഞു.

പിന്നെ യൂണിവേഴ്സിറ്റി കാര്യങ്ങളെക്കുറിച്ച് ചോദിക്കുകയും, അവനു എം ടെക്കിന് പോകാനും ഗവേഷണം ചെയ്യാനും താൽപര്യമുണ്ടായിരു ന്നുവെന്നുമൊക്കെ പറഞ്ഞു. പക്ഷേ, ജോലി ചെയ്യാൻ തുടങ്ങുകയെ ന്നത് അത്യാവശ്യമായി തോന്നി. പിന്നീട് പഠിക്കാൻ പോവുകയെന്നത് ഉണ്ടായില്ല എന്നും പറഞ്ഞു. അവിടെയുള്ള ഗാനത്തിന്റെ ശബ്ദത്താൽ പലതും ഹിതയ്ക്ക് വ്യക്തമായില്ല.

അപ്പോഴേക്കും മിത്ര എത്തി. അവൾ ചുറ്റുംനോക്കിയതും സുഹൃ ത്തുക്കളെ കണ്ടു.

അവർ ഡ്രിങ്ക്സ് കഴിച്ച് പിന്നെയും രണ്ട് മണിക്കൂറോളം അവിടെയി രുന്നു.

മിത്ര നാട്ടിലേക്ക് പോകുന്നതിനെപ്പറ്റിയായിരുന്നു കൂടുതലും സംസാ രിച്ചത്. പോകുന്നതിനു മുൻപെ ഒരു ഫെയർവെൽ പാർട്ടിക്ക് വീണ്ടും കാണണമെന്ന് പറഞ്ഞ് ഫ്രഡറിക് അതിനിടെ പോയി.

മിത്രയും ഹിതയും കുറെനേരം കൂടി പാട്ടിനൊത്ത് നൃത്തം ചെയ്യാൻ തുടങ്ങിയ ഇണകളെ നോക്കിയിരുന്നു. രണ്ടുമൂന്ന് തവണ ഡ്രിങ്ക്സ് ഓർഡർ ചെയ്യുകയുമുണ്ടായി. എങ്കിലും രണ്ടുപേരും സ്വബോധം നശിച്ചിട്ടില്ല എന്ന് സ്വയമുറപ്പുവരുത്തുന്നുണ്ടായിരുന്നു. ഷഹർബാന്റെ കാര്യം മിത്രയോട് ഹിത പറഞ്ഞു.

പുറത്തിറങ്ങിയപ്പോൾ പത്തു മണിയായിരുന്നു.

പതിനഞ്ച്

'എനിക്കാവുന്നത്ര ഞാൻ ശ്രമിച്ചു. ഇനിയെനിക്കു വയ്യ... ഇനിയെനിക്ക് പ്രത്യേകിച്ച് ജീവിതത്തിൽ ഒരു ഉദ്ദേശ്യവുമില്ല. ഒക്കെ വരുംപോലെ വരട്ടെ... മോൾക്കുവേണ്ടി എന്നാൽ കഴിയുന്നത് ചെയ്തുകൊണ്ട് ഞാൻ ജീവിക്കും!'

വൃന്ദ ഇത്രയും നിരാശയായിക്കാണുന്നതിൽ ഹിതയ്ക്ക് ആശയക്കുഴപ്പം തോന്നി. അത്രമാത്രം മാനസിക പിരിമുറുക്കങ്ങൾ ഉള്ളതായിരിക്കാം കാരണം. പക്ഷെ അവളുടെ അമ്മയും അച്ഛനുമൊക്കെ എന്തുണ്ടെങ്കിലും പിന്തുണക്കുന്നവരാണ്. എന്നാലും മനുഷ്യർക്ക് സൗഹൃദങ്ങളിൽ പറയാൻ കഴിയുന്നതും പ്രകടിപ്പിക്കാൻ കഴിയുന്നതും മാത്രമായി ചിലതുണ്ടാകുമല്ലോ. അതായിരിക്കാം എന്നവൾ ഊഹിച്ചു.

ഐ എസ് ഡി വിളിച്ചും മറ്റും സംസാരിക്കാൻ അവളൊരുങ്ങിയത് ഹിതയെ അത്ഭുതപ്പെടുത്തി. അവൾ ഇങ്ങോട്ട് ഫോൺ വിളിക്കുന്നത് ആദ്യമായാണ്. ഒരു വർഷക്കാലത്തോളമായിട്ടുള്ള ഇടവേളയിൽ ! പൊതുവെ തന്നെ, മുൻകൈയെടുത്തു ഫോൺ വിളിക്കുക എന്നതൊക്കെ അവൾക്കില്ലാത്ത സ്വഭാവമാണ്.

ഇടയ്ക്കെപ്പോഴോ നാട്ടിലെന്തോ അന്വേഷിക്കാൻ വേണ്ടി ഹിത വൃന്ദയെ വിളിച്ചിരുന്നു മുൻപേ. അപ്പോൾ അവൾ നമ്പർ ചോദിച്ച് എഴുതിയെടുത്തിരുന്നു.

കുട്ടിയുണ്ടായതിന്റെയും, ഗവേഷണ തീസിസിന്റെ എഴുത്തും വായനയും നടക്കാത്ത വിധം അതിൽത്തന്നെ സമയം ചിലവഴിക്കേണ്ടി വരുന്നതിന്റെയും, ശാരീരിക ക്ഷീണങ്ങളുടെയും ഒക്കെ ആകെത്തുകയായിരിക്കും അവളുടെ സംസാരത്തിൽ നിറഞ്ഞുനില്ക്കുന്നത് എന്ന് വിശ്വസിക്കാൻ ഹിതയ്ക്ക് തോന്നിയില്ല.

മഹേഷ് ഒരുപക്ഷേ വേണ്ടത്ര ശ്രദ്ധിക്കുന്നുണ്ടാവില്ല. ഇടയ്ക്ക് വന്നു കാണുകയും കൂടി അവൻ ചെയ്യുന്നുണ്ടാവില്ല. ഒരുപക്ഷേ അവനെ അറിയിക്കാൻ തന്നെ പറ്റിയിട്ടുണ്ടാവില്ല കുഞ്ഞുണ്ടായി രണ്ട് മാസമായിട്ടും!

ഓരോ യാത്രപോയാൽ ചിലപ്പോൾ പിന്നെയവൻ എന്നാണ് വരിക എവിടെയാണ് താമസം എന്നൊന്നും അറിയാൻ പറ്റില്ല. ഇത്തവണ ചിലപ്പോൾ കുഞ്ഞുണ്ടാകാറായി എന്ന ബോധത്തിൽ തന്നെയുള്ള പോക്കാ

യിരിക്കും. ആ പൊല്ലാപ്പുകളിൽ നിന്നൊഴിഞ്ഞു നിൽക്കാം എന്നു കരുതിത്തന്നെ! ഒന്നുരണ്ടാഴ്ചയൊക്കെ പോകുന്നതരം പോക്ക് ഒന്നുരണ്ടു മാസത്തേക്കാക്കിക്കാണും. വ്യവസ്ഥാപിത ജീവിതത്തിൽ താല്പര്യമുള്ള ആളായിരുന്നില്ല മഹേഷ്. അതിന്നാലിതൊക്കെ അയാളെ അലട്ടുന്നുമുണ്ടാകാം. അത് ഹിതയ്ക്ക് പലപ്പോഴും തോന്നിയിട്ടുണ്ട്.

എത്ര മാത്രം നന്മയുള്ള പെണ്ണായിരുന്നിട്ടും വൃന്ദയ്ക്ക് ഇങ്ങനെ വരുന്നത് എന്തുകൊണ്ടാണ്. വൃന്ദ ബോധപൂർവ്വം തന്നെയാണ് സ്വയം താഴ്ത്തിക്കെട്ടിക്കൊണ്ട് അവനോട് സംസാരിക്കാറുള്ളത്! അത് അവൾക്ക് ഒരു കുറച്ചിലായി അവൾ കരുതുന്നേയില്ല!

വളരെയധികം താഴ്മയും വിനീതമനോഭാവവും കാണിക്കുന്ന സ്ത്രീകൾ കൂടുതൽ ഭരിക്കപ്പെടാനും സാധ്യതയുണ്ട്. സ്ത്രീപുരുഷ ബന്ധങ്ങളിൽ തുല്യത എന്നതൊക്കെ ചർച്ച ചെയ്യുമ്പോൾത്തന്നെ പലപ്പോഴും സാമാന്യവൽക്കരണത്തിനു ചില കുഴപ്പങ്ങൾ ഉണ്ട്. ഒരൊറ്റ ബന്ധത്തിലും ഉൾപ്പെട്ട ആളുകൾ എങ്ങനെ പെരുമാറുന്നു, എങ്ങനെ സംസാരിക്കുന്നു, എന്ത് ചിന്തിക്കുന്നു എന്നതൊക്കെ അടിസ്ഥാനമാക്കാതെ വിശകലനം ശരിയാവില്ല...

നിവൃത്തിയില്ലാത്ത അനാഥബോധമോ, അരക്ഷിതബോധമോ ഒക്കെയാവാം അവളെയിപ്പോൾ സാഹചര്യത്തോട് പൊരുത്തപ്പെട്ട രീതിയിൽ സംസാരിക്കുവാൻ പ്രേരിപ്പിക്കുന്നത്.

അവളുടെ അമ്മ കുഞ്ഞിനെ കയ്യിലെടുത്ത് പാടിയുറക്കാൻ ശ്രമിക്കുന്ന ശബ്ദം ഹിതയ്ക്ക് ബാക്ക്ഗ്രൗണ്ടിൽ കേൾക്കാമായിരുന്നു. അനിയും അച്ഛനും കൂടി എന്തെല്ലാമോ ഇടയ്ക്ക് സംസാരിക്കുന്നതും കേൾക്കാമായിരുന്നു. പിന്നെ, അവർ ഇടയ്ക്ക് ആ മുറിയിലേക്ക് കയറി വന്നെന്തോ പറയുന്നുമുണ്ട് എന്നുതോന്നി.

'ഇങ്ങനെ എഴുന്നേറ്റ് ഇരിക്കണ്ട, കൂടുതൽ ക്ഷീണിക്കും ..'

എന്തൊക്കെയാണെന്ന് ഹിതയ്ക്ക് കുറേശ്ശെ കേൾക്കാം.

'പിന്നീട് വിളിക്കാം വൃന്ദപോയി കിടന്നോളൂ' എന്ന് പറഞ്ഞു, ഹിത ഫോൺ കട്ട് ചെയ്തു. കസേരയിൽ നിന്നെഴുന്നേറ്റ് ബാൽക്കണിയിലേക്കുള്ള ജനവാതിൽ തുറന്നിട്ടു.

പൂത്തുവരുന്ന റോസാപൂച്ചെടികൾ താഴെനിന്നും മുകളിലെ നിലയിലെ ബാൽക്കണിവരെ ഒരു മരം കണക്കെ നീണ്ടുവന്നു നിൽക്കുന്നു. റോസാപ്പൂമരം... മരം!

അഞ്ചെട്ടെണ്ണം വിരിഞ്ഞു ഒറ്റഞെട്ടിൽ നിൽക്കുന്നു! അവളതിൽ നോക്കി നിൽക്കെ കത്രീനയെ ഓർത്തു.

എം. എ. കഴിഞ്ഞ് താനും വൃന്ദയും ഒരു വർഷത്തെ ഇടവേളയിൽ പല സെമിനാറുകൾക്കും ചർച്ചകൾക്കും കേരളത്തിൽ പലയിടത്തായിപ്പോയിരുന്നു. അവിടെയൊക്കെ രണ്ടുമൂന്നുദിവസം കറങ്ങി നടന്നു കാണുക ഒരു പതിവായിരുന്നു.

ഒരു ത്രിദിന ചർച്ചാപരിപാടി തിരുവനന്തപുരത്ത് ഉണ്ടായിരുന്നു. അവിടെ വച്ചാണ് കത്രീനയെ പരിചയപ്പെട്ടത്. കറുത്ത് തടിച്ച സുന്ദരരൂപം. നിതംബങ്ങൾക്ക് തൊട്ടു മുകളിൽ നിൽക്കുന്ന കോലൻ മുടി. ആഭരണങ്ങളൊന്നുമില്ല. വെള്ള പൈജാമയും ഇറക്കം കുറഞ്ഞ കളർകുർത്തയും, ചുവപ്പു നിറത്തിലുള്ള വലിയ വട്ടപ്പൊട്ടുമാണ് വേഷം. പരിപാടി നടന്ന മൂന്ന് ദിവസവും വേഷം ഇതുതന്നെ. കുർത്തയുടെ കളറുകൾ മാറി എന്നല്ലാതെ ഒരു മാറ്റവുമില്ല.

അവിവാഹിതയായ മുപ്പത് വയസ്സു തോന്നിക്കുന്ന, ഇരുപത്തിമൂന്നുകാരി. അവൾ വർത്തമാനമൊന്നും അധികം പറയില്ല, ചിരിക്കുകയല്ലാതെ. പക്ഷേ അവൾക്ക് ഓരോ പുരുഷന്മാരും ഓരോ റോസാപൂക്കളാണെന്ന് അവൾ തന്നെ ചർച്ചയിൽ പറഞ്ഞു. അതീവ ധൈര്യവതി. സദാചാരം, സമൂഹം, നീതി തുടങ്ങിയ വിഷയത്തിലുള്ള ചർച്ചാ പരിപാടിയായിരുന്നു.

ഒരു കുലയിൽ അഞ്ചെട്ട് റോസാപൂക്കൾ.

അതവളുടേതാണ്...

അവളുടെ കാമുകന്മാർ...

അവളുടെ ഒരു റോസാപ്പൂവാണ് വിഭീഷണും എന്ന് ഹിത പിന്നീടറിഞ്ഞിരുന്നു. അന്നവനെ പരിചയപ്പെട്ടിട്ടില്ലായിരുന്നെങ്കിലും വിഭീഷണും ആ ത്രിദിന ചർച്ചയിൽ സന്നിഹിതനായിരുന്നു. അതിനുശേഷം ഗവേഷണത്തിന് അവിടെ യൂണിവേഴ്സിറ്റിയിൽ ചേർന്ന ആഴ്ചയാണ് വിഭീഷണനെ പരിചയപ്പെട്ടത്. അയാളവിടെ അധ്യാപകനോ വിദ്യാർത്ഥിയോ ആയിരുന്നില്ല. ഏതോ ഒരു പ്രൊജക്ടിന്റെ പണിക്ക് വേണ്ടി വരുന്നവനാണ്. സയൻസ് വിഭാഗത്തിൽ ഒരു സീനിയർ പ്രഫസറിന്റെ പ്രൊജക്ട് അസിസ്റ്റന്റ്.

പക്ഷേ ഹ്യുമാനിറ്റീസ് വിഭാഗത്തിലേക്ക് വെറുതെ വന്ന് കറങ്ങി നടക്കുന്നതെന്തിന് എന്ന് ഹിത കരുതി.

ഒരു ദിവസം കണ്ടുമുട്ടിയപ്പോൾ അവനിങ്ങോട്ട് കയറിപ്പറഞ്ഞു, 'തന്നെ കണ്ട് പരിചയപ്പെടാൻ വന്നതാണിവിടെ...'

'അതിനെങ്ങനെയറിയാം ഞാനിവിടെയുണ്ടെന്ന്' ആശയക്കുഴപ്പത്തോടെ ഹിതയവനെ തറച്ചു നോക്കി.

'കത്രീന പറഞ്ഞു. അന്നത്തെ പ്രോഗ്രാമിൽ ഞാനുമുണ്ടായിരുന്നു.

എല്ലാവരേം ശ്രദ്ധിച്ചിരുന്നെങ്കിലും പരിചയപ്പെടാൻ പറ്റിയില്ല.'

'ഓ... അപ്പോൾ എല്ലാരേം പരിചയപ്പെടാൻ വിട്ടുപോയ കൂട്ടത്തിലുള്ളവരെ പോയിക്കാണുന്ന പതിവുണ്ടല്ലേ...'

'അല്ലെടാ... അന്ന് പ്രോഗ്രാം കഴിഞ്ഞതും നിങ്ങൾ നാലഞ്ചുപേർ ബാറിൽക്കയറിയതും അവിടെ കുടിച്ചു കൂത്താടിയതും, മിണ്ടാൻ വന്ന ആണുങ്ങളെയൊക്കെ ലഹളയുണ്ടാക്കി നീ ആട്ടിയോടിച്ചതുമൊക്കെ ഞാൻ കണ്ടു. ആ ബാറിൽ ഞാനുമുണ്ടായിരുന്നു.'

അവന്റെ പെട്ടെന്നുള്ള സ്വന്തമെന്ന പോലെയുള്ള സംബോധനാ രൂപങ്ങൾ അവളെ ഒന്ന് പരുങ്ങലിലാക്കി. എടാ... നീ... എന്നൊക്കെ വിളിച്ച് വലിയ കൂട്ടായതുപോലെയാണ് സംസാരം!

എങ്കിലും പരുങ്ങലോ അമ്പരപ്പോ കാണിക്കാതെ അവൾ ചോദിച്ചു.

'അതിനെന്താ... നിനക്ക് ഞങ്ങൾ ബാറിലെന്തെടുത്തു എന്ന് നോക്കി നിൽക്കേണ്ടുന്ന കാര്യമുണ്ടായിരുന്നോ...'

'ഏയ്... വെറുതെ നോക്കിനിന്നു എന്നുമാത്രം. നിന്റെ പെർഫോമൻസ് നന്നായിരുന്നു. എനിക്കിഷ്ടായി... എന്നാലും... കൊറച്ചോവറാണ്ട്ടോടാ'...!

ഹിത കൂടുതലൊന്നും പറയാതെ ഒന്നു ചിരിച്ചുകൊണ്ട് നടന്നു പോയി.

പിന്നെയങ്ങനെ കണ്ടുമുട്ടിത്തുടങ്ങിയതും അവനോട് വളരെപ്പെട്ടെന്നാണ് അടുത്തത്.

കാഴ്ചയിൽ പൗരുഷം മുറ്റിനിൽക്കുന്ന ഒരുത്തനെ തനിക്ക് പ്രേമിക്കാനാകുമെന്ന് അവൾ കരുതിയതേയില്ല. അവൾ പ്രതീക്ഷിച്ചിടത്തൊന്നും അവൻ കാഴ്ചയിലുള്ള സാമ്പ്രദായിക ആണത്തത്തിന്റെ പ്രശ്നങ്ങൾ ഉണ്ടാക്കിയില്ല.

അതുകൊണ്ട് തന്നെയാവാം തന്റെ തണ്ടിൽ നിന്ന് കത്രീനയീ റോസാപുഷ്പത്തെ വിടരും മുമ്പേ പറിച്ചിട്ടത്. അവൾക്കു പൗരുഷം വേണമെന്ന് തോന്നുന്നു. അല്ലെങ്കിൽത്തന്നെ പൗരുഷം എന്നതുകൊണ്ട് എന്താണ് അർത്ഥമാക്കുന്നത്... കാഴ്ചയിലുള്ളതോ പ്രവൃത്തിയിലുള്ളതോ...

ഓരോരുത്തർക്കും ഓരോന്നാണ് പ്രധാനം.

അവഗണിക്കപ്പെട്ട ഒരു കാമുകന്റെ അതിസാഹസമായിരിക്കാം സൗമ്യത കൈവിടാതെ അവൻ തന്നോടടുത്തത്...

ചതിക്കപ്പെട്ട കാമുകൻ എന്നാണു അവൻ സ്വയം വിശേഷിപ്പിച്ചത്...

എന്നാൽ അവൻ ഹിതയിൽ എന്ത് കണ്ടു എന്ന് വ്യക്തമായിരുന്നില്ല... അവൾ ചോദിച്ചു എങ്കിലും.

'നിന്നെ വിശ്വസിക്കാൻ എനിക്ക് തോന്നുന്നു', എന്ന് മാത്രം ആവർത്തിച്ചുകൊണ്ടിരുന്നു അവൻ.

വിശ്വസിച്ചാലും ഇല്ലെങ്കിലും ശരി, ചതിക്കുക, ചതിക്കപ്പെടുക എന്നീ കാര്യങ്ങളിൽ അവൾ വിശ്വസിച്ചിരുന്നില്ല. പിരിയുകയാണെങ്കിൽ അതിനു കാരണങ്ങൾ ഉണ്ടാകുമല്ലോ എല്ലാവർക്കും.

ചതിക്കപ്പെട്ട കാമുകൻ എത്ര പെട്ടെന്നാണ് മറ്റൊരു പ്രണയത്തിൽ വീഴുന്നത്...

അതൊരു അറിവായിത്തന്നെ ഹിത ഡയറിയിൽ കുറിച്ചു വച്ചിരുന്നു.

പതിനാറ്

ഒരു വർഷത്തിനുള്ളിൽത്തന്നെ വിദേശ യൂണിവേഴ്സിറ്റിയിൽ അഡ്മിഷൻ ശരിയായതിനാൽ സ്കൂൾ ജോലിയിൽ നിന്നും വീണ്ടും അഞ്ച് വർഷത്തേക്ക് വേണ്ടി എടുത്ത ലീവ് ഗുണപ്പെട്ടു.

ഹിത വിഭീഷണെ വിട്ടുപോകാൻ തീരുമാനിച്ചു. അവനെ വിട്ടില്ലെങ്കിൽ പ്രശ്നമായേനെ. അവനൊരു പ്രേമത്തിന്റെ മകുടമായിരുന്നെങ്കിലും കടുത്ത മോറലിസ്റ്റ് ആയിരുന്നു.

ഒന്നുമറിയാതിങ്ങനെ സ്നേഹിക്കാൻ വരരുത്... ഈ ബന്ധം സാധ്യമല്ല എന്നും പറഞ്ഞതാണ്. വ്യക്തമായിത്തന്നെ അതു പറയാൻ കാര്യവുമുണ്ടായിരുന്നു.

വിവാഹം കഴിക്കുന്നയാളുമായി മാത്രമേ ശാരീരിക ബന്ധമുണ്ടാവൂ എന്നതാണവന്റെ നിലപാട്. കൂട്ടുകാരുടെ ഇടയിൽ എന്തോ ഒരു ചർച്ചയ്ക്കിടെ പബ്ലിക്കായിത്തന്നെ 'ഞാനൊരു പ്യൂരിറ്റനൊന്നുമല്ല' എന്നൊരു വാചകം ഹിത പറയാനിടയായി. വിവാഹമോചിതയായതിനാൽ ലൈംഗികസദാചാരത്തിന്റെ നിരർത്ഥകത മനസ്സിലായിട്ടുള്ളതിനാലാണ് അങ്ങനെ പറഞ്ഞത്.

അതിനുശേഷം പുറത്തിറങ്ങിയതും അവൻ ചോദിച്ചു, 'നീയെന്തിനാ ഇങ്ങനെയൊക്കെ പറഞ്ഞത്, അത് എനിക്കിഷ്ടമല്ല'.

നല്ല തമാശ! അവനിഷ്ടമില്ലാത്തതൊന്നും പറയാതിരിക്കാനും ചെയ്യാതിരിക്കുനും ഞാനവന്റെയാരാണ്.

വിവാഹമോചിതകൾക്ക് ശാരീരികമായ ആവശ്യങ്ങൾ ഉണ്ടാകും എന്നു കരുതി മാത്രം അടുത്തുകൂടുന്നതരം ആൾക്കാരെയും കണ്ടിട്ടുണ്ടല്ലോ. അതിനാൽത്തന്നെ, സംശയത്തോടെ അവൾ അങ്ങനെ കയർത്തുകൊണ്ട് ചോദിച്ചു.

മറ്റൊരാൾക്കിഷ്ടമാകുന്നതു മാത്രം മിണ്ടിപ്പറഞ്ഞു ജീവിക്കാൻ പറ്റില്ല, എന്നും വ്യക്തമാക്കിയിരുന്നു.

'എനിക്കു നിന്നെ കല്യാണം കഴിക്കണം. ഇനി നമ്മൾ തമ്മിൽ മാത്രമാണ് ബന്ധം' എന്നാണവൻ ഒരു വാശിക്കാരനെപ്പോലെ പറഞ്ഞത്.

അവനിതുവരെ ഒരു സ്ത്രീയുമായും ശാരീരികബന്ധമുണ്ടായിരുന്നില്ലെന്ന്...

എന്തൊരു വർത്തമാനം! കത്രീനയുടെ കൂടെ അവൻ യാത്ര പോയതും മറ്റും അവൾക്കറിയാം. പക്ഷെ അന്നൊന്നും സംഭവിച്ചിട്ടില്ല എന്നും ഒരു പക്ഷെ അതിനാലാകാം അവൾ തന്നെ ഉപേക്ഷിച്ചതെന്നും ചോദിക്കാതെ തന്നെ അവൻ പറയുകയും ചെയ്തു പിന്നീട്.

ഇതു മനസ്സിലാക്കാതെ ഇവനെങ്ങനെയാണ് ഇങ്ങനെയൊക്കെ സംസാരിക്കാൻ സാധിക്കുന്നത്!

അവന്റെ കൊമ്പൻ മീശയ്ക്ക് ചേരുന്നില്ലല്ലോ ഈ സംസാരരീതി...

അവൾ സ്വന്തം മനസ്സിലെ ലിംഗബോധത്തിന്റെ ചട്ടക്കൂട് തിരിച്ചറിഞ്ഞു. ഇത്രമാത്രം സാമൂഹ്യനിർമ്മിതമായ ബോധമായിത്തീരുന്നതെന്തേ തന്റെ മനസ്സ് എന്നവൾ സ്വയം അതിശയിച്ചു.

എന്തോ ഒരു ആഹ്ലാദവും അവൾക്കവൻ പറഞ്ഞതിലനുഭവപ്പെട്ടു.

ഒരു കൊമ്പൻമീശക്കാരൻ ഇങ്ങനെ കേഴുന്നതും നല്ല ലക്ഷണമാണ്. അമ്പരപ്പും അത്ഭുതവും വിമർശന ചിന്തയും ഒക്കെ കടത്തിവെട്ടുന്ന ഒരു ആഹ്ലാദം! ചിന്തയും വിവേകവും നശിപ്പിക്കുന്ന ആഹ്ലാദം.

അവൾ മെല്ലെ ചോദിച്ചു.

'നീയത്ര സീരിയസ്സാണോ...'

'അതെ, ഞാനെന്റെ വീട്ടിൽ പറഞ്ഞു. ഇനിയെനിക്ക് കല്യാണമൊന്നും വീട്ടുകാരാലോചിക്കണ്ടായെന്ന്'

'എന്നിട്ട്..?'

'ഓ... അവർക്ക് ഞാനെന്തു തീരുമാനിച്ചാലും സമ്മതമാ... എന്റെ ഉത്തരവാദിത്തങ്ങൾ ഞാൻ നിറവേറ്റിയാൽ മതിയല്ലോ...'

'ഉത്തരവാദിത്തങ്ങൾ...? എന്താണ്?'

'പെങ്ങളുടെ കല്യാണത്തിന് എത്രയും വേഗം രണ്ടു ലക്ഷം രൂപ കൊടുക്കണം...അതു ഞാൻ വേഗം ഉണ്ടാക്കും. അവസാനത്തെ പെങ്ങളാണ്'

'അപ്പോൾ എത്ര പെങ്ങന്മാരുണ്ട്?'

'മൂന്നുപേർ. രണ്ടുപേരെ ചേട്ടൻ കെട്ടിച്ചു വിട്ടു. അവസാനത്തെയാളെ ഞാൻ ചെലവാക്കണമെന്നാണ് അമ്മയും ചേട്ടനും പറയുന്നത്. അച്ഛനില്ല...'

ഹിതക്ക് ചിരിക്കാതിരിക്കാനായില്ല.

പെങ്ങന്മാരെ ജീവിപ്പിക്കാൻ ആങ്ങളമാർക്ക് വീതിച്ചു കൊടുത്തിരിക്കുന്നു. അഥവാ അവർ വീതിച്ചെടുത്തിരിക്കുന്നു!!

ഈ പെങ്ങന്മാർ അതിനുവേണ്ടിത്തന്നെ നിന്നുകൊടുക്കുന്നു.! സ്വന്തമായി അഞ്ചു പൈസയ്ക്ക് പണിക്കു പോകാതെ...

പക്ഷേ, പാവങ്ങൾ എല്ലാ വീട്ടുപണിയും ചെയ്യും. ആങ്ങളമാരുടെ അടിവസ്ത്രം വരെ കഴുകും. അവർ വിളിക്കുന്നിടത്ത് വെള്ളവും തുപ്പൽ കോളാമ്പിയും കൊണ്ടുചെന്നു കൊടുക്കും...

വല്ലാത്ത ജീവിതം...

ഈ ലോകം മാറില്ലെ...!

എന്തിനുവേണ്ടിയാണ് സ്ത്രീപക്ഷ പ്രവർത്തനം നടത്തുന്നതും ചർച്ച നടത്തുന്നതുമൊക്കെ...!

ആർക്കു വേണ്ടിയാണ്.

ഹിതയ്ക്ക് കൂടുതൽ സംസാരിച്ചാൽ ഭ്രാന്തിയാകുമെന്ന് തോന്നി. അവൾ പിന്നെക്കാണാമെന്ന് പറഞ്ഞ് ഹോസ്റ്റലിലേക്ക് നടന്നു.

വിഭീഷൺ ഗേയ്റ്റ് വരെ അവളുടെ കൈയ്യിൽ അവന്റെ കൈ കോർത്തുകൊണ്ട് ഒപ്പം നടന്നുചെന്നു. കൈകോർത്തുള്ള നടത്തം അവരെ മുപ്പതു വയസ്സിൽ നിന്ന് പതിമൂന്നാം വയസ്സിലേക്ക് എത്തിച്ചത് പോലെതോന്നി ഹിതയ്ക്ക്. അവൾക്കതിൽ അല്പം രസവും തോന്നി. അവളതാസ്വദിച്ചിരുന്നു...

ഓരോ പ്രാവശ്യവും വിഭീഷണെ വിട്ടുപോകാൻ തീരുമാനിക്കുമ്പോഴും അവൾ എന്തുകൊണ്ടോ പിന്മാറി.

പിന്നെയും അവർ കൈകോർത്ത് പോകുന്ന തരത്തിലുള്ള അവസരം ഒരിക്കലുമുണ്ടാകില്ലെന്നു തോന്നിക്കും വിധമുള്ള സംഭവം ശേഷവുമുള്ള ഒരാഴ്ചക്കുള്ളിലാണുണ്ടായത്.

കേരളത്തിലെ സദാചാര സമൂഹത്തെക്കുറിച്ചുള്ള ചർച്ചയ്ക്ക് ഒരു ടി. വി ചാനൽ വിളിച്ചു. പോകുന്നുണ്ട് എന്നൊന്നും പറയാനുള്ള മര്യാദ അവൾ വിഭീഷണോട് കാണിക്കേണ്ടതായി കരുതിയില്ല. അവൻ പിന്തിരിപ്പിക്കുകയേ ഉള്ളൂ എന്നറിയാം.

അവളെ നിയന്ത്രിക്കുന്ന തരം സ്നേഹപ്രകടനം അവനുണ്ട്.

അവളുടെ പ്രോഗ്രാം കേട്ടറിഞ്ഞ് അവൻ കണ്ടു. പരിപാടി കഴിഞ്ഞ് അവൾ പുറത്തിറങ്ങും മുൻപെ അവൻ ചാനലാഫീസിനു മുന്നിൽ ബൈക്കും കൊണ്ട് കാത്തുനിന്നിരുന്നു.

'എന്തൊരു സ്നേഹം' എന്നാശ്ചര്യപ്പെട്ട് അവളൊന്നും മിണ്ടാതെ അവന്റെ കൂടെ കയറി. അവൻ താമസിച്ചിരുന്ന അപ്പാർട്ട്മെന്റിലേക്കാണ് അവർ പോയത്. അവൾ ഒന്നും ചോദിക്കുകയോ പറയുകയോ ചെയ്തില്ല.

വീടെത്തിയതും വാതിലടച്ച് അവൻ അവളുടെ തലമുടിക്കുകുത്തിപ്പിടിച്ച് ചുമരിൽ ചേർത്തു നിർത്തി ചോദിച്ചു, 'നിന്നോട് പറഞ്ഞിട്ടില്ലേടി ഇത്തരം ചർച്ചകൾക്കൊന്നും പോകണ്ടാന്ന്. ഇപ്പോ ടീവീലും...'

ഹിത കുതറിക്കൊണ്ട് അവനെ ആഞ്ഞുതള്ളിമാറ്റി. ആ ശക്തിയിൽ അവൻ അടുത്തുള്ള മരക്കസേരയുടെ മുകളിലേക്ക് മറിഞ്ഞുവീണു. തലയിടിച്ച ശബ്ദം അവൾ കേട്ടു. അവൻ അമർത്തിപ്പിടിച്ച കൈ തലയിൽ നിന്നെടുത്ത് നോക്കി.

ചോര...

അവൾക്കല്പം പരിഭ്രമം തോന്നി. എങ്കിലും അനങ്ങാതെ ആനില്പിൽ തുറിച്ചു നോക്കിക്കൊണ്ടു നിന്നു. അവൻ സാവധാനം എഴുന്നേറ്റു പോയി തല കഴുകി ഒരുതോർത്തുമുണ്ടെടുത്ത് മുറിഞ്ഞ ഭാഗത്തുകൂടെ വരിഞ്ഞുകെട്ടി.

ഒരു വഴക്കുണ്ടാക്കിയിട്ടില്ലെന്നപോലെ അവൻ പറഞ്ഞു. 'നീയിവിടെ കിടന്നോ, ഞാനൊരു ഡോക്ടറെ കണ്ട് സ്റ്റിച്ചിടണോന്ന് നോക്കിയിട്ട് വരാം.'

അവൾ മെല്ലെ പറഞ്ഞു. 'ഞാനും വരാം.'

'വേണ്ട. ഞാനൊറ്റയ്ക്ക് പോകാം. കുഴപ്പമില്ല.' അവൻ ബൈക്കെടുത്ത് ഒറ്റയ്ക്കുതന്നെ പോയി.

ആശുപത്രിയിൽ നിന്നു വന്നതും അവൻ കുറെ കരഞ്ഞു. തലയിലെ വേദനകൊണ്ടല്ല, എന്നവൻ പറഞ്ഞു. പക്ഷേ, അക്രമാസക്തനായത് എന്തുകരുതിയിട്ടാണെന്ന് പറഞ്ഞതുമില്ല. അവന്റെ വീട്ടുകാർ അത്തരം പരിപാടിയൊക്കെ കണ്ടാൽപ്പിന്നെ കല്ല്യാണം നടന്നില്ലെങ്കിലോ എന്നു കരുതിയാണ് ദേഷ്യം വന്നത് എന്നുമാത്രം പറഞ്ഞു.

ഹിതയ്ക്ക് വിഷമമല്ല തോന്നിയത്... ഇത് വലിയ പൊല്ലാപ്പായല്ലോ എന്നാണ്.

താൽപ്പര്യമുള്ള കാര്യങ്ങൾ ഒന്നും ചെയ്യാതെ 'ഗുഡ് ഇമേജ്' അങ്ങനെ എടുത്തുവച്ച് സൂക്ഷിച്ച് കല്ല്യാണം കളിക്കണമെന്നൊന്നും തനിക്കില്ല എന്ന് പിന്നീട് രണ്ട് ദിവസത്തിനുശേഷം കണ്ടപ്പോഴും അവൾ പറഞ്ഞതാണ്.

എന്നിട്ടും വിഭീഷണൻ എന്നും ഹ്യൂമാനിറ്റീസിന്റെ ഭാഗത്തേയ്ക്ക് വരുമായിരുന്നു.

ഹിത അവിടം വിടും വരെ.

തിരുവനന്തപുരത്തുനിന്നും ഡൽഹിയിലേക്കുള്ള ട്രെയിൻ കയറുമ്പോൾ അവൻ പ്ലാറ്റ്ഫോമിൽ നിന്ന് വീണ്ടും കൈകൾ കോർത്തു. അവൾ അതു തട്ടിമാറ്റാൻ ശ്രമിക്കുമ്പോഴും.

'എന്താ കൈ കോർക്കാത്തെ' അവൻ ആവലാതിപോലെ പറഞ്ഞു.

ഹിതയപ്പോഴാണോർത്തത്... ആളുകളെ മനസ്സിലാക്കാനാവുന്നില്ലല്ലോ തനിക്ക് എന്ന്.

അജ്ഞത എത്ര അപാരമായതാണ്.

അന്യനെ സ്നേഹിക്കുക ആവശ്യം തന്നെ... പക്ഷേ എന്താണ് സ്നേഹം... ഇതാണോ... ആണോന്ന് അറിയില്ല.

ഡൽഹിയിൽ വെച്ച് നകുലേട്ടനെ കാണാമെന്നു പറഞ്ഞത് എന്തിനായിരുന്നു... അയാൾ തന്നെക്കാണാമെന്ന് പറഞ്ഞത് എന്തിനായിരുന്നു...!

അറിയില്ല...

ഒന്നും ഇപ്പോഴും അറിയില്ല...

ഒന്നുമയാൾ വ്യക്തമായി പറഞ്ഞുമില്ല... താൻ ചോദിച്ചുമില്ല...

അജ്ഞതയുടെ ഒരു മഹാകുടീരമായി പാശ്ചാത്യമണ്ണിൽ അടിഞ്ഞൊടുങ്ങുമോ താൻ...

അറിയില്ല...

ഇല്ല... അതുണ്ടാവില്ല...

മണ്ണിന്റെ പ്രശ്നമല്ല...

മണ്ണെല്ലായിടത്തും മണ്ണുതന്നെ.

പക്ഷേ ഈ മണ്ണിൽ ഞാൻ ജീവിച്ചിട്ടും കാര്യമില്ല... മരിച്ചിട്ടും കാര്യമില്ല...

രണ്ടും കണക്ക് തന്നെ... ഇവിടെ എന്തുചെയ്യാനാണ്.

ഒന്നുമില്ല... ശൂന്യത...

ചിന്തകളുടെ ബീജം എവിടെയാണ്...

ഞാൻ എന്തായാലും ഇവിടെയല്ലല്ലോ മുളപൊട്ടിയത്.

വീടെവിടെ, നാടെവിടെ എന്നൊക്കെയുള്ള ചോദ്യങ്ങൾ നാട്ടിൽ നിന്നു കേൾക്കുമ്പോൾ ദേഷ്യം തോന്നാറുണ്ട്, അസ്വസ്ഥമാകാറുണ്ട്. അതിലൊക്കെ എന്തിരിക്കുന്നുവെന്നും ചോദിക്കാറുണ്ട്.

പക്ഷേ, ഇവിടെനിന്ന് അത് കേൾക്കാതിരിക്കുമ്പോഴും അസ്വസ്ഥത...

കാരണം, എല്ലാവർക്കുമറിയാം ചോദിക്കാതെ തന്നെ... ഇവളിന്ത്യാക്കാരിയാണ്...

ഇന്ത്യാക്കാരി... വെറും ഇന്ത്യക്കാരി!

പോകണം.

ഇന്ത്യയിലേക്കു തന്നെ.

ഹിത കംപ്യൂട്ടറിന്റെ മുമ്പിലേക്ക് തിരിച്ചുവന്നിരുന്നു. റോസാപ്പൂക്കുല ബാൽക്കണിയിൽ നിന്ന് റൂമിലേക്കെത്തിനോക്കി.

അവൾ സെർച്ച് തുടങ്ങി.

പലവിധ ടിക്കറ്റുകൾ... തിരിച്ചും മറിച്ചും ചിന്തിച്ചു. സാൻഫ്രാൻസിസ്കോയിൽ നിന്ന് പസഫിക് സമുദ്രത്തിനു മുകളിലൂടെ പറന്നാൽ സിങ്ക

പ്പൂർ വഴി പോകുന്നതാണ് എളുപ്പം.

പക്ഷേ അവൾ കരുതി. പാരീസിൽ പോകണം. മെർലിൻ ഉണ്ടാകുമെന്നതിനാൽ ചുറ്റിക്കാണാൻ കൂട്ടുമുണ്ട്. പാരീസിൽ നിന്ന് തിരുവനന്തപുരത്തേക്ക്.

അങ്ങനെ പോകാം...

മെയ് ഒന്ന്, തൊഴിലാളി ദിനത്തിൽ പാരീസിലേക്ക് പോകാൻ തീരുമാനിച്ചു. അവിടെ രണ്ടാഴ്ച താമസിക്കാനായി യൂത്ത് ഹോസ്റ്റലും ബുക്ക് ചെയ്തു.

അങ്ങനെ മൺസൂൺ മഴയോടൊപ്പം താൻ ഇൻഡ്യയിൽ !!

അല്ല കേരളത്തിൽ!

എല്ലാതീരുമാനങ്ങളും പെട്ടെന്നു കഴിഞ്ഞു.

ഹിത ഓർത്തു...

മിത്ര നാളെ തിരിക്കുകയാണ് കേരളത്തിലേക്ക്...

അവൾ ഫോണെടുത്തു വിളിച്ചു.

'മിത്ര, മൈഡിയർ, അയാമാൾസോ കമിങ് ടു ഇന്ത്യ'

'വാട്ട്, വെൻ, വാട്ടാർയു സേയിങ് ഡിയർ' മിത്രയുടെ ശബ്ദം പതിവിലും ഉയർന്നു കേട്ടു...

അവൾ ഞെട്ടിക്കാണും. ശരിയാണ്. തിരിച്ചു പോകുകയേയില്ലെന്നു പറഞ്ഞിരുന്നയാൾ - നാലുകൊല്ലത്തെ ഗവേഷണത്തിന് യു. എസിലെ യൂണിവേഴ്സിറ്റിയിൽ മോഹിച്ചു ചേർന്നവൾ!! അങ്ങനെയുള്ളയാൾ ഇന്ത്യയിലേക്ക് പോകുന്നു എന്നുപറഞ്ഞാൽ അതിശയിക്കാതെ തരമില്ല.

'ഇൻ, മെയ്. എല്ലാം നേരിട്ടു കാണുമ്പോൾ പറയാം... ഇന്നു രാത്രി എട്ടുമണിക്കല്ലേ നിന്റെ ഫെയർവെൽ ഡിന്നർ? സീ യു ദെൻ.'

മിത്ര എന്തൊക്കെയോ ചോദിക്കാനും പറയാനും ശ്രമിക്കുന്നുണ്ടായിരുന്നു ഫോണിന്റെ മറുതലയ്ക്കൽ. എല്ലാം നേരിട്ട് പറയാം, എന്ന് പറഞ്ഞു ഹിത ഫോൺ താഴെ വെച്ച് വീണ്ടും ചിന്താധീനയായി.

നാട്, സ്വന്തം നാട് എന്നൊക്കെയുള്ള ആശയങ്ങൾ പലയിടത്തും കേൾക്കുമ്പോൾ തോന്നിയിരുന്ന അർത്ഥമില്ലായ്മ അവൾ ഓർക്കാൻ ശ്രമിച്ചു...

അർത്ഥങ്ങളും അർത്ഥമില്ലായ്മകളും...

എത്ര വിചിത്രമായി മാറിക്കൊണ്ടിരിക്കുന്ന പ്രതിഭാസം..

പതിനേഴ്

ഫ്രെഡറിക്കിന്റെ അപ്പാർട്ടുമെന്റിൽ വെച്ച് വേണം ഫെയർവെൽ എന്ന് അവൻ പറഞ്ഞു. എല്ലാരും സമ്മതിച്ചിരുന്നു.

ഒരു പോട്ട്ലക്ക് പാർട്ടി. എല്ലാവരും ഓരോ ഇനങ്ങൾ ഉണ്ടാക്കി കൊണ്ടുവരും.

മിത്രയൊഴികെ.

മിത്ര പ്രധാന ഫെയർവെൽ കഥാപാത്രമാണല്ലോ.

അവൾ യു.എസിലേക്കിനിയില്ലെന്ന മട്ടിലാണ് പോകുന്നത്. തിരുവനന്തപുരത്തോ ബാംഗ്ലൂരിലോ ഐ. ടി മേഖലയിൽ ജോലി തുടരും.

ആരും ഗൗതമിന്റെ പേരുപോലും ഉരിയാടിയില്ല. അയാളെ കുറച്ചു നാളായി പരിസരത്തൊന്നും കണ്ടിട്ടുമില്ല. മിത്ര പോകുന്നത് അറിഞ്ഞിട്ടുണ്ടോ എന്നു തന്നെ ഉറപ്പില്ല. എന്നാലും ആരും ഒന്നും ചോദിച്ചും പറഞ്ഞുമില്ല.

മിത്ര മനോഹരമായ ഒരു ചുരിദാറാണ് ധരിച്ചത്. മാർച്ച് മാസത്തിന്റെ മൂർധന്യതയിൽ അതിനുമുകളിൽ അധികം കോട്ടുകളൊന്നും കയറ്റേണ്ട കാര്യമില്ല. തണുപ്പിനത്രയേ കാഠിന്യമുള്ളു. എങ്കിലും ചുരിദാറിനു ചേരാത്തവിധം ഒരു തൊപ്പി അവൾ ധരിച്ചിരുന്നു. ഫ്രെഡറിക് സമ്മാനിച്ച ആ മനോഹരമായ തൊപ്പി അവളിൽ ഒരു രാജകുമാരിയുടെ ആകർഷണീയത കൊണ്ടുവന്നു. അവൾ സന്തോഷത്തിലാണോ വിഷമത്തിലാണോ എന്നാർക്കും ഗണിക്കാൻ പറ്റിയില്ല.

മെർലിൻ, അവളുടെ ബോയ്ഫ്രണ്ട്, ഹിത, ഫ്രഡറിക് എന്നിവരെ കൂടാതെ ഫ്രഡറിക്കിന്റെ ഒരു സുഹൃത്ത് യൂസഫ് ഉണ്ടായിരുന്നു. ഒരു അർജന്റീനിയൻ കറുപ്പൻ. മറഡോണ കറുത്താൽ എങ്ങനെയാണോ അതുപോലെയുണ്ട് യൂസഫ്. അവൻ പോത്തിറച്ചി കൊണ്ടുള്ള എന്തോ കൊണ്ടുവന്നു. കൂടുതലും വെജിറ്റേറിയൻ വേണമെന്നറിഞ്ഞതിനാൽ ഒരു പച്ചക്കറി പുഴുങ്ങിയ കറിയും കൊണ്ടുവന്നു.

ഹിത റൈത്തയും ചോറും.

ഫ്രെഡറിക് പിസ ഉണ്ടാക്കിയിരുന്നു. കൂടാതെ കുറേ തരം വൈനും ബിയറും വാങ്ങിവച്ചിരുന്നു.

അതുകണ്ടപ്പോൾ അവൾക്കു ഇവാനിയോസിനെ ഓർമവന്നു. അവൾ

അവനൊരു ഈമെയിലയയ്ക്കാൻ ആലോചിച്ചു. അന്ന് ഈമെയിലഡ്രസ്സ് റൂമിനു മുന്നിൽ വെച്ചുപോയ അവനു എഴുതണമെന്നു അവൾക്കു തോന്നിയിരുന്നില്ല. തന്റെ ഈമെയിൽ അവന്റെ കയ്യിലുണ്ടായിരുന്നെങ്കിൽ അവൻ എഴുത്തുമായിരുന്നുവോ തനിക്കാദ്യം എന്നവൾ ആലോചിച്ചു. വല്ലാത്ത ഈഗോ പിടിച്ച ചിന്തയായിരുന്നു. ഇതൊക്കെ പ്രേമത്തിന്റെ പ്രശ്നമാണോ എന്നോർത്തുവെന്നതല്ലാതെ അവൾ അവൻ വെച്ച് പോയ അഡ്രസ്സിൽ ഒരു കത്തെഴുതിയില്ല. പിന്നീടെന്നോ ഒരു പുതിയ ഈമെയിൽ അഡ്രെസ്സ് ഉണ്ടാക്കി ഒരു ഡേറ്റിംഗ് താല്പര്യം പറയുന്ന ഒരു ഏഷ്യാക്കാരിയായ സ്ത്രീയെപ്പോലെ അവൾ എഴുതി. അതിൽ മറുപടിയില്ലായിരുന്നു. പാശ്ചാത്യരുടെ പ്രേമവും ഡേറ്റിംഗും ഒക്കെ വളരെ അവ്യക്തമായ ധാരണകൾ മാത്രമുള്ള വിഷയമായതിനാൽ അവൾ ചില ഗവേഷണപരീക്ഷണങ്ങൾ നടത്താമെന്നു കരുതി ചെയ്തതാണ്.

മെർലിനും കൂട്ടുകാരനും പാൻകേക്ക് കൊണ്ടുവന്നു. കൂടാതെ മധുരസേവ പോലത്തെ ചീസ് കൊണ്ടുള്ള ഒരു വകയും.

അവർ കുറച്ച് നേരം ഒരു ഗിറ്റാറിന്റെ ഈണം ബാക്ക്ഗ്രൗണ്ടി കേട്ടുകൊണ്ട് നിശ്ശബ്ദരായി പരസ്പരം നോക്കിക്കൊണ്ട് ബിയറും വൈനും മൊത്തിക്കൊണ്ട് നിന്നു.

പിന്നെ ഹിത മേയ്മാസത്തിലെ യാത്രയുടെ ഒരു ഏകദേശ രൂപം മിത്രയോടു വിവരിച്ചു. മെർലിനോടും കൂടി ചർച്ച ചെയ്തു.

ഏപ്രിലിൽ പരീക്ഷ കഴിയുന്നതോടെ മെർലിൻ പാരീസിലേക്ക് പോകുമെന്ന് മുൻപേ പറഞ്ഞിരുന്നു. പിന്നീടൊരു മാസക്കാലം അച്ഛനമ്മമാരെയും സഹോദരങ്ങളെയും കണ്ട് അവിടെ കറങ്ങി സമ്മറിലേ സാൻഡിയാഗോയിലേയ്ക്ക് തിരിച്ചുപോകൂ.

പിന്നെയവൾ ഗർഭം ധരിക്കുമെന്നും പിന്നെ സാവധാനം അവർ കല്യാണം കഴിച്ചേക്കുമെന്നും കാമുകനെ ചുംബിച്ചുകൊണ്ട് അവൾ പറഞ്ഞു.

യൂസഫ് ഗിറ്റാറെടുത്ത് സ്വയം പാടാൻ തുടങ്ങിയിരുന്നു. റെക്കോർഡ് ഓഫാക്കിക്കൊണ്ട് ഫ്രഡറിക്കാണ് കൈയ്യടിച്ച് ശ്രദ്ധ കേന്ദ്രീകരിച്ചത്.

എല്ലാരും ഓരോ പാട്ടുകൾ പാടി.

ഹിതയും മിത്രയും ഓരോ കവിതകൾ ചൊല്ലി...

ലളിതമായവ... എവിടെപ്പോയാലും എവിടെ ജീവിച്ചാലും അവരെപ്പോലുള്ള മലയാളിപ്പെൺകുട്ടികൾ ഒരിക്കലും മറക്കാത്തവ...

ആഹാരം സ്വയമെടുത്ത് കഴിച്ച്, എല്ലാരും കൂടി പാത്രങ്ങൾ എടുത്ത്

വൃത്തിയാക്കി.

ഒന്നും വേണ്ടാ, ഞാൻ നാളെ ചെയ്തോളാമെന്ന് ഫ്രഡറിക് പറയുന്നുണ്ടായിരുന്നു. എങ്കിലും കുറച്ചൊക്കെ വൃത്തി വരുത്തി പന്ത്രണ്ട് മണിയോടെ എല്ലാവരും പിരിഞ്ഞു.

മെർലിനും കൂട്ടുകാരനും യൂസഫിനും സൈക്കിളുകൾ ഉണ്ടായിരുന്നു. ഹിതയെയും മിത്രയെയും താൻ ഡ്രോപ്പ് ചെയ്യാമെന്ന് ഫ്രെഡറിക് പറഞ്ഞു.

ഹിതയുടെ അപ്പാർട്ട്മെന്റിൽ അവളെ വിട്ടശേഷം മിത്രയുടെ അപ്പാർട്ട്മെന്റിലേക്ക് പോകുംവഴി ഫ്രെഡറിക് വളരെ സാവധാനമാണ് ഡ്രൈവ് ചെയ്തത്. മിത്രയുടെ പ്ലാനുകൾ ഇനിയെന്താണെന്ന് ഫ്രഡറിക് ചോദിച്ചു. അവൻ വളരെ സ്വരം താഴ്ത്തി ശ്രദ്ധയോടെയാണ് ചോദിച്ചത്.

'വാട് വിൽ യു ഡു ആഫ്റ്റർ ഗോയിങ് ഹോം..?'

'ജസ്റ്റ്, ബി വിത്ത് മൈ പാരൻസ്...' എന്നാണവൾ പറഞ്ഞത്.

അതിനുശേഷം ഒരു മൗനം അവർക്കിടയിൽ തളം കെട്ടിനിന്നു...

അച്ഛനമ്മമാരുടെ കൂടെ ജീവിക്കുക... അത് അയാൾക്കദ്ഭുതമായിരുന്നെങ്കിലും ഒന്നും പുറത്തു കാണിക്കാതിരിക്കുകയാണെന്ന് മിത്രയ്ക്ക് മനസ്സിലായി.

ഡ്രൈവ് ചെയ്യുന്നതിനിടെ അയാൾ ഇടയ്ക്കിടെ പതിവില്ലാത്ത രീതിയിൽ അവളെ നോക്കുന്നുണ്ടായിരുന്നു. അറിഞ്ഞിട്ടും മിത്ര അറിയാത്ത പോലെയായിരുന്നു.

പാശ്ചാത്യ പുരുഷന്മാരാരും തന്നെ സാധാരണ ഗതിയിൽ ഇങ്ങനെ ചെയ്യാറില്ല എന്നവൾക്കറിയാം. സ്ത്രീക്ക് അവളെ നോക്കുന്നുണ്ടെന്ന് തോന്നിപ്പിയ്ക്കും വിധം ഒരു പുരുഷനും നോക്കുകയില്ല. അവർ തമ്മിൽ ഒരു വികാരമോ പ്രശ്നമോ ഇല്ലാത്തിടത്തോളം.

പിന്നെ വണ്ടി നിർത്തി ഒരു സൈഡിൽ പാർക്ക് ചെയ്തിട്ട് അവൻ ഇറങ്ങിനിന്നു. മിത്രയും ഇറങ്ങി. അവൻ മിത്രയിറങ്ങിയ വശത്തു ചെന്ന്, അടുത്തേക്ക് നീങ്ങിനിന്നു. കണ്ണിലേക്ക് നോക്കിക്കൊണ്ട്.

വഴിവിളക്കിന്റെ പ്രകാശം എല്ലാ വ്യക്തതയും കൊടുക്കുന്നുണ്ടായിരുന്നു.

'ഡിഡ് ഐ ഡിസ്റ്റർബ് യുവർ ലൈഫ് മിത്ര?...'

അവൾ പ്രതീക്ഷിക്കാത്ത ഒരു ചോദ്യമായിരുന്നു അത്. അവളുടെ ജീവിത പ്രശ്നമൊന്നും അവളിതുവരെ അവനോട് പറഞ്ഞിട്ടില്ലല്ലോ.

പക്ഷേ ഏതു നാട്ടുകാരനായാലും ആണുങ്ങളല്ലേ...ആണുങ്ങളുടെ

സ്വഭാവം തിരിച്ചറിയുമായിരിക്കും!! പെണ്ണുങ്ങളുടെ പ്രശ്നങ്ങളും! അതറിഞ്ഞു മര്യാദ കാണിക്കുന്നവർ ചിലരേയുള്ളു എന്ന് മാത്രം!

'നോ നോ. വൈ യു ആർ ആസ്ക്കിംങ് സൊ...'

'ഐ ഫെൽറ്റ് സോ' അയാൾ മിത്രയുടെ തോളിൽ കൈവച്ചു. അവൾ അമ്പരക്കുന്നതുകണ്ട് അയാൾ കൈയെടുത്തുകൊണ്ട് ചോദിച്ചു.

'ഡിഡ് ഐ ഡിസ്റ്റർബ് യു നൗ'

'നോ നോ. ദാറ്റ്സ് ഓക്കെ.' അവൾ ഒരു നെടുവീർപ്പോടെ പറഞ്ഞു.

'ഡോണ്ട് മിസ് അണ്ടർസ്റ്റാന്റ് മി. ഐ ലവ് യു... ! ഐ സ്റ്റാർട്ടഡ് ലവ്ങ് യു ഇൻ ബിറ്റ്വീൻ' അവൻ കണ്ണുകൾ കൂടുതൽ മിഴിച്ച് പിടിച്ച് അവളോട് ഒന്നുകൂടി ചേർന്നുനിന്നു.

അവരുടെ ചുംബനം മിനുട്ടുകളോളം നീണ്ടു നിന്നു. മിത്രയ്ക്ക് എന്തെല്ലാമോ തിരിച്ചറിവ് കിട്ടിയപോലെ തോന്നി. അതുവരെ അനുഭവിച്ചിട്ടില്ലാത്ത എന്തോ ഒരു അനുഭൂതി.

അവർ കാറിലേയ്ക്ക് കയറിപ്പോൾ അവൻ പറഞ്ഞു.

'ലെറ്റസ് ഗോറ്റുയുവർ അപ്പാർട്ടുമെന്റ്. റ്റുമാറോ മോർണിംഗ് ഐ വി ബി വിത്ത് യു റ്റു വേക്ക് അപ്പ്. ആന്റ് ഐ വിൽ ഡ്രോപ് യു അറ്റ് ദി എയർപോർട്ട്!'

മിത്രയ്ക്ക് ഒന്നും നിഷേധിക്കണമെന്ന് തോന്നിയില്ല. ഹിതയോട് എയർപോർട്ടിലേക്ക് വരണ്ടയെന്നും രാവിലെ യാത്ര അയയ്ക്കാൻ ഫ്രെഡറിക് ഉണ്ടെന്നും വിളിച്ചു പറഞ്ഞു.

ബാഗുകൾ ചെക്കിൻ ചെയ്തപ്പോഴും ഫ്രെഡറിക് കൂടെത്തന്നെ നിന്നു...

ഇൻഡ്യയിലെ എയർപോർട്ടുകളെ പോലെയല്ല, യാത്ര അയയ്ക്കാൻ വരുന്നവർക്ക് സെക്യൂരിറ്റി ചെക്കിങ് പോയിന്റ് വരെ അനുഗമിക്കാം. സെക്യൂരിറ്റി ചെക്കിങ്ങിന്റെ അവിടേക്ക് പോകുന്ന നേരം അവൻ അവളെ ചേർത്തു നിർത്തി വീണ്ടും ചുംബിച്ചു. അവൾ മനപൂർവ്വമാണന്ന് നേർത്ത ഒരു ലിപ്സ്റ്റിക്കിട്ടത്. സാധാരണ എപ്പോഴും ചെയ്യാത്തതാണത്.

അകത്തേക്ക് പോകുമ്പോൾ അവൾ തിരിഞ്ഞുനോക്കി. സ്വതവേ ചുവന്ന അവന്റെ ചുണ്ടുകൾ പൂർവ്വാധികം ചുവന്നിരിക്കുന്നു. സ്വർണ്ണ ത്തരികൾ പോലുള്ള നേർത്ത മീശയ്ക്കും താടിക്കുമിടെ അവ വിരിഞ്ഞു നില്ക്കുന്നു. ഒരു ചെമ്പരത്തിപ്പൂപോലെ... ഉള്ളു തുറന്നുകൊണ്ടുള്ള ചിരി എങ്ങനെയാണ് പുറത്തു വന്നത് എന്നവൾക്കു തന്നെ മനസ്സിലായില്ല.

അവനും അതേപോലെ തന്നെ ചിരിക്കുന്നുണ്ടായിരുന്നു...

അർത്ഥതലങ്ങളെക്കുറിച്ച് ആരും കൂടുതൽ ചിന്തിച്ചില്ല...

സെക്യൂരിറ്റി ചെക്കിങ്ങിനായി കോട്ടും ബെൽറ്റും അഴിച്ചു വയ്ക്കുമ്പോഴും ക്യാബിൻ ബാഗായിട്ടെടുത്ത ചെറിയ ബാക്ക് പാക്കിൽ നിന്ന് ലാപ്ടോപ്പും, പാൻസിന്റെ പോക്കറ്റിൽ നിന്ന് വാലറ്റും പുറത്തെടുത്ത് വച്ചപ്പോഴും, മെറ്റൽ ഡിറ്റക്ടർ ഘടിപ്പിച്ച പ്രത്യേക കവാടത്തിലൂടെ ശാരീരിക പരിശോധനയ്ക്കായി കൈകാൽ കവച്ചുവച്ച് കൊടുത്തപ്പോഴും ടെന്നീസ് ബാറ്റു പോലുള്ള സാധനംകൊണ്ട് ശരീരത്തെയാകമാനം പരിശോധിച്ചപ്പോഴുമെല്ലാം അവളുടെ മുഖത്തുനിന്ന് ആ ചിരി മാഞ്ഞിരുന്നില്ല.

പരിശോധനകളുടെ പരമ്പരകൾ നല്കിയേക്കാവുന്ന അസ്വസ്ഥതയൊന്നും അവളപ്പോൾ അറിയുന്നുണ്ടായിരുന്നില്ല.

തന്റെ വിമാനം പുറപ്പെടുന്ന ഗേറ്റിന്റെയവിടെച്ചെന്നിരുന്ന് മിത്ര എന്തൊക്കെയാണ് ആലോചിച്ചത് എന്നതിന് ഒരു വ്യക്തതയുമില്ലായിരുന്നു.

ചുറ്റുമുള്ള ആളുകളെയൊക്കെ നോക്കാറുള്ളതാണ് അവൾ. ഇപ്പോൾ പക്ഷേ ഒന്നും കാണുന്നുണ്ടായിരുന്നില്ല.

ഫ്ളൈറ്റിൽ കയറിയിരുന്ന ശേഷം വിമാനം ടേക്കോഫാകാറായപ്പോൾ മൊബൈൽ ഫോൺ ഓഫാക്കാനായി എടുത്തു. ആ നിമിഷം അതു ശബ്ദിച്ചു. ഫ്രെഡറിക്കിന്റെ നനുത്തതുപോലുള്ള ശബ്ദം.

'ഐ വി മിസ്സ് യു ഡിയർ'

'മി റ്റൂ...' അവൾ അറിയാതെ പെട്ടെന്നു പറഞ്ഞുപോയി.

'യു റ്റേക്ക് കേർ... ബൈ'

'യു റ്റൂ, ബൈ..' എന്ന് പറഞ്ഞ് അവൾ ഫോൺ സ്വിച്ച് ഓഫ് ചെയ്തു.

ഇയ്യിടെ അവർ ഒരുമിച്ചു പോയി വാങ്ങിയതായിരുന്നു ആ ഫോൺ. നാട്ടിലേക്ക് പോകും മുൻപ് അവൾക്കു അമേരിക്കയിൽ നിന്ന് വാങ്ങിക്കൊണ്ടു പോകണം എന്ന് തോന്നിയ ഏക സാധനം.

പതിനെട്ട്

നെടുമ്പാശ്ശേരിയിൽ വിമാനമിറങ്ങുമ്പോൾ എങ്ങോട്ട് പോകണമെന്ന് ഹിതയ്ക്കറിയില്ലായിരുന്നു.

ഇമിഗ്രേഷൻ പരിശോധനകൾ കഴിഞ്ഞ് ബാഗേജുകൾക്കായ് കാത്ത് നില്ക്കുമ്പോൾ ആലോചിച്ചു, എറണാകുളത്തേക്ക് ടാക്സി പിടിച്ചു പോയി താജ് ഹോട്ടലിൽ താമസിക്കാൻ. നാട്ടിലുള്ള സ്ത്രീകൾക്ക് വെറുതെ പോയി ഹോട്ടലിൽ താമസിക്കാൻ നമ്മുടെ കേരളത്തിൽ പറ്റില്ലല്ലോ.

മനപൂർവ്വമാണ് ആരെയും അറിയിക്കാതിരുന്നതെന്ന് പറയുക വയ്യ. ഇയ്യിടെയായി ഇടയ്ക്കിടയ്ക്ക് ഇ-മെയിലിലൂടെയും ഫോണിലൂടെയും ആകെക്കൂടി സംസാരിച്ചിരുന്നത് ഷഹർബാനോട് മാത്രമാണ്. അവൾക്ക് ദക്ഷിണേന്ത്യയിലെ മെച്ചപ്പെട്ട മെട്രോസിറ്റിയിൽ ഏറ്റവും മികച്ച കമ്പനിയിൽ ജോലിയായതിനാൽ ഇന്റർനെറ്റും സൗകര്യങ്ങളുമുണ്ടല്ലോ.

അവളുടെ വിലാസം മിത്രയ്ക്ക് കൊടുത്തിരുന്നു. മിത്ര ഇന്ത്യയിലെത്തിയശേഷം അച്ഛനമ്മാരുടെ അടുത്തുതന്നെയാണിപ്പോഴുമെന്നറിഞ്ഞതിനാൽ ഹിതയ്ക്ക് അവളെ വിളിച്ചു വരുന്ന വിവരം പറയണമെന്ന് തോന്നി.

തിരുവനന്തപുരത്തേക്ക് ടിക്കറ്റ് മാറ്റി എടുത്താൽ മതിയെന്നും അവൾ എയർപോർട്ടിൽ വന്ന് കൂട്ടിക്കൊണ്ടു പോകുമെന്നും മിത്ര പറഞ്ഞിരുന്നതാണ്.

അങ്ങോട്ട് പോകാതിരിക്കുന്നതിൽ ഹിതക്ക് ചില കാരണങ്ങളുണ്ടായിരുന്നു. മലബാറും വള്ളുവനാടുമൊക്കെയൊന്നു കറങ്ങി വരാൻ എളുപ്പം എറണാകുളം തന്നെയാണല്ലോ.

ഇന്ത്യ വിട്ടു പോയിട്ടിനി തിരിച്ചു പോരുകയേ വേണ്ട എന്ന് കരുതിയ തനിക്ക് വീണ്ടും ഇന്ത്യയിലെത്തുമ്പോൾ കണ്ടുപഴകിയ പ്രദേശങ്ങളിലൊക്കെ പോകണമെന്ന് തോന്നിയ മാനസികാവസ്ഥ ഹിതയെ അമ്പരപ്പിച്ചു.

എയർപോർട്ടിലെ ടോയ്‌ലറ്റിൽ പോയി മുഖം കഴുകി മുടി ചീകിയങ്ങനെ കുറെനേരം അതിനുള്ളിൽ കണ്ണാടി നോക്കി നിന്നു.

കേരളത്തിൽ കണ്ടുകിട്ടാവുന്ന ഏറ്റവും വൃത്തിയുള്ള ഏക പൊതു ശൗചാലയം! അത് എയർപോർട്ടിലേതുതന്നെയാകും. ഇതിനകത്ത്

സുഖമായി കിടന്നുറങ്ങാൻ വരെ കുഴപ്പമില്ലെന്ന് വേണം കരുതാൻ, മറ്റു പൊതു ശൗചാലയങ്ങൾ കണ്ടാൽ.

അവൾ ബാഗുകൾ അടുക്കിവെച്ച് ഉന്തിക്കൊണ്ട് പോകാനുള്ള വണ്ടിക്കുവേണ്ടി ആളുകൾ കൂടി നില്ക്കുന്ന ഭാഗത്തേക്ക് പോയി നിന്നു. കറങ്ങിനീങ്ങിക്കൊണ്ടിരിക്കുന്ന റെയിൽപ്പാളത്തെപ്പോലെ തോന്നിപ്പിക്കുന്ന പ്രതലത്തിലേയ്ക്ക് നോക്കിക്കൊണ്ട് കുറെനേരം നിന്നു.

ആളുകൾ ഓരോരുത്തരായി ബാഗുകൾ എടുത്തുകൊണ്ട് പോയി. തിരക്ക് കുറഞ്ഞു വന്നു. പെട്ടെന്നാണ് അവളുടെ ബാഗുകൾ മുൻപിലൂടെ കടന്നുപൊയ്ക്കഴിഞ്ഞത് അവൾ ശ്രദ്ധിച്ചത്. പിന്നെയത് കറങ്ങി വീണ്ടും അവൾ നിൽക്കുന്ന ഭാഗത്തേയ്ക്ക് വരാൻവേണ്ടി അവൾ കാത്തുനിന്നു. അവയടുത്തെത്തിയപ്പോൾ അവൾ ധൃതിയിൽ ഓരോന്നായി എടുത്ത് വച്ചു. വലിയ ട്രോളി പെട്ടികൾ.

അടുത്ത് നിന്ന ഒരാൾ അവളെ സഹായിച്ചുകൊണ്ട് പറഞ്ഞു. ' ഇറ്റ് ഹാസ് കം ഹിയർ ടു ഓർ ത്രീ ടൈംസ്, യു ഡിഡിന്റ് സീ...?'

അവൾ ചിന്തയിൽ മുഴുകി നിൽക്കുന്നതിനിടെ ബാഗ് വന്നുപോയിക്കാണും.

'താങ്ക്യു' എന്നു പറഞ്ഞുകൊണ്ട് അവൾ ഒരു വഷളൻ ചിരിയോടെ അയാളെ നോക്കി.

ചുരുണ്ട മുടിക്കും താടിക്കും കറുത്തിരുണ്ട നിറത്തിനും വെളുത്ത ചിരിക്കും എല്ലാംകൂടി പെട്ടെന്നാകർഷിക്കാൻ കഴിഞ്ഞതായി അവൾക്കു തോന്നി. ഒന്നുകിൽ ആഫ്രിക്കൻ അല്ലെങ്കിൽ സൗത്ത് അമേരിക്കൻ... അയാളുടെ ഇടപെടലും ഇംഗ്ലീഷ് ഉച്ചാരണ രീതിയും കൊണ്ടവൾ ഊഹിച്ചു. ഏതായാലും വ്യത്യസ്തനായ ടൂറിസ്റ്റ്.

പിന്നീട് കൂടുതൽ ചിന്തിക്കാൻ നിൽക്കാതെ അവൾ പുറത്തേക്ക് നടന്നു.

മുൻപേ വിചാരിക്കാറുണ്ട് കൊച്ചിയിലെ താജ് ഹോട്ടലിൽ താമസിച്ചു നോക്കണമെന്ന്; അതിപ്പോഴാകട്ടെ എന്ന് മനസ്സിൽ കരുതി. വലിയ ആൾക്കാരൊക്കെ താമസിക്കുന്ന കേരളത്തിലെ ഒരു കേന്ദ്രമാണല്ലോ, എങ്ങനെയുണ്ട് എന്നറിയാൻ വേണ്ടിമാത്രം. കുറച്ചു പൈസ തുലച്ചുകളയാം എന്ന് ആലോചിച്ചുകൊണ്ട് പുറത്തിറങ്ങി. ടാക്സി പിടിക്കാൻ നടക്കുമ്പോൾ എതിർ ദിശയിൽ നിന്നറിയാതെ ഒരു വിളികേട്ടു.

'ഹിത നിൽക്ക് നിൽക്ക്...'

അവൾ ചുറ്റും നോക്കി.

കത്രീന! അവളുടെ അടുത്തേക്ക് ഓടിവരുന്നു! അത്ഭുതവും അവി

ശ്വാസവും തോന്നിയെങ്കിലും അതെല്ലാം മറച്ചുകൊണ്ടു കത്രീനയെ കെട്ടിപ്പിടിച്ചു ചോദിച്ചു.

'ഹായ് ക്യാത്ത്, നീയെങ്ങനെ വന്നു?'

'ഹും... നീയൊരു മദാമ്മ തന്നെയാണല്ലോ ഹിത, ഞാൻ നിന്നെക്കൂട്ടാൻ വന്നതുതന്നെയാ...'

'അത്യോ... എങ്ങനെയറിഞ്ഞു, നീയെന്റെ സമയം?'

'അതൊക്കെയറിഞ്ഞു, ഷഹർബാൻ പറഞ്ഞു. നീയവൾക്ക് മെയിലിലയച്ചിരുന്നില്ലേ'

ശരിയാണ്. അവൾ പിന്നെ മെയിലിൽ ചോദിച്ചിരുന്നു; ഏത് ദിവസം? ഏത് ഫ്ളൈറ്റ് എന്നെല്ലാം.

ഹിതയുടെ ചുമലിൽ തട്ടി കുലുക്കിക്കൊണ്ട് കത്രീന പറഞ്ഞു.

'ഞാൻ സൂക്ഷിച്ച് നോക്കിനിന്നില്ലായിരുന്നെങ്കിൽ നിന്നെ മനസ്സിലാവില്ലായിരുന്നു. നിന്നെയീ ഫോമിൽ കണ്ടാൽ വല്ല സ്പാനിഷ്കാരിയുമാണെന്നു തോന്നുമല്ലോ, ഒരുവർഷംകൊണ്ട് വന്ന മാറ്റം...!'

'ഹും അത്രയ്ക്കൊന്നും മാറ്റം എനിക്ക് വന്നിട്ടില്ലാന്ന് എനിക്കറിയാം. നീ പറയ്, എന്തൊക്കെയുണ്ട് കഥകൾ?'

'അതൊക്കെപ്പറയാം, നീ കയറ്, ഞാൻ ടാക്സി വിളിച്ചിട്ടുണ്ട്... നീയെന്റെ കൂടെയാണ് കുറച്ചു ദിവസം താമസിക്കുക, ഓക്കേ?'

ഹിതയ്ക്ക് അവളിതുവരെ ചിന്തിച്ചിട്ടോ അറിഞ്ഞിട്ടോ ഇല്ലാത്ത തരം ഒരു സന്തോഷം തോന്നുന്നതുപോലെ അനുഭവപ്പെട്ടു.

യാത്രയിലുടനീളം അവർ സംസാരിച്ചുകൊണ്ടേയിരുന്നു.

അധികമൊന്നും സംസാരിക്കാതിരുന്ന കത്രീന എത്രമാറി! ഓരോ പുരുഷന്മാരും ഓരോ റോസാപുഷ്പങ്ങളാണെന്നു പറഞ്ഞിരുന്നവൾ... കന്യാസ്ത്രീ മഠത്തിൽപ്പോയി ചേർന്നവൾ, മൂന്നുവർഷം പോലുമെടുത്തില്ല, അവിടം വിടാൻ. ഉടുപ്പൂരി മഠത്തിൽ നിന്നും വന്ന് റോസാപുഷ്പങ്ങളെ പ്രണയിച്ചു നടന്നവൾ... കുലീന ഹൈന്ദവ കലാരൂപമെന്ന് വിശ്വസിക്കുന്ന കഥകളിയെ കീഴടക്കിയവൾ...

ഇതെല്ലാം പത്രവാർത്തകളിൽ കത്തിനിന്നിരുന്നു.

ഒരിക്കൽ കത്രീനയുടെ കഥകളിഭ്രമം അവളെ മതം മാറ്റത്തിന്റെതല്ലെങ്കിലും പേരുമാറ്റുന്നതിന്റെ ആലോചനയിൽ വരെ എത്തിച്ചിരുന്നു.

ഹിതയുടെ കൂടെ ഒരിക്കൽ അടുത്തുള്ള അമ്പലത്തിൽ കഥകളി കാണാൻ പോയതാണ്. സന്താനഗോപാലം ആയിരുന്നു കളി. അതു കണ്ടതും കത്രീനക്ക് ആവേശം കയറി. അതിലെ അർജ്ജുനൻ കെട്ടിയാടണം. കുട്ടികളെ താലോലിച്ച് ബ്രാഹ്മണന് കൊടുക്കുന്ന അർജ്ജു

നൻ. പത്തോളം കുട്ടികൾ... എന്തുരസം.

കഥകളി പഠിച്ച് സന്താനഗോപാലം മാത്രം കളിച്ചാലും മതി. അതു തന്നെ പല വേദികളിലും അരങ്ങേറാമല്ലോ, അതായിരുന്നു അവൾക്ക് വേണ്ടിയിരുന്നത്.

ആ മോഹം കേട്ട് ഹിത ചിന്തിച്ചിരുന്നു.

ഇവൾക്ക് അവതാരം എന്ന 'കൃഷ്ണനാട്ടം'കൂടി കാണിച്ചുകൊടുക്കാം. ശ്രീകൃഷ്ണന്റെ അവതാരം വിഷയമാക്കിയ കൃഷ്ണനാട്ടത്തിൽ ശ്രീകൃഷ്ണനും ബലരാമനും ഗോപന്മാരായ കുട്ടിവേഷങ്ങളുമായുള്ള കളികൾ. കണ്ടാൽ ഇവൾക്ക് അതിലെ യശോദയാകാൻ തോന്നുമായിരിക്കും.

ഗുരുവായൂരമ്പലത്തിലെ കൃഷ്ണനാട്ടരാത്രികൾ കുട്ടിക്കാലത്ത് ചില വഴിച്ചത് ഹിത മറന്നിരുന്നില്ല.

ഒരു ദിവസം മനഃപൂർവ്വം കത്രീനയെയും കൂട്ടി രാത്രിയിലവൾ അഹിന്ദുക്കൾക്ക് പ്രവേശനമില്ലാത്ത ഗുരുവായൂരിൽ പോയിരുന്നു. അന്നേ ദിവസത്തിനുവേണ്ടി ഹിത കത്രീനയെ കാർത്ത്യായനിയാക്കി.

അവൾക്ക് രസിച്ചെങ്കിലും കത്രീന അർജ്ജുന വേഷത്തെത്തന്നെയാണ് കാമിച്ചത് കൃഷ്ണനാട്ടം കളിയേക്കാൾ.

എല്ലാം ഓർമ്മിച്ച് അവർ കുറെ ചിരിച്ചു. വീടെത്തുന്നതിനിടെ ഡ്രൈവർ പതിനഞ്ച് തവണയെങ്കിലും അവരെ തിരിഞ്ഞുനോക്കിയതായി അവർ കണക്കുകൂട്ടി.

കത്രീനയുടെ താമസം കലാനികേതന്റെയടുത്തുള്ള പ്രദേശത്തു തന്നെയാണ്. മനോഹരമായ ഒരു ബേക്കർ മോഡൽ വീട്...!

പുഴയൊഴുകുന്നുണ്ട് വീടിന്റെ ഒരു വശത്തുകൂടെ. മണൽ മാഫിയയുടെ കടന്നുകയറ്റം കാരണം വറ്റിവരണ്ട പുഴ, കരകവിഞ്ഞ് വീട്ടിലേക്കൊഴുകുമെന്ന് പേടിക്കേണ്ടതില്ലെന്ന് പറഞ്ഞുകൊണ്ടവൾ ചിരിച്ചു.

എങ്കിലും സുഖശീതളമായ അന്തരീക്ഷം എന്ന് ഹിതയ്ക്കു തോന്നി.

കത്രീന ഇത്രപെട്ടന്നിങ്ങനെ സെറ്റിലായപോലെ കാണപ്പെടുന്നതിൽ ഹിതയ്ക്കദ്ഭുതം തോന്നി.

ചെന്നുകയറിയപ്പോൾ വീട്ടിൽ ആരുമില്ലായിരുന്നു.

ഉമ്മറത്ത് പറന്നു വന്നിരുന്ന ഒരു മൈനയെ കണ്ട് ഹിത വീണ്ടും ചുറ്റും നോക്കി. മൈനയുടെ ഇണയെ ഒന്നു കാണാൻ വേണ്ടി. ഒറ്റമൈനയെ കണ്ടാൽ ഒറ്റപ്പെടലാണ് സംഭവിക്കുകയെന്നോ, ഒറ്റപ്പെടലിന്റെ ലക്ഷണമെന്നോ കുട്ടിക്കാലത്ത് പറഞ്ഞ് കേട്ടിട്ടുണ്ട്. മിക്കവാറും ഈ കിളികൾ ഇണയായിട്ടുതന്നെയാണ് കാണാറുള്ളതും. ഇതിപ്പോ ഒറ്റയ്ക്ക

വിടെ പറന്നുവന്നതെന്തിനാണാവോ...

പണ്ട് സ്കൂളിൽ മൈനയെക്കുറിച്ചൊരു ഡാൻസ് കളിച്ചപ്പോഴും രണ്ട് മൈനകൾ ഉണ്ടായിരുന്നു. 'മഞ്ചാടിക്കിളി മൈന മൈലാഞ്ചിക്കിളി മൈന' എന്ന സിനിമാപ്പാട്ട് പാടി ഒരു കൂട്ടുകാരിയുടെ കൂടെ നൃത്തം ചവിട്ടിയ തോർത്ത് ഹിത അകത്തേയ്ക്ക് കയറി.

മഞ്ഞക്കൺമഷിയെഴുതിയ കണ്ണുകൾ വട്ടമിട്ടു പിടിച്ചുകൊണ്ട് ഒറ്റ മൈന ഉള്ളിലേക്ക് തലചരിച്ചു നോക്കിക്കൊണ്ട് നിന്നു. അപ്പോഴേക്കും മറ്റൊരു മൈന തിണ്ണയിലേക്ക് പറന്നു വന്നിരുന്നു. പിന്നെ അവരണ്ടും കൂടി വായുവിലെ സ്വാതന്ത്ര്യത്തിലേക്ക് പറന്നുപോയി.

പത്തൊമ്പത്

മഴ തിമർത്തു പെയ്യുകയാണ്.

പുഴയിൽ...

അല്പാല്പം വെള്ളംകയറി, ഓരോ ദിവസവും...

ഹിത ഉമ്മറത്തിണ്ണയിൽ മഴപ്പാറൽ കൊണ്ട് നനഞ്ഞിരുന്നു.

രാത്രി പത്തുമണിയാകാറായിട്ടുണ്ട്. കത്രീന എത്തിയിട്ടില്ല. അവളുടെ തിരുമേനി അവളെ വിട്ടുകാണില്ല. ഹിത ഒറ്റയ്ക്കിരുന്ന് ഊറിച്ചിരിച്ചു.

കത്രീനയുടെ കാമുകൻ മദ്ദളവിദ്വാനായ തിരുമേനി... വിരലുകൾ താളത്തിൽ ലയിക്കുകയായിരുന്നു. കഥകളി പഠനത്തിനു ചേർന്നപ്പോൾ പരിചയപ്പെട്ടതാണ് അവളീ തിരുമേനിയെ.

അനുജൻ തിരുമേനി.

വലിയ തറവാട്ടിൽ അയാളല്ലാതെ ആരും ഇല്ല. അച്ഛനമ്മാർ മരിച്ചു. ജ്യേഷ്ഠൻ ഒരാളുള്ളത് ഫ്രാൻസിലാണ്. കഥകളി വിദ്വാൻ. അവിടെ സ്വന്തമായി കലാകേന്ദ്രം നടത്തുന്നു. ഒരു ഫ്രഞ്ച്കാരിയെ വിവാഹം കഴിച്ച് അവിടെത്തന്നെ കഴിഞ്ഞുകൂടുന്നു.

അനുജൻ തിരുമേനി ബ്രഹ്മചാരിയാണെന്ന് കരുതും വേഷം കണ്ടാൽ. കത്രീനയും എത്രനാൾ സംസാരിച്ചു നടന്നിട്ടും അന്യഥാ കരുതിയില്ല.

പക്ഷേ, പെട്ടെന്നൊരു ദിവസം തിരുമേനി പ്രേമാഭ്യർത്ഥന നടത്തി. അവൾക്കതു വിശ്വസിക്കാൻ കുറെ സമയമെടുക്കേണ്ടി വന്നു.

കലാനികേതനിലെ പലരും പറഞ്ഞത് അയാളൊരു സ്ത്രീലമ്പടനാണ് എന്നാണ്. അതു മറയ്ക്കാനായിട്ടാണ് കാവിവസ്ത്രവും രുദ്രാക്ഷമാലയും അണിയുന്നത് എന്ന് പലരും പിറുപിറുത്തിരുന്നു. അവൾ അയാളോടതേപ്പറ്റി ചോദിച്ചു.

'ശരിയാണ്. ധാരാളം കളികഴിഞ്ഞു. തിരികളണച്ചു. പക്ഷേ ഞാനിപ്പോൾ ഒരു ജീവിത പങ്കാളിയെ തേടുന്നുണ്ട്. നിന്നിൽ ഞാനതു കാണുന്നു' എന്നാണ് അയാൾ മറുപടി പറഞ്ഞത്.

അത് കത്രീനയ്ക്ക് വിശ്വാസയോഗ്യമായ മറുപടിയായിരുന്നു. അവളും അങ്ങനെയൊരു ഘട്ടത്തിലെത്തിയിരുന്നു. നാലഞ്ചു വർഷത്തെ സ്വതന്ത്രജീവിതത്തിനു ശേഷം.

പിന്നീടുള്ള ജീവിതത്തിലെ സന്മാർഗ്ഗരീതി എന്തായിരിക്കണമെന്ന

തിനെക്കുറിച്ചും അവർ കുറെ സംസാരിച്ചു.

ഇനിമുതൽ ഭ്രമങ്ങൾ മറ്റു സ്ത്രീകളോടുണ്ടാവില്ല എന്ന്, കൃത്യമായ ചോദ്യങ്ങളൊന്നും ചോദിക്കപ്പെട്ടില്ലെങ്കിലും, അയാൾ അവളോട് വാക്ക് കൊടുത്തു. പതിനഞ്ചുവയസ്സോളം മൂത്ത ഒരാൾ കാണിക്കാവുന്ന പക്വത അയാൾ കാണിച്ചു. അവളുടെ ഭൂതകാലം ഒന്നും പ്രശ്നമല്ലെന്നും പറഞ്ഞു.

പക്ഷേ വിവാഹത്തിന് മുൻപ് മതം മാറണം എന്ന് അയാൾ പറഞ്ഞ് ചട്ടം കെട്ടി.

അവൾക്ക് അതിൽ അധികം ആലോചിക്കാനില്ലായിരുന്നു. കലാനികേതനിൽ പഠനം തുടരാനും അത് വേണം എന്ന് നിർബന്ധമായിരുന്നു. അവൾ കുറച്ച് മടിച്ചു നിന്നുവെങ്കിലും തത്ക്കാലം മതം മാറ്റം ചെയ്യാം എന്ന് തീരുമാനിച്ചു.

അങ്ങനെ കത്രീന കാർത്ത്യായനിയായിട്ടാണ് കഥകളി പഠനം...!

മുൻപ് കൃഷ്ണനാട്ടം കാണാനായി അമ്പലത്തിൽ കയറിയപ്പോൾ ഹിത ഇട്ടുകൊടുത്ത അതേ പേര്.

ആസമയത്ത് യൂറോപ്പിൽ നിന്നും വന്ന ഒരാൾക്കും ഇതേ പ്രശ്നം ഉണ്ടായിരുന്നു. അവർ രണ്ടുപേരും ഒരുമിച്ചാണ് പേരുമാറ്റ പ്രക്രിയയ്ക്ക് വിധേയമായത്. യൂറോപ്പുകാരായ ക്രിസ്ത്യാനിക്കും ഹിന്ദുവൽക്കരിച്ച പേരു കിട്ടിയിട്ടാണ് കഥകളി പഠിക്കാൻ കഴിഞ്ഞത്.

കഥകളി പഠനത്തിനിടെയുള്ള പല അനുഭവങ്ങളും അയാൾ സഹിച്ചില്ല. ആശാന്റെ മർദ്ദനം, കളിയാക്കൽ, മേൽക്കോയ്മപരമായ എല്ലാത്തരം സ്വഭാവരീതികളും അയാളെ വല്ലാതെ ഉലച്ചു. അങ്ങനെ പഠനം നിർത്തി പഴയ പേരും കൊണ്ട് അയാൾ സ്ഥലം വിട്ടു.

കത്രീനയ്ക്ക് ഒരു കൂട്ട് നഷ്ടപ്പെട്ടപോലെ തോന്നിയിരുന്നു അയാൾ പോയപ്പോൾ.

പക്ഷേ, അവൾ കാർത്ത്യായനീ ചരിതം കുറിക്കാൻ തന്നെ മെനക്കെട്ടു. കെട്ടിയ വേഷം തന്നെ ആടാൻ നിശ്ചയിച്ചു.

പിന്നീട് മദ്ദളത്തിനൊപ്പമിട്ട ചുവടുകൾ... അത് ജീവിതത്തിലേക്കൊരു പുതിയ ചുവടുവയ്പായി.

മഴ വീണ്ടും ശക്തിപ്രാപിച്ചപ്പോൾ ഹിത അകത്തു പോയിക്കിടന്നു. പെട്ടെന്ന് തന്നെ ഉറങ്ങുകയും ചെയ്തു. ഘോര ഘോരമുള്ള ഇടിമുഴക്കങ്ങളും പ്രകാശം പരത്തുന്ന മിന്നലുകളും അവളെ ശല്യം ചെയ്തില്ല. രാവിലെ കത്രീന വിളിച്ചപ്പോഴാണ് ഹിത ഉണർന്നത്.

'നേരം പത്തരയായിട്ടോ ഹിത'

കത്രീനയുടെ മുഖം പ്രസരിച്ചു തുടിച്ചു നിന്നു. എത്രയോ ചുംബനങ്ങൾ ഏറ്റുവാങ്ങിയതിന്റെ അനുരണനങ്ങൾ അവളിലാകെ ദർശിക്കാം. കാണപ്പെടുന്ന ശരീരത്തിന്റെയോരോ കോണിലും...!

ഹിത ചിരിച്ചുകൊണ്ട് എണീറ്റിരുന്നു.

'അയ്യോ എനിക്കിന്നു വൈകുന്നേരമല്ലേ ട്രെയിൻ. ഞാനിന്നലെ ഒന്നുംതന്നെ ചെയ്തില്ല, പാക്കിംഗ്'

'അതിനിനിയും സമയമുണ്ടല്ലോ ഹിത.' കത്രീന കാപ്പിയുംകൊണ്ട് വന്നു. 'ഞങ്ങൾ നിന്നെ ഷൊർണ്ണൂർ റെയിവേസ്റ്റേഷനിൽ ആക്കാൻ വരുന്നുണ്ട്.'

'നിങ്ങളെപ്പോഴാണ് കല്യാണം കഴിക്കുന്നെ?' ഹിത ഇടയ്ക്കു കയറിച്ചോദിച്ചു.

'...ഞാനിപ്പോഴും എന്റെ അമ്മച്ചിയും അച്ചായനും എന്തു പറയുമെന്ന് നോക്കിയിരിക്കുവാ, പക്ഷേ, തിരുമേനിയുടെ ഈ വീട്ടിൽ താമസം തുടങ്ങിക്കോളാൻ പറഞ്ഞു ആള്.'

'അവരെന്തു പറയുന്നു?! നടത്തിത്തരാനൊന്നും പോണില്ലല്ലോ.'

'അവരെന്തു പറഞ്ഞാലും വേണ്ടില്ലാ, ഇതു നടത്തും. പക്ഷേ, എന്തെങ്കിലും നല്ലത് പറയാൻ തോന്നിക്കാനായിട്ട് അവർക്ക് കുറച്ചു സമയം കൊടുക്കുവാ... ഞാൻ മഠത്തീന്ന് ചാടിയതിന് ശേഷം നല്ലതൊന്നും പറഞ്ഞിട്ടില്ലല്ലോ അവർ!'

'ഹും... ഇപ്പോൾ മതം മാറ്റവും കൂടിയാകുമ്പോൾ... അവരെന്തു പറയും!'

'അറിയില്ല. എന്തായാലും ശരി നമുക്കിപ്പോൾ അതൊന്നും ചർച്ച ചെയ്യണ്ട. റെഡിയായിക്കോ. ഉച്ചയ്ക്കു തിരുമേനിയിങ്ങോട്ട് വരും കേട്ടോ. നമുക്കുള്ള ഉച്ചഭക്ഷണവും കൊണ്ട്. അങ്ങേരുടെ നല്ല പാചകമാണ്'

'അത്യോ... ഈ തിരുമേനിവിളി ഒന്നു നിർത്തിക്കൂടെ നിനക്ക്.'

'ഓ... അതങ്ങ് ശീലമായി. നമ്മളിപ്പോ എല്ലാവരും വിളിക്കുന്നത് കേട്ട് ഒരാളെ ചേട്ടാ ചേട്ടാ എന്നു വിളിച്ച് ശീലമായത് മാറ്റി അയാളുടെ പേരു വിളിക്കാൻ പറഞ്ഞാ മടിയാവില്ലേ. അതുപോലെയാ ഇതും. അയാളുടെ പേരാണെന്ന പോലെയാണ് ഞാൻ വിളിക്കാറ്.'

ഹിതയ്ക്ക് ചിരി വന്നു. 'ഉം, അങ്ങനേം ഒരു പേര്, അല്ലേ?'

ഹിത ചിരിച്ചുകൊണ്ട് കുളിക്കാൻ കയറി. ഷവറിന്റെ കീഴിൽ കുറെ നേരം സോപ്പും പതച്ചുകൊണ്ട് നിന്നു. അടുത്ത ദിവസം തിരുവനന്തപുരത്ത് എത്തിയാൽ ചെയ്യേണ്ടുന്ന കാര്യങ്ങളെ കുറിച്ചാണവൾ ചിന്തിച്ചത്.

ഞായറാഴ്ച ആയതിനാൽ മിത്രയ്ക്ക് ഒഴിവായിരിക്കും. പിന്നീടത്തെ ദിവസങ്ങളിൽ യൂണിവേഴ്സിറ്റിയിൽ പോയി ഗവേഷണം അവിടെത്തന്നെ തുടരുവാൻ വേണ്ടതെന്താണെന്ന് അന്വേഷിക്കണം.

ആരോ പണ്ട് പറഞ്ഞുവെച്ച ഒരു വരി അവളപ്പോൾ ഓർത്തു.

മൂഷികസ്ത്രീ വീണ്ടും മൂഷികസ്ത്രീയായി.

ആയിക്കോട്ടെ അതിനെന്താ കുഴപ്പം എന്ന് പിന്നെ ചിന്തിച്ചു...

അതു തിരിച്ചറിഞ്ഞ മാർജ്ജാരന്മാർ വീണ്ടും മാർജ്ജാരന്മാരായി വരുമോ എന്നും അവൾ ആലോചിച്ചു നോക്കി. അതിലൊരു രസം തോന്നി.

കത്രീനയുടെ തിരുമേനി സ്വാദിഷ്ഠമായ ഭക്ഷണങ്ങളും കൊണ്ടുവന്ന് കുറെനേരം സൊറപറഞ്ഞിരുന്നു. കണ്ടാ സുമുഖൻ എന്നു പറയാനാകില്ലെങ്കിലും ദൃഢഗാത്രൻ, ശാന്തരൂപൻ.

പക്ഷേ, ബഡായി തന്നെ ബഡായി.

എന്നാലും പരമ ബോറനല്ല എന്ന് ഹിതയ്ക്ക് മനസ്സിലായി. കേരളത്തിലെ നമ്പൂതിരിമാർ തമ്മിൽ കണ്ടുമുട്ടിയാൽ ആദ്യം ചോദിക്കുന്ന തരം ചോദ്യമൊന്നും അയാൾ ചോദിച്ചില്ല. 'ഇല്ലം ഏത് ' എന്നൊക്കെ ചോദിച്ച് എന്തെങ്കിലുമൊരു ബന്ധുത്വം കണ്ടുപിടിക്കുന്ന കൂട്ടരുടെ പോലെയല്ല ആളെന്തായാലും.

അവളെ ട്രെയിൻ കയറ്റി അവർ രണ്ടുപേരും പോകുന്നതിനിടെ തിരുമേനിയിലെ ലമ്പടൻ അവൾക്കൊരു കണ്ണേറ് അറിഞ്ഞോ അറിയാതെയോ കൊടുത്തതായി ഹിതയ്ക്ക് തോന്നി. എന്തെങ്കിലുമാകട്ടെ എന്നു കരുതി അതേക്കുറിച്ചധികം ചിന്തിക്കാതിരിക്കാൻ അവൾ ശ്രമിച്ചു.

ട്രെയിനിലെ കംപാർട്ട്മെന്റിൽ തണുപ്പ് പടർന്നിട്ടുണ്ടായിരുന്നു. പുതപ്പെടുത്ത് മൂടിക്കിടക്കാൻ തുടങ്ങിയപ്പോഴാണ് ഒരു സ്ത്രീ തട്ടിവിളിച്ചത്.

'ഇതെന്റെ സീറ്റാണ്.' അവർ മാർദ്ദവമില്ലാതെ ആക്രോശിച്ച് പറഞ്ഞു.

'എന്ത് ! എങ്ങനെ നിങ്ങളുടെയാവും? ഞാൻ ബുക്ക് ചെയ്തതാണല്ലോ...' ഹിതയുടെ മറുപടിയൊന്നും കൂസാതെ അവർ അവിടെ ഇരുന്നു.

ലോവർ ബർത്തിൽ മറ്റ് വശങ്ങളിലും ആളുകൾ കിടക്കുവാൻ തുടങ്ങിയിരുന്നു.

അവൾ വീണ്ടും പറയാൻ ശ്രമിച്ചു; അവൾ ബുക്കിംഗ് ചെയ്തതാണെന്ന്. ആ സ്ത്രീയും ഏറ്റുപറയുകയാണ്, അവരും ബുക്ക് ചെയ്തിട്ടുണ്ടെന്ന്. മര്യാദയ്ക്ക് മാറിത്തരണം അവരൊരു ഗർഭിണിയാണ് എന്നൊക്കെയായി പിന്നെ.

എന്തൊരു കഷ്ടം. ഗർഭിണി വന്നാൽപ്പിന്നെ മറ്റാർക്കും സീറ്റോ കിട

ക്കയോ വേണ്ടാന്നാണോ! നല്ല കാര്യം...

സ്ത്രീകൾ ഇങ്ങനെ അവരവരുടെ സുഖസൗകര്യങ്ങൾ കണ്ടെത്തുന്നതിനുള്ള തുറുപ്പ് ചീട്ടായി ഗർഭത്തെ ഉപയോഗിക്കുന്നുണ്ടോ... അങ്ങനെ അവൾക്ക് ചിലപ്പോൾ തോന്നിയിട്ടുണ്ട്. സ്നേഹശുശ്രൂഷകളും പരിഗണനയും കിട്ടുന്നതിനുള്ള മാർഗ്ഗം.

ഇതങ്ങനെയുള്ള കേസാകാമെന്ന് ഹിതയ്ക്ക് തോന്നി.

എന്തൊക്കെയായാലും ശരി. ശാരീരിക പ്രശ്നമല്ലെ എന്ന് കരുതി ഹിത പറഞ്ഞു.

'നിങ്ങൾ അല്പം മര്യാദയ്ക്ക് സംസാരിക്കുന്നതു നല്ലതാണ്... എന്നെ മര്യാദ പഠിപ്പിക്കാൻ വരാതെ. എന്തായാലും ഗർഭമൊന്നുമില്ല എന്നുവെച്ച് ഞാൻ രാത്രി മുഴുവൻ സീറ്റില്ലാതെ നിൽക്കാൻ പറ്റില്ലല്ലോ. അതിനാൽ, തൽക്കാലം ഇപ്പോൾ നമുക്കിവിടെ ഇരിക്കാം. ടി ടി ഇ വന്നിട്ട് തീരുമാനിയ്ക്കാം.'

അവരുടെ സംസാരത്തിലും ശാരീരിക ചലനത്തിലും ഒന്നും യാതൊരു ക്ഷീണവും കണ്ടില്ല.

കുറച്ചു സമയത്തിനകം ടി ടി ഇ വന്നു. ഇവർക്ക് അത്യാവശ്യമായി ടിക്കറ്റ് വേണമെന്ന് പറഞ്ഞപ്പോൾ ഒരു ഒഴിഞ്ഞ ബർത്ത് എഴുതിക്കൊടുത്തിരുന്നു. അത് ഈ നമ്പറല്ല അപ്പുറത്താണ് എന്ന് പറഞ്ഞ് അയാൾ അവരെ കൂട്ടിക്കൊണ്ടുപോയി.

ചെറിയൊരാശ്വാസത്തിൽ, എന്നാൽ അസ്വാസ്ഥ്യം വിട്ടുമാറാതെ അവൾ കിടന്നു. എന്തിനെന്നോ ഏതിനെന്നോ കൃത്യമായറിയാതെ എന്തെല്ലാമോ അസ്വസ്ഥതകൾ.

ഇരുപത്

ഓഫീസിൽ ഒരുമിച്ചാണ് ചേർന്നത് അയാൾ. അതായത് ഒരേ ദിവസം.

മിത്രയുടെ ശ്രദ്ധയിൽപ്പെട്ട കാര്യമല്ലായിരുന്നെങ്കിലും മറ്റുചിലർ ചോദിച്ചപ്പോഴാണ് ഒരേദിവസം ചേർന്നയാളെ തിരിച്ചറിഞ്ഞത്.

എങ്കിലും കൂടുതൽ പരിചയപ്പെടുകയോ സംസാരിക്കുകയോ ഉണ്ടായില്ല ഇതുവരെ. അയാൾ അവളുടെ തൊട്ടുമുമ്പിലെ സീറ്റിൽ ആയിട്ടാണിരിക്കുന്നത്. ചെറിയ ക്യാബിനുകളായി വിഭജിച്ച ഗ്ലാസ്സുകൾ ഇടയിലുണ്ടെങ്കിലും അതിനിടെ ഒരു ചെറിയ നടപ്പാത ഉണ്ട് എന്ന് മാത്രം. ആളുകൾ ആരെങ്കിലും എപ്പോഴെങ്കിലും അങ്ങോട്ടുമിങ്ങോട്ടും നടക്കുമ്പോൾ അയാളല്പം ചെരിഞ്ഞു നോക്കുന്നത് കാണാം.

ഗ്ലാസ്സുകൾ ഇടയിലുണ്ടെങ്കിലും നോട്ടങ്ങളുടെ പ്രകാശരശ്മികൾ ഇടതടവില്ലാതെ കടന്നുവന്നു.

ആജാനുബാഹു, തിക്കിനിർത്തിയ താടിമീശ, വീർത്ത കുംഭ, അഞ്ചാറുമാസം ഗർഭം ഉള്ളതുപോലെ എന്ന് തമാശക്കാർ പറഞ്ഞേക്കുമെങ്കിലും ആരും കണ്ടാലൊന്നു നോക്കും ആദരവോടെ...

കണ്ടാൽ കൊള്ളാവുന്ന സുന്ദരികളെ ആദരിച്ചും സ്നേഹിച്ചും പോകുന്നവരാണല്ലോ പൊതുവേ മനുഷ്യർ!

ആണുങ്ങളുടെ കാര്യത്തിലും മനുഷ്യൻ അങ്ങനെതന്നെയാണെന്ന് ആയിടെ അവൾക്ക് മനസ്സിലായി. ആജാനുബാഹുത്വം ഉണ്ടെങ്കിൽ ഒരു ഗർവ്വ് അവർക്കനുഭവപ്പെടും. അതുപോലെയാണ് ഓഫീസിലുള്ള എല്ലാവർക്കും അയാളോടുള്ള ഒരു തരം പേടികലർന്ന ബഹുമാനം.

അയാൾ പക്ഷേ അതിൽ വിനീതനായിരുന്നു. പ്രത്യേകിച്ചും അവളുടെ നേരെ നോക്കാൻ അയാൾ ഭയക്കുന്നത് കണ്ട് അവൾക്കദ്ഭുതം തോന്നാറുണ്ട്. എന്നാൽ അയാൾ നേരിട്ടല്ലാതെ തന്നെ നോക്കുന്നുണ്ടെന്ന് അവൾക്കറിയാം. അവൾ കമ്പ്യൂട്ടറിലേക്ക് നോക്കിയിരിക്കുമ്പോൾ മാത്രം. അവൾ തലയുയർത്തിയാൽ അയാൾ പെട്ടെന്ന് കണ്ണെടുത്ത് ഫയൽ നോക്കുന്നതുപോലെയിരിക്കും...

എന്തെങ്കിലും ചോദിച്ചാൽ മാത്രമേ അയാൾ സംസാരിക്കാൻ വരൂ. ചിരിച്ചുകൊണ്ടുള്ള അയാളുടെ സംസാരത്തിനിടെ പിന്നെ ശൃംഗാരത്തിന്റെ നോട്ടം കലർത്തിയിട്ടുള്ളത് വ്യക്തമായിട്ടവൾക്ക് കാണാം. അതു

കണ്ടാൽ അവളും അതിൽ ലയിച്ചപോലെ തോന്നും സ്വയം. അവൾക്ക് അയാളുടെ തുണിക്കെട്ടുപോലുള്ള ശരീരത്തെ കെട്ടിപ്പിടിക്കാൻ തോന്നും.

മുഖത്തെ താടിമീശകൾ പകുത്തുമാറ്റി കിട്ടുന്നയിടങ്ങളിൽ മുത്തമിടാൻ തോന്നും.

അവളിൽ പ്രണയം നിറയുന്നത് അവൾക്ക് തന്നെ മനസ്സിലായി.

പക്ഷേ, പിന്നീട് കാണുമ്പോഴേക്കും അയാൾ പഴയതുപോലെ തന്നെ ഭയാശങ്കകളോടെ ഇരിക്കുന്നത് കാണാം.

കാറ്റുനിറച്ച ബലൂൺപോലെ, എപ്പോൾ വേണമെങ്കിലും പൊട്ടിപ്പോകാമെന്നപോലെ അയാളുടെ മുഖവും വയറും മസിലുകളും ഇറുകിയ ഷർട്ടിന്റെയകത്ത് വിമ്മിഷ്ടപ്പെട്ട് കിടക്കുന്നതു കാണാം.

അയാൾ നല്ല മനുഷ്യനാണ് എന്നു തോന്നി മിത്രയ്ക്ക്, ആദ്യമൊക്കെ. മനസ്സിൽ നന്മയുണ്ട് എന്ന് പറയുക വയ്യെങ്കിലും തിന്മയില്ല എന്ന് പറയാം.

കുറച്ചുദിവസങ്ങൾക്കിടയിലെ ഇടപഴകലുകൾക്ക് ശേഷം അങ്ങനെയാണ് അവൾക്ക് തോന്നിയത്. വലിയ സ്നേഹക്കാരനോ സഹായിയോ ഒന്നുമല്ല. ഒരു പിടുത്തം എല്ലാറ്റിലുമുണ്ട്. മസിലുപിടുത്തവും കടുപ്പം തന്നെ.

എന്തെങ്കിലും പ്രത്യേക പണികളിലോ ജോലിസംബന്ധമായ കാര്യം പറയുമ്പോഴോ ആണെങ്കിൽ മുഖം പേടിച്ചരണ്ടതോ, സംശയാലുവായതോ ആയ ഒരു പൂച്ചക്കുട്ടിയെ ഓർമ്മപ്പെടുത്തും.

'മിത്ര നീ കിടക്കുന്നില്ലേ, മണി പന്ത്രണ്ട് കഴിഞ്ഞു'

സ്വപ്നത്തിലെന്നപോലെ ഇരിക്കുകയായിരുന്നു അവൾ. സ്വയം മറന്ന് ഓഫീസിലെ മനുഷ്യനെ മനസ്സിലിട്ടിരിക്കുക! അവൾക്ക് തന്നെ അവളെ വിശ്വസിക്കാനായില്ല!

അവൾ ചാടിയെഴുന്നേറ്റു. അമ്മയുടെ ശബ്ദം കേട്ടപ്പോൾ അവൾ ഒരു പ്രണയത്തിന്റെ ഉമ്മറപ്പടിയിൽ നിന്ന് തത്തിക്കളിക്കുകയാണെന്ന് അമ്മയ്ക്ക് മനസ്സിലായി എന്നവൾക്ക് തോന്നി. വാതിക്കൽ നിന്നും പോയിക്കൊണ്ട് അമ്മ പറയുന്നത് കേട്ടു.

'ഞാൻ മൂത്രമൊഴിക്കാൻ എണീറ്റപ്പ നിന്റെ മുറിയിൽ ലൈറ്റ് കണ്ട് വന്നതാ. കെടന്നോ, രാവിലെ അല്ലെങ്കിൽ എട്ടുമണിക്കെങ്ങനെ പോകും എന്നു വിചാരമൊന്നുമില്ലാതായോ...'

ശരിയാണ് രണ്ടാഴ്ചയായി ഒരു ദിനചര്യകൊണ്ടുവരികയായിരുന്നു. രാവിലെ എട്ടുമിണ്ക്ക് ടെക്നോപാർക്കിലേക്കുള്ള ബസ് വരും. വൈകീട്ട് ആറുമണിയോടെയേ തിരിച്ച് വീട്ടിലെത്തൂ.

രാവിലെ നേരത്തെ എണീക്കണമെന്നു കരുതി രാത്രി പത്തുമണിക്കു

തന്നെ ഉറങ്ങാൻ കിടക്കാറുള്ളതാണ്.

സമയങ്ങളെക്കുറിച്ചുള്ള മിഥ്യകളെ മഥിച്ചുകൊണ്ട് ഒരാഴ്ച കഴിഞ്ഞു പോയപ്പോൾ ജെറ്റ്ലാഗ് എല്ലാം തീർന്നിരുന്നു. യു. എസിൽ നിന്ന് വന്ന ശേഷം ഒരുമാസം ആയപ്പോഴേക്കും മിത്രക്ക് മടുത്തിരുന്നു.

അടുത്ത ആഴ്ചതന്നെ ഭാഗ്യത്തിന് പത്രപരസ്യം കണ്ടു! ടെക്നോ പാർക്കിൽ അവസരങ്ങൾ. അങ്ങനെ പിന്നത്തെ ഒരു മാസത്തെ ഇടവേളയിൽ പുതിയ ജോലിസ്ഥലത്ത് പ്രവേശിച്ചു. അച്ഛനേം അമ്മയേയും കണ്ടുകൊണ്ട് എത്രനാളിരിയ്ക്കാൻ പറ്റും. മിത്രയുടെ മടുപ്പ് അവരും മനസ്സിലാക്കുന്നുണ്ടായിരുന്നു. അച്ഛൻ തന്നെയാണ് പരസ്യം കണ്ടുപിടിച്ച് കാണിച്ചു തന്നത്.

കുറച്ചു വർഷത്തെ അമേരിക്കൻ ജീവിതം മിത്രയിൽ പത്രംവായന എന്ന ശീലമില്ലാതാക്കിയിരുന്നു. മുഖ്യവാർത്തകൾ ഇടയ്ക്ക് വായിക്കുമെന്നല്ലാതെ മറ്റൊരു ഇന്ത്യൻ, കേരള വർത്തമാനങ്ങളും അവൾ വായിക്കാതായി. അത് വീണ്ടും തുടങ്ങിയത് ജോലിപരസ്യം നോക്കാനായിട്ട്.

അന്നത്തെ പത്രം വായിക്കാൻ ആരംഭിക്കുമ്പോൾ ഗൗതമിന്റെ അമ്മ അവളെ വിളിച്ചു. ജോലിക്കിവിടെ ചേർന്നത് നന്നായി... എന്നെല്ലാം പറഞ്ഞു...

അവർ, മകന്റെ ജീവിതം നശിപ്പിച്ചവൾ എന്നൊന്നുമുള്ള രീതിയിൽ അവളെ നോക്കിക്കാണുന്നില്ല എന്ന് അപ്പോഴാണ് മിത്രയ്ക്ക് മനസ്സിലായത്. വിവാഹമോചനത്തിനായുള്ള രേഖകൾ എല്ലാം ശരിയാക്കിയിട്ടുണ്ട് എന്നും അവളുടെ അമ്മയോടു പറഞ്ഞതായി മിത്രയ്ക്ക് മനസ്സിലായി.

മിത്രയ്ക്ക് മനസ്സിൽ എന്തെന്നില്ലാത്ത ഒരാശ്വാസം ഉണ്ടായിയെങ്കിലും എന്തെന്നില്ലാത്ത ഒരു ഏകാന്തതയും അനുഭവപ്പെടുന്നുണ്ടായിരുന്നു.

എത്രശ്രമിച്ചിട്ടും എപ്പോഴെങ്കിലുമൊക്കെ മനസ്സു വാടിയതായി മുഖത്ത് തെളിയാതിരിക്കാൻ അവൾ വല്ലാതെ പണിപ്പെട്ടുകൊണ്ടേയിരുന്നു.

നാട്ടുകാരുടെയും ബന്ധുക്കളുടെയും അന്വേഷണങ്ങൾ ഒരു വഴിക്ക്...

ഭർത്താവിനി എന്നാവരിക, എന്തെ ഇവിടെ ജോലിക്ക് ചേർന്നത് എന്നിങ്ങനെ...

ജോലിസ്ഥലത്തും തുടങ്ങിയിരിക്കുന്നു ചോദ്യങ്ങൾ. 'കല്യാണം കഴിച്ചതാണോ?'എന്നൊക്കെ.

എന്താ പറയേണ്ടത് എന്നവൾ മുൻകൂട്ടി ഒരു തീരുമാനം എടുത്തിട്ടില്ലാത്തതിനാൽ ആദ്യമൊരു ആശയക്കുഴപ്പം തോന്നി. കല്യാണം കഴിച്ചുവോ എന്നു ചോദിച്ചാ !! ഉവ്വോ? ഇല്ലേ? അവൾക്കു തന്നെ മനസ്സിലാ

കുന്നില്ല.

എന്താണീ കല്യാണം! തത്വചിന്താപരമായ ഒരു ചോദ്യം! അതുതന്നെ ആളുകളോട് തിരിച്ചു ചോദിക്കണമെന്ന് മിത്രയ്ക്ക് തോന്നി. പക്ഷേ അതെല്ലാം വലിയ കുഴപ്പം തന്നെ.

അവൾ പലരോടും ഇല്ല എന്നുപറഞ്ഞു. അപ്പോഴും ഉള്ളിൽ ഒരു ആശങ്ക ഉണ്ടായിരുന്നു. വീട് ടെക്നോപാർക്കിൽ നിന്ന് അധികം ദൂരെ യല്ല. ആളുകൾ അന്വേഷിച്ചാൽ മനസ്സിലാകും കഥകൾ. പക്ഷേ, ഇതൊക്കെ അന്വേഷിക്കാൻ ഈ കമ്പനി ജോലിക്കാർക്ക് സമയമുണ്ടാ കില്ല. അവൾ ആശ്വസിച്ചു. പിന്നെ, കൂടുതലും ഇവിടുത്തെ ജോലിക്കാർ ഇന്നാട്ടുകാരല്ല താനും. വഴി അറിയാൻ വകുപ്പില്ല.

എന്തു തന്നെയായാലും ശരി അവൾ പറഞ്ഞു. 'ഐ ആം സിംഗിൾ'- കല്യാണം കഴിച്ചു എന്നോ ഇല്ല എന്നോ പറയാതെ പറയാൻ പറ്റിയ ഒരു ഉത്തരം!

മിത്ര രാവിലെ എഴുന്നേറ്റതും ഏഴുമണിയായിരുന്നു പിറ്റേദിവസം. തലേന്നു സഹപ്രവർത്തകനെക്കുറിച്ചു ഇത്രയധികം ആലോചിച്ചതെ ന്തിന് എന്ന് അവൾ വീണ്ടും ആലോചിച്ചു. ദിവസങ്ങക്കുള്ളിൽ, ആഴ്ച കൾക്കുള്ളിൽ ഒക്കെ ആളുകൾക്ക് പ്രണയം തുടങ്ങുമോ. അതും അധി കമൊന്നും സംസാരിക്കാതെ. മലയാള ഭാഷ അറിയാത്ത ആളുകളാ യാൽ അധികം സംസാരിക്കേണ്ടതില്ല എന്നപ്പോൾ അവൾക്കു തോന്നി. പ്രണയം പല വിധമുണ്ടല്ലോ...

വേഗം ഒരുങ്ങി ബസ്സ്റ്റോപ്പിലേക്ക് ഇറങ്ങി നിന്നു. വീടിന്റെ പടിക്കൽ തന്നെയാണ് സ്റ്റോപ്പ്. ബസ്സിൽ കയറുമ്പോൾ മൊബൈൽ അടിക്കുന്നു ണ്ടായിരുന്നു.

ഇരുന്ന്കൊണ്ട് ഫോണെടുത്തതും ഹിതയുടെ ശബ്ദം.

'മിത്ര ഡിയർ, അയാം കമിങ് ദെർ സൺഡെ.'

'ഗുഡ്, എവിടെയായിരുന്നു ഇത്രനാൾ, വന്നിട്ട് രണ്ടാഴ്ചയായിക്കാ ണുമല്ലോ.'

ഹിത ചുരുക്കിപ്പറഞ്ഞു. 'ഉവ്വ് ഞാൻ കത്രീനയുടെ കൂടെയാണ്. അവളോടൊപ്പം ഈ ഭാഗത്ത് വെറുതെ കറങ്ങി. അവളുടെ കഥകളി പ്രോഗ്രാമും ഉണ്ടായിരുന്നു.'

ഷഹർബാൻ ഏകദേശം ഇക്കാര്യം സൂചിപ്പിച്ചിരുന്നെന്നും ഹിതയ്ക്ക് തിരുവനന്തപുരത്ത് ഗവേഷണത്തിനു ചേരാൻ താമസസ്ഥലമൊക്കെ ശരിയായിട്ടുണ്ട് എന്നും മിത്ര പറഞ്ഞു. സിറ്റിയിലെ ഒരു വീടിന്റെ മുകൾ നില ജൂലൈ മുതൽ ഫ്രീയാകും, അതുവരെ അവളുടെ വീട്ടിൽ നി

ന്നാൽ മതിയെന്നും പറഞ്ഞു.

എല്ലാം മിത്രയുടെ പ്ലാൻ പോലെയാകാം എന്ന് ഹിത പറഞ്ഞു.

അവളെ സംബന്ധിച്ചു പഴയ കോൺടാക്റ്റുകളിൽ ആരും തന്നെ ഒന്നും തയ്യാറാക്കിക്കൊടുക്കാൻ ഇല്ലതാനും. സ്വയം വന്നിറങ്ങി സ്വന്തം താമസവും സൗകര്യങ്ങളും ഉണ്ടാക്കി ജീവിക്കുക എന്നത് മാത്രമായിരുന്നു അവളുടെ പരിപാടി. അത് മനസ്സിലാക്കിക്കൊണ്ടുതന്നെയാണ് മിത്ര എല്ലാം ഏറ്റെടുത്ത പോലെ സംസാരിച്ചതും.

സൗഹൃദങ്ങൾ പുതിയതെന്നോ പഴയതെന്നോ എത്രകാലം പഴക്കമുറ്റിയതെന്നോ ഒന്നും പ്രശ്നമല്ല.

ഇരുപത്തിയൊന്ന്

മിത്ര റെയിൽവേ സ്റ്റേഷനിൽ കാത്തു നിന്നിരുന്നു.

അവളുടെ ഡ്രൈവിങ് ഹിതയെ അദ്ഭുതപ്പെടുത്തി.

'നിനക്ക് ഈ വശം മാറിയുള്ള ഡ്രൈവിങ്ങ് എങ്ങനെ ഇത്ര വേഗം പറ്റി?'

ഹിതയ്ക്കറിയാം അവൾ നാലഞ്ചുകൊല്ലത്തിനിടെ ഒരു വിധേന അമേരിക്കൻ ട്രാഫിക് നിയമങ്ങൾ വശമാക്കി വണ്ടി ഓടിച്ചു തുടങ്ങിയിട്ടേയുണ്ടായിരുന്നുള്ളു അവിടെ. അതും സമയവും സ്ഥലവുമൊക്കെ നോക്കിയേ ഓടിക്കൂ.

'ഓ ഇവിടെ വശം മാറി എന്ന് മാത്രമല്ലേയുള്ളൂ. പിന്നെ നിയമങ്ങളൊന്നും ആരും കാര്യമായി നോക്കുന്നില്ല എന്നതിനാൽ വല്യ കുഴപ്പമൊന്നും ഞാനായിട്ടുണ്ടാക്കാൻ പോകുന്നില്ല.'

മിത്രയുടെ അമ്മ, ദോശയും നാളികേര ചട്നിയും വിളമ്പുന്നതിനിടെ ചോദിച്ചു.

'ഹിതയെന്തിനാ വീടൊക്കെ വാടകയ്ക്കെടുക്കുന്നുത്. ഇവിടെ താമസിച്ചൂടെ...ഇപ്പോ മിത്രയും ഉണ്ട്...'

അവരുടെ നിഷ്കളങ്കമായ ചോദ്യത്തിന് ഉത്തരം മുട്ടിക്കൊണ്ട് എന്തോ പറയാൻ തുടങ്ങിയപ്പോഴേക്കും ഹിതയുടെ തൊണ്ടയിൽ ദോശ കുടുങ്ങുകയും ചുമച്ച് ചുമച്ച് മിണ്ടാൻ വയ്യാത്തപോലാകുകയും ചെയ്തു.

അതൊരുതരത്തിൽ അവളെ മറുപടി പറയാതെ രക്ഷപ്പെടുത്തി.

അമ്മ വെള്ളം കൊണ്ടുവന്ന് കൊടുത്തുകൊണ്ട് അവളുടെ നെറുകയിൽ തട്ടി.

ഒരിക്കൽ പോലും കണ്ടിട്ടില്ലാത്ത ഒരു കുട്ടിയോട് ഇങ്ങനെ പെരുമാറണമെങ്കിൽ അവർ എത്ര സ്നേഹമയിയായ അമ്മയായിരിക്കുമെന്ന് ഹിത ഊഹിച്ചു.

അവർ കാപ്പി കഴിഞ്ഞ് എഴുന്നേല്ക്കുമ്പോഴാണ് മിത്രയുടെ അച്ഛനും രണ്ടുപേരും പ്രാതൽ കഴിക്കാൻ വന്നത്. അച്ഛനും സംസാരത്തിനിടെ ഇങ്ങനെതന്നെ സൂചിപ്പിച്ചു.

മിത്ര തന്നെയാണ് അപ്പോൾ അവളെ രക്ഷപ്പെടുത്തിയത്.

അവൾക്ക് ജേണലിസത്തിന്റെ ഒരു ഈവനിങ്ങ് കോഴ്സിനു പോകണമെന്നുണ്ട് എന്നൊക്കെ ആശയമങ്ങടിച്ചുവിട്ടു മിത്ര. ഹിതയ്ക്ക് തന്നെ അതൊരു നല്ല ആശയമാണെന്ന് തോന്നി. ജേണലിസം പഠിക്കാൻ മിത്രയ്ക്കും ആഗ്രഹമുണ്ട് എന്ന് മെല്ലെ പറഞ്ഞു എന്നിട്ടവൾ.

അതിന്റെ പേരും പറഞ്ഞ് വീട്ടിൽ നിന്നും പുറത്തു ചാടി ഹിതയുടെ കൂടെ താമസിച്ചാലോ എന്ന് ആലോചിക്കുകയാണെന്ന് റബ്ബർതോട്ടത്തിലൂടെ നടക്കുമ്പോൾ മിത്ര പറഞ്ഞു.

പിന്നെയും ഒന്നു നടന്നാലോചിക്കുമ്പോൾ വീണ്ടും മാറ്റിപ്പറഞ്ഞു.

'അല്ലെങ്കിൽ വേണ്ട. വീക്കെൻഡിൽ മാത്രം അവിടെ വന്നു നില്ക്കാൻ പറ്റുന്ന ഒരു കാര്യം നോക്കാം. നമുക്ക് വയലിൻ പഠിക്കാൻ പോയാലോ. ഹിത, ആ മ്യൂസിക് കോളേജിലെ ചിലർ പഠിപ്പിക്കുന്നു. ഹിതക്ക് ഇഷ്ടമല്ലെ'

പിന്നെ സംശയിച്ചില്ല. അതു ചെയ്യാമെന്നു രണ്ടുപേരും തീരുമാനിച്ചു.

രാത്രി കിടക്കുമ്പോൾ ഇനിയുള്ള എട്ടുപത്ത് ദിവസം ഈ വീട്ടിൽ എന്ത് ചെയ്തു സമയം കളയണം എന്നതിനെ പറ്റിയാണ് ഹിത ഓർത്തത്. മിത്ര ജോലിക്കു പോയാൽ പകൽ സമയം മുഴുവനും ആട്ടുകട്ടിലിൽ കിടന്ന് വായിക്കുകയോ ടി. വി. കാണുകയോ ആവാം. അച്ഛനോടോ അമ്മയോടോ വർത്തമാനം പറഞ്ഞിരിക്കാം. അല്ലെങ്കിൽ ഈ പറമ്പിനു ചുറ്റും നടക്കാം.

ഇതിൽക്കവിഞ്ഞ് പുറത്ത് പോകുക ഇന്നാട്ടിൽ ഒരു ലക്ഷ്യസ്ഥാനത്തേക്കല്ലാതെ പറ്റില്ലല്ലോ സ്ത്രീകൾക്ക്. പാശ്ചാത്യ രാജ്യത്തെപ്പോലെ ഒരു നടത്തത്തിനു പോകാനോ ഒരു ബസ്സിൽ വെറുതെ കയറി ഇരിക്കാനോ പറ്റില്ലല്ലോ.

വിദേശത്ത് പബ്ലിക് ട്രാൻസ്പോർട്ടിൽ കയറിയാൽ ഒരു മാസത്തെ ടിക്കറ്റെടുത്ത് ബസ്സിൽ കയറിയും, ട്രാമിലും, ട്രെയിനിലുമൊക്കെ കയറിയും ഒരു നിശ്ചിത സിറ്റിക്കുള്ളിൽ എവിടെയും പോകാം. എവിടേക്കാണ് പോകേണ്ടത് എന്ന് പറയേണ്ട കാര്യമില്ല. ടിക്കറ്റ് കാണിച്ചാൽ മാത്രം മതി.

ഈ ദിവസങ്ങളിൽ പഴയ ചില സുഹൃത്തുക്കളെ കാണാമെന്ന് കരുതിയാൽ, ആരുടെയും നമ്പറുമില്ല. ഈ-മെയിലുപയോഗിക്കുന്നവരോട് ഇതുവരെ നാട്ടിൽ വരുന്ന കാര്യം എഴുതുകയും ചെയ്തില്ല.

വി. സി. ആർ വെച്ച് ടിവിയിൽ ദിവസവും രണ്ടുമൂന്നു സിനിമകൾ കണ്ടും അല്ലെങ്കിൽ ടൗണിലേക്ക് ബസ്സുകയറി അവിടെപ്പോയി ഒരു ഇന്റർനെറ്റ് കഫേയിൽ രണ്ട് മണിക്കൂർ ഇരുന്നും ഹിത ദിവസങ്ങൾ തള്ളിനീ

ക്കി. ഇന്റർനെറ്റ് സെന്ററുകൾ മിക്കനഗരങ്ങളിലും പട്ടണങ്ങളിലും ധാരാളമായി ഉണ്ടായി വന്നിരിക്കുന്നു എന്ന് ഹിത മനസ്സിലാക്കിയിരുന്നു. ഷൊർണ്ണൂരിലും ഒന്നു കറങ്ങിയപ്പോൾ ഇന്റർനെറ്റ് എന്നെഴുതിവെച്ചു കണ്ടു.

അതിനിടെ മിത്രയുടെ അമ്മ നേരിട്ടും അല്ലാതെയും ഓരോന്നും ചോദിച്ചും പറഞ്ഞും ഹിതയുടെ കഥകളൊക്കെ മനസ്സിലാക്കി. അവരിടയ്ക്കിടെ പിന്നെപ്പറയും.

'എല്ലാം ശരിയാവും... അമ്മയ്ക്കും അച്ഛനും മക്കളെ വിട്ടുകളയാൻ പറ്റില്ല.'

ആർക്കറിയാം...! അങ്ങനെയുണ്ടാകില്ല എന്ന് എന്താണുറപ്പ്! ഹിത മനസ്സിൽ മന്ത്രിക്കും. കുട്ടികളെ മറക്കുന്ന അച്ഛനമ്മമാർ ഉണ്ടാകും.

മിത്രയ്ക്ക് ദിവസവും വന്നാൽ സരോദ് നിമിഷെയെക്കുറിച്ച് കുറെ പറയാനുണ്ടാകും. നിമിഷെ എന്നത് ഒരു ഉത്തരേന്ത്യൻ കുടുംബജാതിയുടെ പേരാണ്. അവൾ അതാദ്യമായിട്ടാണ് കേൾക്കുന്നത്. സെൻ, ബസു, ജൈൻ എന്നൊക്കെ ധാരാളം കേൾക്കാം.

ബോംബെയിൽ നിന്നും വന്ന സരോദിന്റെ പ്രണയചാപല്യങ്ങളും മറ്റും മിത്രയുടെ കാഴ്ചപ്പാടിൽ രസകരമാണ്. എന്നാൽ ഒന്നും തുറന്നു സംസാരിക്കുകയില്ല എന്നതിനാൽ അവൾക്കൊന്നും വ്യക്തവുമല്ല.

ആദ്യം നേർക്കുനേർ കണ്ടപ്പോൾ ഹലോ എന്നും പറഞ്ഞ് പരിചയപ്പെടാൻ വന്നു. ഒരേ ദിവസം ജോലിക്ക് ചേർന്നിരുന്ന ആൾക്കാരായതിന്റെ സംസാരങ്ങളായിരുന്നു കൂടുതലും ഉണ്ടായത്. പിന്നെ വിചിത്രമായിത്തോന്നിയ ചോദ്യം അവളുടെ സീനിയോറിറ്റിയെ സംബന്ധിച്ചതായിരുന്നു.

'യു മേ ബി ഹാവിംങ് മോർ ജോബ് എക്സ്പീരിയൻസസ്, ബട്ട് നോട്ട് മേ ബി ഇൻ ടേംസ് ഓഫ് ഏജ്.'

മിത്ര ചിരിക്കുക മാത്രം ചെയ്തു. എങ്കിലും സരോദ് വീണ്ടും ചോദിച്ചു 'സോ ഹൗ ഓൾഡ് ആർ യു?'

അവൾ പറഞ്ഞു – 'തെർട്ടിത്രീ, ആൻഡ് യു?'

അവൻ അതിനു മറുപടി പറയാതെ പറഞ്ഞു 'യു ഡോൺട് ലുക്ക് ദാറ്റ് മച്ച്'

അന്ന് കോഫി കഴിഞ്ഞ് ഓഫീസിലെ സീറ്റിലേക്ക് പോകുമ്പോൾ അവൻ ഇടയ്ക്കൊന്നു നടത്തം പതുക്കെയാക്കി പിന്നിൽ നിന്ന് അവളെ ആപാദചൂഡം ഒന്ന് നോക്കി.

തിരിഞ്ഞു നോക്കിയില്ലെങ്കിലും അവൾക്കത് മനസ്സിലായി.

നിമിഷെ കുടുംബം ഛത്തിസ്ഗഢിൽ നിന്നും ബോംബെയിലേക്ക് പറിച്ചു നട്ടത് സരോദിന്റെയും ജ്യേഷ്ഠന്റെയും പഠനത്തിനുവേണ്ടിയായിരുന്നു. കച്ചവടക്കാരനായ പിതാവ് മക്കളെ പഠിപ്പിക്കുന്നതിൽ വലിയ ശ്രദ്ധ പതിപ്പിച്ചിരുന്നു.

എഞ്ചിനീയറിങ്ങ് ബിരുദത്തിനുശേഷം ബാംഗ്ലൂരിലാണ് സരോദ് ജോലിക്കു ചേർന്നത്. കേരളം ഇഷ്ടമാണ്, അതുകൊണ്ടാണ് ഇങ്ങോട്ട് മാറിപ്പോന്നത് എന്നാണ് അയാൾ പറഞ്ഞത്.

അയാളുടെ സ്വാധീനം വല്ലാതെ വന്നിട്ടുണ്ടെന്ന് ഹിതയ്ക്ക് മിത്രയുടെ സംസാരത്തിൽ നിന്നും മനസ്സിലായി. അവൾക്കു സന്തോഷം തോന്നി.

'ഹോ... ഒരു മാസമാവുന്നല്ലേയുള്ളു... നോക്കാം' എന്നിടയ്ക്കിടെ കൂട്ടിച്ചേർക്കുമവൾ.

രാത്രി കിടക്കുമ്പോൾ മിത്ര ഹിതയോട് പറഞ്ഞു.

'എന്നും ഞാനിപ്പോ അവനെ സ്വപ്നം കാണുന്നു!'

ഹിത ചിരിച്ചു.

'ഉം... നല്ല ലക്ഷണങ്ങളാണല്ലോ. അവനും ഈ സ്വപ്നം കാണുന്നുണ്ടോ എന്നറിയാനിപ്പോഴെന്താ മാർഗ്ഗം എന്നാലോചിക്ക്.'

മിത്ര ഊറിച്ചിരിച്ചു. 'ഉം നോക്കട്ടെ, ഒരു മാസമാവുന്നല്ലേയുള്ളു.' എന്ന് വീണ്ടും പറയുന്ന മിത്രയുടെ മുഖം നാണിക്കുന്നതായി രാത്രിയുടെ അരണ്ട വെളിച്ചത്തിൽ ഹിത കണ്ടതുപോലെ മനസ്സിലാക്കി.

അവൾ ഉറങ്ങിയെന്നു കരുതി ഹിത തന്റെ ചിന്തകളിലേക്ക് ഉറക്കം വരാതെ ഒഴുകി നീങ്ങി.

അപ്പോൾ മിത്രയുടെ ശബ്ദം വീണ്ടും കേട്ടു.

'ഹിത ശരിക്കും നിന്റെ പ്ലാനെന്താ... ഒറ്റയ്ക്കിങ്ങനെ റിസർച്ചുമായി ജീവിക്കാനാണോ.'

ഹിത പെട്ടെന്ന് വിചാരിച്ചു മുറിയിൽ ഇരുട്ടായതു നന്നായി, അവളുടെ വിളറിയ മുഖം ആരും കാണില്ലല്ലോ...

ഒന്നു മൂളിക്കൊണ്ട് അവൾ പറഞ്ഞു.

'ശരിക്കും പറഞ്ഞാൽ എന്റെ മുൻപിൽ മൂന്ന് ഓപ്ഷനാണുള്ളത്. ഒന്ന് റിസർച്ച്. തുടർന്നുകൊണ്ടുള്ള യൂണിവേഴ്സിറ്റി ജീവിതം, രണ്ട് ലീവ് റദ്ദാക്കാൻ പറ്റിയാൽ സ്ക്കൂളിൽ തിരിച്ചു കയറി ജോലി ചെയ്തുകൊണ്ടുള്ള ജീവിതം, മൂന്ന് ആരെയെങ്കിലുമൊന്ന് കല്യാണം കഴിച്ചൊരു ജീവിതം. മൂന്നാമത് പറഞ്ഞത് ആദ്യത്തെ രണ്ടുമായും കൂട്ടിക്കുഴച്ച് ചെയ്യാമെന്നല്ലാതെ അതു മാത്രമായി ചെയ്യുന്ന കാര്യം ഓർക്കാൻ കൂടി

വയ്യ.'

'എന്നാ നിനക്ക് നിന്റെയാ നകുലേട്ടനെ കല്യാണം കഴിച്ചൂടെ. എങ്കിൽ നിന്റെ അച്ഛനമ്മമാരും അംഗീകരിക്കും.'

'അതെ ശരിയായിരിക്കും മിത്ര. പക്ഷെ അവർക്കു പറ്റിയേക്കാവുന്ന ഒരാളെ കല്യാണം കഴിച്ചതുകൊണ്ട് മാത്രമേ എന്റെ അച്ഛനമ്മമാർക്ക് എന്നെ അംഗീകരിക്കാൻ പറ്റൂ എങ്കിൽ അതു വേണ്ട. പിന്നെ യാതൊന്നും ഓർക്കാതെ അയാളോടുള്ള പ്രേമം കൊണ്ട് കല്യാണം കഴിക്കത്തക്ക പ്രേമമൊന്നും എനിക്കയാളോടില്ല. അല്ലെങ്കിൽത്തന്നെ കല്യാണം കഴിക്കുന്നതിനെപ്പറ്റി അയാളൊന്നും പറഞ്ഞിട്ടുമില്ല. ഡൽഹിയിലൂടെ കറങ്ങിനടക്കുമ്പോൾ, അതും ഞാൻ യു.എസിലേക്ക് പോകുന്ന സമയത്ത്, നിനക്ക് ഞാനൊരു കുട്ടിയെത്തരട്ടെ എന്ന് ചോദിച്ചിരുന്നു. നോൺസെൻസ്. കല്ല്യാണം കഴിക്കുന്നതിനെപ്പറ്റി, അല്ലെങ്കിൽ ഒരുമിച്ചു ജീവിക്കുന്നതിനെപ്പറ്റിയോ ഒന്നും പറയാതെ ചോദിക്കുന്ന ചോദ്യം! ഞാനൊന്നും പറയാതെ ചിരിച്ചപ്പോൾ, നിനക്കൊരു കുട്ടി വേണമെന്നില്ലേ എന്നുചോദിച്ചു! കുട്ടി വേണമെങ്കിൽ അതിനയാളേ ഉള്ളൂന്നാ വിചാരം!?... സ്റ്റുപ്പിഡിറ്റി, അല്ലാതെ എന്താ പറയുക ഇതിനെയൊക്കെ..., ഇറെസ്പോൺസിബിൾ റാസ്ക്കൽ. അയാൾക്കൊരു ജാരനാകാനേ പറ്റൂ!'

ഒറ്റശ്വാസത്തിൽ പറഞ്ഞു തീർന്നപ്പോഴാണ് ഹിതയ്ക്ക് മനസ്സിലായത് തനിക്കിത്രയ്ക്ക് പ്രശ്നം അയാളോട് തോന്നിയിട്ടുണ്ടെന്ന്.

മിത്ര എണീറ്റു ലൈറ്റിട്ടു.

'ഹിത ആർ യു ആൾറൈറ്റ്?'

ഹിത എഴുന്നേറ്റിരുന്നു. അവൾ വിയർക്കുന്നുണ്ടായിരുന്നു. പുറത്ത് മഴ തിമിർത്തു പെയ്യുന്നു. ഇടിയും മിന്നലും ലഹള കൂട്ടുന്നു.

'അയാം ഓക്കെ, നീ ലൈറ്റണച്ച് കിടക്ക് മിത്ര... ഞാൻ പറഞ്ഞതിത്രയേയുള്ളു. ചില പുരുഷന്മാരുടെ വിചാരം വിചിത്രമാണ്. എന്നാലവർ ഭീരുക്കളുമാണ് എന്നതു സമ്മതിക്കുകയുമില്ല. അത്രമാത്രം...'

ഹിത കിടന്നുകൊണ്ട് പറഞ്ഞു.

മിത്രയും ലൈറ്റണച്ച് കിടന്നു.

'അയാം സോറി ഹിത. ഞാൻ നിന്നെ വിഷമിപ്പിച്ചോ?'

'നോ...നോ ഇതാവശ്യമായിരുന്നു മിത്ര, അതുകൊണ്ടിപ്പോൾ എനിക്കുതന്നെ ചിലതു പെട്ടെന്നു വ്യക്തമായി; എന്റെ മനസ്സിലുള്ള ചിലത്...'

ഇടക്കിടെ ഇടിമുഴക്കം കേൾക്കുന്നത് കാതോർത്ത് രണ്ടുപേരും കിടന്നു.

നകുലേട്ടന്റെ വെളുത്തതും പരുത്തതുമായ ശരീരം ഇരുട്ടിൽ തെളി

യുന്ന പോലെ തോന്നി ഹിതയ്ക്കപ്പോൾ...

മിത്രയ്ക്കു ഫ്രഡറിക്കിനെയും മനസ്സിൽതെളിഞ്ഞു. അവൻ ഇടയ്ക്കിടെ ഇമെയിൽ അയച്ചു. മിത്രയും അയച്ചിരുന്നു. എല്ലായ്പ്പോഴും അവർ 'ലവ് യൂ ' എന്ന് പറഞ്ഞാണ് നിർത്തിയത് മെയിലുകൾ. സ്നേഹത്തെക്കുറിച്ചല്ലാതെ വിവാഹത്തെക്കുറിച്ചു സംസാരിക്കുന്ന രീതി അവിടെയില്ലായെന്നു മിത്രക്കും അറിയാമല്ലോ. അവൾ രണ്ടു ദിവസം മുൻപാണ് അവനെഴുതിയത്. 'ഔർ ലവ് വിൽ നോട് ബി പ്രാക്ടിക്കൽ ഐ ഫീൽ' എന്ന്. ഒരുമിച്ചില്ലാതെ എത്ര നാൾ പ്രണയം പറഞ്ഞു കഴിയാൻ പറ്റും... അത് സാധ്യമല്ല പാശ്ചാത്യ സംസ്ക്കാരത്തിൽ എന്നാണു അവൾക്കു തോന്നിയിട്ടുള്ളത്. പ്ലേറ്റോണിക് പ്രണയമൊക്കെ ഗ്രീസിൽ നിന്ന് വന്ന ആശയമെങ്കിലും പാശ്ചാത്യ സംസ്ക്കാരം ആധുനികതയിൽ എത്രയോ മാറിയിരിക്കുന്നു.

ഇരുപത്തിരണ്ട്

ജൂലൈ ആദ്യവാരത്തിൽത്തന്നെ ഹിത വാടകവീട്ടിലേക്ക് മാറി. മിത്രയും അമ്മയും കൂടെ വന്നു. അത്യാവശ്യ സാധനങ്ങൾ വാങ്ങാൻ അവർ മൂന്ന്പേരും കൂടിയാണ് പോയത്. ഹിതയുടെ കൈവശം വസ്ത്ര ങ്ങളല്ലാതെ ജീവിതാവശ്യത്തിനു വേണ്ടുന്നതൊന്നും ഇല്ലായിരുന്നു.

കേരളത്തിൽ മൊബൈൽ ഫോൺ വന്നു തുടങ്ങിയിട്ടേയുള്ളു. വലിയ പ്രചാരത്തിലായിട്ടില്ല. പക്ഷെ ഒന്നു കൈവശം വേണമെന്ന് ഹിതയ്ക്ക് തോന്നി. എസ്കോട്ടലിന്റെ ചെറിയൊരു ഇഷ്ടിക പോലത്തെ ഫോൺ. കളറും കടുത്ത മണ്ണിന്റെ പോലെ ബ്രൗൺ കലർന്നതാണ്. വിളിക്കുന്ന വർക്കു കാശു ചിലവാകും എന്ന് മാത്രമല്ല ഫോൺ എടുക്കുന്നയാൾ ക്കും കാശുചാർജ് ആകും. എങ്കിലും ലാൻഡ് ഫോണില്ലാത്തവർക്കു ഇത് ആവശ്യം തന്നെ.

പുതിയ മൊബൈൽ നമ്പർ വാങ്ങിച്ചത് ഹരിതയെപ്പോലും വിളിച്ചു പറഞ്ഞില്ല. അവളുടെ വിവാഹം ആർഭാടമായി കഴിഞ്ഞുവെന്നും കുട്ടി യുണ്ടായിയെന്നുമൊക്കെ കേട്ടിരുന്നു. അനുജത്തിയും ചേച്ചിയെപ്പോലെ ആകരുതെന്നു അവൾക്കും അച്ഛനമ്മമാർക്കും നിർബന്ധമുള്ളതു പോലെ..

തിരുവനന്തപുരത്ത് ട്രെയിനിറങ്ങാൻ ബാഗുകളുമായി വാതിലിനടു ത്തേയ്ക്ക് വന്നുനിൽക്കുമ്പോഴാണ് കുഞ്ഞുണ്ണിയെ കണ്ടത്.

മീശ മുളച്ചു തുടങ്ങിയ ഒരു പയ്യൻ വന്ന് ഹിതയൊപ്പോളല്ലേ..., ഞാൻ കുഞ്ഞുണ്ണി... എന്ന് പറഞ്ഞപ്പോഴാണ് മനസ്സിലായത്.

പത്തുവർഷത്തോളം മുൻപ് കണ്ടതാണ് അന്നവന് ഏഴോ എട്ടോ വയസ്സുണ്ടായിരുന്നു. ഇപ്പോൾ പൊടിമീശക്കാരനായി. കുഞ്ഞമ്മാമന്റെ മകൻ. തൃശ്ശൂർ നിന്നാണ് കയറിയത് എന്നും, തിരുവനന്തപുരത്ത് ഒരു ടെസ്റ്റെഴുതാൻ പോകുകയാണ്. രണ്ട് കൂട്ടുകാരുമുണ്ട് എന്നൊക്കെ അവൻ പറഞ്ഞു. മൊബൈൽ ഫോൺ നമ്പർ ചോദിച്ചു വാങ്ങി.

അവന്റെ കൈയിൽ നിന്നും നമ്പർ കിട്ടിയെന്നു പറഞ്ഞ് ഹരിത പിന്നീട് വിളിച്ചു. പുതിയ വീട്ടിലേക്കുള്ള സാധനങ്ങളൊക്കെ ഉണ്ടോ എന്നൊക്കെ അവൾ അന്വേഷിച്ചു.

മിത്രയുടെ അമ്മ ഷോപ്പിങ്ങ് കഴിഞ്ഞ് അന്നുതന്നെ പോയെങ്കിലും,

മിത്ര പിറ്റേദിവസം വൈകീട്ടാണ് പോയത്.

പിന്നീടുള്ള രണ്ടുദിവസങ്ങൾ ഹിത ചിന്തിച്ചും ഉറങ്ങിയും വീട്ടിനകത്ത് കഴിച്ചുകൂട്ടി. ബാത്ത്റൂമിൽ പോകാനും വെള്ളം കുടിക്കാനും മാത്രമാണ് കിടക്കയിൽ നിന്ന് എഴുന്നേറ്റതു തന്നെ. ഇടയ്ക്ക് പാൽ തിളപ്പിച്ച് അതിൽ ഓട്ട്സ് കലക്കി കുടിച്ചു. പിറ്റേദിവസം ബാക്കിയുള്ള പാൽ കേടായിപ്പോയതിനാൽ ചൂടുവെള്ളം തിളപ്പിച്ച് ഓട്സ് കലക്കി കുടിച്ചു.

ഭക്ഷണസാധനങ്ങൾ എന്തെങ്കിലുമൊക്കെ വാങ്ങാമെന്നു കരുതി മൂന്നാമത്തെ ദിവസം രാവിലെ ഹിത കുളിച്ച് പുറത്തിറങ്ങി. ഇത്ര നാളും ഇട്ടത് ജീൻസുകളും ടീ ഷർട്ടുകളും മാത്രമാണ്. ഒരു കുർത്തയുണ്ടായിരുന്നത് ജീൻസിന്റെ കൂടെയിട്ടുകൊണ്ട് ഇറങ്ങി.

പോകുമ്പോൾ വീട്ടുടമസ്ഥനെക്കൊണ്ട് കുശലം പറയണം എന്നു തീരുമാനിച്ചു. അവർ താഴത്തെ നിലയിൽത്തന്നെ ആണെങ്കിലും ഒൻപതരയോടെ ഭാര്യയും ഭർത്താവും ജോലിക്ക് പോകും.

ഹിത ഒൻപത് മണിയോടെ ഇറങ്ങി അവരെ കണ്ട് സംസാരിച്ച് പുറത്തുപോയി.

സ്റ്റാച്യുവിൽ ഇറങ്ങി നെയ്റോസ്റ്റും മസാലദോശയും ഓരോന്ന് കഴിച്ച് കാപ്പിയും കുടിച്ച് വീണ്ടും ഒരു ബസ് കയറി... കിഴക്കേക്കോട്ടയിൽ പോയിറങ്ങി. പത്മനാഭസ്വാമി ക്ഷേത്രത്തിന്റെയും ഗണപതിക്കോവിലിന്റെയുമകത്തൊക്കെ ഒന്നു ചുറ്റി പാർത്ഥാസിലേക്ക് കയറി. മൂന്ന് റെഡിമെയ്ഡ് ചുരിദാറുകൾ വാങ്ങി.

പുറത്തു കടന്ന് റെയിൽവേസ്റ്റേഷന്റെ പിൻഗേറ്റിലൂടെ ചെന്ന് ഓവർബ്രിഡ്ജിലൂടെ കയറി മുൻവശത്തെത്തി. തമ്പാനൂർ ബസ്റ്റാൻഡിൽ ചെന്ന് ബസ് കയറി കാര്യവട്ടം യൂണിവേഴ്സിറ്റിയിലേക്ക് ടിക്കറ്റെടുത്തു.

അര മണിക്കൂറോളം ബസിലിരുന്നപ്പോൾ അവൾ ഓർത്തത് അഥീന ടീച്ചറോട് എന്ത് പറയണമെന്നായിരുന്നു. അവർ അവിടെക്കാണുമോ എന്തോ.

യൂണിവേഴ്സിറ്റിയിൽ ഓരേയൊരു സോഷ്യലായ സാമൂഹ്യാംഗീകാരമുള്ള പ്രൊഫസറാണവർ. കേരളത്തിലെ യൂണിവേഴ്സിറ്റി തലത്തിൽ അങ്ങനെയുള്ള സ്ത്രീകൾ പൊതുവെ കുറവാണ്.

ഗവേഷണം പുനരാരംഭിക്കുന്നതിനെ അവർ പ്രോത്സാഹിപ്പിച്ചുതന്നെയാണ് സംസാരിച്ചത്. രണ്ടു വർഷം മുമ്പ് സ്വീകരിച്ച അപേക്ഷയനുസരിച്ച് ചേർന്നിരുന്ന രേഖകളും കൊണ്ട് ഓഫീസിൽച്ചെന്ന് കാര്യങ്ങൾ സംസാരിക്കുവാൻ അവർ നിർദ്ദേശം തന്നു. ചേർന്നിട്ട് ഡിസ്കണ്ടിന്യൂ ചെയ്തതായി മറ്റ് രേഖകളൊന്നുമില്ലാത്തതിനാൽ തുടരാൻ, റീ രജിസ്റ്റർ

ചെയ്യാൻ എന്തെങ്കിലും മാർഗ്ഗമുണ്ടാകും എന്നവർ പറഞ്ഞു.

വീട്ടിൽ തിരിച്ചു ചെന്നതും അവൾ ജീൻസും ജുബ്ബയും വലിച്ചൂരി. അതല്പം നനഞ്ഞിരുന്നു. ബസ്സിറങ്ങി നടക്കുമ്പോൾ മഴപെയ്തിരുന്നു. രാവിലെ ഇറങ്ങുമ്പോൾ കുടയെടുക്കാൻ ഓർത്തില്ലായിരുന്നു. വർഷകാലത്തിന്റെ പകൽത്തണുപ്പിൽ അവൾ വൈകുന്നേരം വരെ കിടന്നുറങ്ങി. എഴുന്നേറ്റപ്പോൾ നല്ല ക്ഷീണം തോന്നി. ചൂടുവെള്ളത്തിൽ കുളിക്കണമെന്നു തോന്നി.

അവൾ സ്റ്റൗവിന്റെ മുകളിൽ കുളിക്കാനുള്ള വെള്ളം തിളപ്പിക്കാൻ വച്ചു. പെട്രോ മാക്സിന്റെ പോലുള്ള ഒരു ചെറിയ സിലിണ്ടറിനു മുകളിൽ ബർണറുള്ള സ്റ്റൗവ്. വലിയത് വാങ്ങിയിട്ടില്ല. എങ്കിലും മൂന്നാലു ലിറ്റർ കൊള്ളുന്ന പാത്രത്തിൽ വെള്ളം തിളച്ചാൽ പച്ചവെള്ളം കൂട്ടി ഒരു ബക്കറ്റ് വെള്ളത്തിൽ മേൽകഴുകാം.

അവൾ പെറ്റിക്കോട്ട് മാത്രം ധരിച്ച് ഹാളിൽ ഉലാത്തി.

ഹാളും അടുക്കളയും ഒരു മുറിയും... നല്ല വീട്. മുറിയിൽ ബാൽക്കണിപോലെ... പുറത്തേക്ക് കടക്കാം.

എല്ലാം കൊണ്ടും അവൾക്ക് വീടിഷ്ടമായി. നാളെത്തന്നെ രണ്ട് മൂന്ന് ചെടിച്ചട്ടികൾ വാങ്ങണമെന്ന് അവൾ തീരുമാനിച്ചു. എല്ലാ സീസണിലും പൂക്കളുണ്ടാകുന്ന തരം റോസാച്ചെടിവേണം.

ബാൽക്കണിയിൽനിന്നും നോക്കിയാൽ അപ്പുറത്തെ വീടിന്റെ പൂമുഖം കാണാം.

അവിടെ ഒരു ചെറിയ കുട്ടി ഒന്നുരണ്ട് വയസ് പ്രായം തോന്നിക്കുന്നത്, ഇരുന്ന് കളിക്കുന്നുണ്ട്. ചുറ്റും കുറെ കളിപ്പാട്ടങ്ങൾ കിടക്കുന്നുണ്ട്. കുട്ടി ഒരു സ്റ്റീൽ കപ്പ് പിടിച്ച് അത് നിലത്ത് തട്ടി ശബ്ദമുണ്ടാക്കിക്കൊണ്ടിരുന്നു. അതിന്റെ ശബ്ദം കുട്ടിക്കുന്മേഷം കൂട്ടി. അതാഞ്ഞാഞ്ഞ് കൊട്ടാൻ തുടങ്ങി. അതിന്റെ മുത്തശ്ശിയാവാം ഒരു മധ്യവയസ്സു കഴിഞ്ഞ സ്ത്രീ പാത്രം വാങ്ങിക്കാനായി ഇടയ്ക്കിടെ നോക്കുന്നുണ്ട്. എന്ത് ചെയ്താലും പാത്രത്തിൽ നിന്നുള്ള പിടി കുട്ടി വിടുന്നില്ല. വേറെ കൊടുക്കുന്ന കളിപ്പാട്ടമൊന്നും അതിനു വേണ്ട. പാത്രം മതിയതിന്...!

സന്ധ്യ മയങ്ങിയതിനാലും ഹിതയുടെ മുറിയിലെ ലൈറ്റ് ഇട്ടിട്ടില്ലാത്തതിനാലും ആരും അവളെയിങ്ങോട്ടു കാണില്ല. അവൾക്കു അവരെ കാണുകയും ചെയ്യാം.

വെള്ളം തിളച്ചുകൊണ്ടേയിരുന്നു. അവൾ കുട്ടിയെ നോക്കി ആലോചിച്ചു നിന്നതല്ലാതെ സ്റ്റൗ കെടുത്തുവാനോർത്തില്ല. കുറെക്കഴിഞ്ഞ് വെള്ളം തിളച്ചു തിളച്ചു വറ്റി പാത്രം ചുവപ്പു നിറമായപ്പോഴാണ് അവൾ

ഒരു ചൂടുതട്ടിയപോലെ ഒന്ന് ഉണർന്നത്.

പുതിയ പാത്രം ഉരുകി നാശമായല്ലോ എന്നോർത്ത് ഹിതയ്ക്ക് അസ്വസ്ഥത തോന്നി. അപകടം കൂടുതൽ സംഭവിച്ചില്ലല്ലോ എന്ന് ആശ്വസിക്കുകയും ചെയ്തു. ഇനി വെള്ളം തിളപ്പിക്കണമെങ്കിൽ റൈസ് കുക്കറേയുള്ളു.

അവൾ ആ പരിപാടി വേണ്ടെന്ന് വെച്ച് പച്ചവെള്ളത്തിൽ കുളിച്ച്, കഴുത്തും കൈയും കയറിയ ബനിയനും, ടൈറ്റ്സും ധരിച്ച് വീണ്ടും ബാൽക്കണിയിൽ വന്നുനിന്നു.

വിന്റർ വസ്ത്രംപോലെയുള്ളതിട്ടത് നന്നായി. തണുപ്പ് കുറേശ്ശെ ഉണ്ട്. മഴ മാറിയെങ്കിലും.

അടുത്ത വീട്ടിലെ കുട്ടി അപ്പോഴും സ്റ്റീൽ പാത്രം തട്ടിക്കളിക്കുകയാണ്. പക്ഷേ, ഇപ്പോഴടുത്തിരിക്കുന്നത് മധ്യവയസ്സുകഴിഞ്ഞ ഒരു പുരുഷനാണ്. കുട്ടിയുടെ മുത്തച്ഛനാകുമെന്ന് ഹിത കരുതി.

കുറേനേരം നോക്കിയിരുന്നപ്പോൾ അയാളുടെ മുഖഭാവം ഒരു പ്രത്യേക രീതിയിലുള്ളതാണെന്ന് ഹിതയ്ക്ക് തോന്നി. എന്തോ ഒന്നു ഒപ്പിച്ചിട്ടുണ്ട് എന്നതുപോലെ തോന്നിക്കുന്ന ഭാവം. ചിലപ്പോൾ എന്തോ സംഭവിച്ച വിഷാദഭാവം. അല്ലെങ്കിൽ, താനാരാണെന്നാ വിചാരം എന്നപോലെ!! ഇത്തരത്തിൽ അയാളുടെ ഭാവങ്ങൾ മാറിക്കൊണ്ടേയിരുന്നു. ഏകദേശം അര മണിക്കൂറോളം ഇരുന്ന ആ ഇരുപ്പിനിടയിൽ അയാൾ കുട്ടിയിൽ നിന്ന് പാത്രം വാങ്ങാനോ അതിനോടെന്തെങ്കിലും പറയാനോ മുതിരുന്നില്ല. അതിടയ്ക്ക് ചിണുങ്ങുകയും ശബ്ദമുണ്ടാക്കുകയും ചെയ്യുന്നതുപോലും അയാളെ ബാധിക്കുന്നില്ല.

കുറച്ചു കഴിഞ്ഞപ്പോൾ ഒരു മാക്സിയിട്ട ചെറുപ്പക്കാരി വന്ന് കുട്ടിയെ എടുത്തുകൊണ്ട് അകത്തുപോയി. അവരുടെ പാചകപ്പണി കഴിഞ്ഞിരിക്കണം. സമയം ഒൻപത് മണിയാകാറായി. ഇനി ചൂടോടെ അത് വിളമ്പിക്കൊടുക്കുന്ന പണിയാകുമ്പോഴേക്കും തന്റെ കുഞ്ഞിനെയൊന്നു താലോലിക്കാമെന്ന് തോന്നിയിരിക്കും അവൾക്ക്.

അഞ്ച് പത്ത് മിനിട്ടുനുശേഷം ഒരു ബൈക്ക് അവരുടെ ഗേറ്റ് കടന്നു വന്നപ്പോഴാണ് ഉമ്മറത്തിരുന്നയാൾ ഭാവപ്പകർച്ചകൾ നിർത്തി എഴുന്നേറ്റകത്ത് പോയത്.

ബൈക്കിൽ വന്ന യുവാവ് അകത്തേക്ക് പോയി.

ഒരു നാടകം കണ്ട് തീർന്ന ഭാവത്തോടെ ഹിതയും മുറിയിലേക്ക് പോയി.

ലൈറ്റിടാൻ അപ്പോഴാണ് അവൾക്ക് തോന്നിയത്. ഇതുവരെ ഇരുട്ട

ത്തിരുന്ന് ഇനി ലൈറ്റിടുന്നതിലും വലിയ അർത്ഥമില്ലെന്ന് തോന്നി..

കാരണം അവൾക്ക് അപ്പോഴും നന്നായി ഉറക്കം വന്നിരുന്നു.

അവൾ നിലത്ത് പായമേലിട്ട കട്ടിയുള്ള സ്പോഞ്ച് കിടക്കയിലേക്ക് വിജയിച്ച ഒരു അത്‌ലറ്റിന്റെ ഉത്സാഹത്തോടെ എടുത്ത് ചാടി.

ഉറക്കത്തിന്റെ വക്കിൽത്തന്നെ സ്വപ്നം അവളെ എതിരേറ്റു. സ്വപ്നം ആഴത്തിലുള്ള ഉറക്കത്തിലാണ് ഉണ്ടാകുന്നത് എന്ന് പറയാനാവില്ല. പലപ്പോഴും രാവിലെ ഉണരാറാകുന്ന സമയത്തും, ചിലപ്പോൾ ഉറക്കത്തിലേക്കു വഴുതിവീഴുന്ന സമയത്തും ഉണ്ടാകാം. ഉറക്കത്തിലേക്കല്ല സ്വപ്നത്തിലേക്കാണ് വീഴുന്നതന്ന് തോന്നും വിധം...

അങ്ങനെയൊരു കൊച്ചു വീട്ടിന്റെ ഉമ്മറത്തിരുന്നു സംസാരിക്കുന്ന ഒരാളെയും ഒരു കൊച്ചു പെൺകുട്ടിയേയും സ്ത്രീയെയും കാണാൻ തുടങ്ങി. സ്ത്രീ അവൾ തന്നെയായിരുന്നു.

പുരുഷന്റെ മുഖം വ്യക്തമായതേയില്ല...

ഇരുപത്തിമൂന്ന്

അമേരിക്കയിൽ...

അക്ഷരങ്ങൾ ആവോളം വലുതാക്കിയിട്ടുണ്ട് പത്രം...!

വേൾഡ് ട്രേഡ് സെന്റർ തകർത്തുവെന്ന് വാർത്ത...

അൽഖൈദ എന്ന ഒരു ഇസ്ലാമിക സംഘടനയാണത്രേ ഇതിനു പിന്നിൽ. ഏകദേശം രണ്ടായിരത്തി അഞ്ഞൂറിലേറെ ആളുകൾ സ്ഫോടനത്തിൽ മരിച്ചുവത്രേ.

ആഹാ... ക്ലിന്റന് ശേഷം ജോർജ്ജ് ബുഷിന്റെ തിരിച്ചു വരവ് ബഹു കേമമായി ആഘോഷിക്കപ്പെട്ടു!

ഹിത പത്രം മാറ്റിവച്ച് നിവർന്നിരുന്നു നിശ്വസിച്ചു. അവളുടെ മുഖത്ത് ഒരു മന്ദഹാസം പരന്നു.

മിത്ര എഴുന്നേറ്റിട്ടില്ല. അവൾ തലേദിവസം രാത്രി കുറെ വൈകിയാണ് വന്നത്.

ഇന്ന് ഷഹർബാനും വൃന്ദയും കത്രീനയും വരുന്ന ദിവസമാണ്. എല്ലാവരും ഒത്തുകൂടാനായി അവൾ ഒന്നുരണ്ടുമാസമായി പദ്ധതിയിട്ടുകൊണ്ടിരിക്കുകയായിരുന്നു.

ഷഹർബാന്റെ ഫ്ളൈറ്റ് ബാംഗ്ലൂരിൽ നിന്ന് ഉച്ചയ്ക്ക് പോരുകയേ ഉള്ളൂ. കത്രീനയും വൃന്ദയും ഒരുമിച്ച് മലബാർ എക്സ്പ്രസ്സിൽ എത്തും. അവർ ഒരു ഓട്ടോറിക്ഷ പിടിച്ച് വരാമെന്ന് പറഞ്ഞതിനാൽ ഹിത റെയിൽവേസ്റ്റേഷനിലേക്ക് പോകേണ്ട എന്ന് തീരുമാനിച്ചു.

അല്ലെങ്കിൽത്തന്നെ സ്കൂട്ടറെടുത്ത് പോയാലും അവർ രണ്ടുപേരെയും വൃന്ദയുടെ കുഞ്ഞിനെയും കൂട്ടി കയറ്റിക്കൊണ്ടുവരാൻ പറ്റില്ല. കുഞ്ഞില്ലായിരുന്നെങ്കിൽ ഒരു ശ്രമം നടത്താമായിരുന്നു. മൂന്നുപേർ കുത്തിത്തിരക്കിയിരുന്നു സ്കൂട്ടറോടിച്ചു പോകുക അവൾക്ക് ഒരു രസമായിട്ടേ തോന്നിയിട്ടുള്ളു. പക്ഷേ, ഒരു കൈക്കുഞ്ഞുണ്ടാകുമ്പോൾ അതൊന്നും ശരിയാകില്ല.

തലേന്ന് രാത്രി ട്രെയിൻ കയറുന്നതിന് മുൻപ് വൃന്ദ വീട്ടിൽ നിന്നും വിളിച്ചിരുന്നു. അവൾക്ക് ഒരു വയസ്സ് പോലും തികയാത്ത കുഞ്ഞിനെയും കൊണ്ട് യാത്ര ചെയ്ത് വരുന്നതിൽ മടിയും മനഃപ്രയാസവുമുണ്ടെങ്കിലും അവൾ വരുന്നുണ്ടെന്ന് തീർത്ത് പറഞ്ഞു. ടിക്കറ്റ് ബുക്ക്

ചെയ്തിട്ടും അവസാന നിമിഷം വരെ വൃന്ദ സംശയിക്കുകയായിരുന്നുവെന്ന് കത്രീനയും വിളിച്ചപ്പോൾ പറഞ്ഞു. പക്ഷേ അവൾക്കെല്ലാവരോടും ഒത്തുകൂടാനായി തിരുവനന്തപുരം വരെ യാത്ര ചെയ്യണമെന്നും വലിയ ആഗ്രഹമുണ്ട്.

പിന്നെ പരമാവധി സ്വകാര്യതയിൽ എല്ലാവർക്കും സംസാരിക്കാമല്ലോഎന്നും കരുതിയാണ് ഹിതയുടെ വീട്ടിലാകാമെന്ന് കൂടി തീരുമാനിച്ചത്.

കത്രീനക്ക് വഴി പറഞ്ഞുകൊടുത്തിരുന്നു. സ്റ്റേഷനിലെത്തി ഓട്ടോറിക്ഷ കയറുന്നതിനു മുൻപെ ടെലിഫോൺബൂത്തിൽ കയറി അവൾ ഹിതയെ വിളിച്ചു പറഞ്ഞു.

ഹിത വീടിന്റെ ചെറുപാതയിലേക്ക് തിരിയുന്ന പ്രധാന റോഡിൽ അഞ്ച് മിനിട്ടിന് ശേഷം ചെന്ന് നിൽക്കാനായി മുഖം കഴുകി വസ്ത്രം മാറി റെഡിയായി.

അതിനിടെ മിത്ര എഴുന്നേറ്റ് വന്നു.

'ഞാനിപ്പൊ വരാം മിത്ര. ആ വഴിതിരിയുന്നടത്ത് പോയി നിക്കട്ടെ. അവർ റെയിൽവേസ്റ്റേഷനിൽ നിന്ന് പോന്നിട്ടുണ്ട്. വണ്ടി ലേശം ലേറ്റായിരുന്നു'

ഹിത വാതിൽ ചാരിക്കൊണ്ട് പറഞ്ഞു.

'ഓക്കെ, ഞാൻ ചായയുണ്ടാക്കാം' എന്ന് പറഞ്ഞ് മിത്ര അടുക്കളഭാഗത്തേക്കു നടന്നു.

പുതിയ സുഹൃത്തുക്കളെ പരിചയപ്പെടാൻ പോകുന്നതിന്റെ ആവേശം അവളനുഭവിച്ചിരുന്നു. ഷഹർബാനെ അറിയാം. വൃന്ദയെയും കത്രീനയെയും ആദ്യമായി പരിചയപ്പെടാൻ പോകുകയാണ്.

ഇതുപോലൊരു സ്വാതന്ത്ര്യം മറ്റൊരു സൗഹൃദങ്ങളിലും അനുഭവിച്ചിട്ടില്ല എന്ന് മിത്ര ഹിതയോട് കഴിഞ്ഞ ദിവസം പറഞ്ഞിരുന്നു.

എഞ്ചിനീയറിങ്ങ് കോളേജിൽ പഠിച്ചിരുന്നപ്പോഴുള്ള കൂട്ടുകാരോ പിന്നീട് ജോലിയിൽ ഉണ്ടായിരുന്ന സുഹൃത്തുക്കളോ ഒന്നും ഈ ആശ്വാസവും അടുപ്പവും തോന്നിച്ചിരുന്നില്ല എന്നവൾക്ക് തോന്നി.

പത്തുമിനിട്ടിനകം അവർ എത്തി. അതിനിടെ മിത്ര പല്ലുതേപ്പും കഴിഞ്ഞ് മുഖം കഴുകി, മുടി ചീകിയൊതുക്കി, ചായയുണ്ടാക്കി മേശപ്പുറത്ത് വച്ചിരുന്നു.

കത്രീന ചിരിയോടെയുള്ള ഷെയ്ക്ക് ഹാൻഡ് ചെയ്തുകൊണ്ട് പറഞ്ഞു.

'ഞാൻ കത്രീന, ഹിത പറഞ്ഞ് മിത്രയെ ഞങ്ങൾക്ക് നല്ല പരിചയ

മുണ്ട് കെട്ടോ..'

മിത്ര ചിരിച്ചു. 'എനിക്കും നിങ്ങളെ ഒരപരിചിതത്വവും തോന്നിയില്ല!'

വൃന്ദയും ചിരിച്ചു. അവളുടെ മകൾ ഒക്കത്ത് നിന്ന് കുതറിയിറങ്ങി.

'ഇവൾ നടക്കുമോ വൃന്ദ' ഹിത കുട്ടിയെ പിടിച്ചുകൊണ്ട് ചോദിച്ചു.

'രണ്ടുമൂന്നടി മുട്ടുകുത്തി നടക്കുമ്പോഴേക്കും ഇരിക്കും, മടിച്ചിയാണെന്നു തോന്നുന്നു'

'എന്താ മോൾ പേര്...' മിത്ര കുട്ടിയോട് ചോദിച്ചുകൊണ്ട് വൃന്ദയെ നോക്കി ചിരിച്ചു.

'കൽക്കി, അതായത് പതിനൊന്നാമത്തെ അവതാരം'

വൃന്ദ പറഞ്ഞത് കേട്ട് എല്ലാവരും ചിരിച്ചു.

'ദാ എല്ലാവർക്കും ചായയുണ്ടാക്കിയിട്ടുണ്ട്' എന്ന് പറഞ്ഞ് മിത്ര ഗ്ലാസ്സുകളിലേക്ക് ചായ പകർന്നു നല്കി.

'എന്താണിപ്പോ ബ്രേയ്ക്ക് ഫാസ്റ്റ് ഉണ്ടാക്കുക...' ചായ കുടിക്കുന്നതിനിടെ മിത്ര ഹിതയുടെ മുഖത്തേക്ക് ചോദ്യഭാവത്തിൽ നോക്കി.

'ഞാൻ ദോശമാവ് കലക്കി വെച്ചിട്ടുണ്ട്. പിന്നെ തക്കാളിച്ചമ്മന്തി ഉള്ളിയും കൂടിയുള്ളത്. ഉച്ചഭക്ഷണം നമ്മുക്ക് പുറത്തുപോയി കഴിക്കാം. വൈകുന്നേരത്തേക്ക് നമുക്ക് ഷഹർബാനെ കൂട്ടാൻ എയർപോർട്ട് വരെ പോകണം. അപ്പോൾ ഹോട്ടലിൽ നിന്ന് പാർസൽ വാങ്ങാം. അതാണ് പ്ലാൻ.'

ഹിത കൽക്കിയെ പിടിച്ചു നിർത്തിക്കൊണ്ട് പറഞ്ഞു.

'അപ്പൊ എന്തൊക്കെയാ നമുക്കാഘോഷത്തിന് വാങ്ങേണ്ടത്..'

കത്രീന ഒരു കള്ളച്ചിരി ചിരിച്ചു.

'ങും... നിന്നെ നിന്റെ തിരുമേനി വെള്ളവുമൊക്കെ വാങ്ങിത്തന്ന് ശീലിപ്പിച്ചിട്ടുണ്ടല്ലേ.'

ഹിതയുടെ കമന്റ് രസിച്ചമട്ട് കത്രീന തിരിച്ചടിച്ചു.

'അതിനൊന്നും കുറവില്ല... പക്ഷേ വൈനൊക്കെ ഞാൻ പണ്ടേ കുടുംബത്തീന്ന് കുടിച്ച് ശീലിച്ചിട്ടുണ്ട് മോളേ...'

'ഞാനതൊന്നും ശീലിച്ചിട്ടില്ല മോളേ... നിനക്കറിയാലോ... ഏതൈറ്റമാണ് വാങ്ങേണ്ടത് എന്ന് നീ പറഞ്ഞാ മതി. ഞാനിവിടെ കേരളത്തിൽ നിന്ന് വാങ്ങിയിട്ടില്ല. വാങ്ങുന്നതൊക്കെ കാമുകന്മാരുടെ പണിയായിരുന്നല്ലോ...'

ഹിത തന്റെ വാചകത്തിന്മേൽ സ്വയം ആലോചിച്ചു. പത്തുവർഷം മുൻപ് അവൾ പറയുമെന്ന് ചിന്തിച്ചിട്ടില്ലാത്ത, ഒരു കുലസ്ത്രീകളും പറയുമെന്ന് പ്രതീക്ഷിക്കപ്പെടാത്ത പ്രയോഗം. കാമുകരുടെ...

ബീജങ്ങളുടേതല്ലാത്ത സ്വഭാവങ്ങളിലെഴുതപ്പെടുന്ന തന്റെ ജീവിതം... പാരമ്പര്യത്തിന്റെ യാതൊരു സ്വഭാവവുമില്ലാത്തവളാണ് താനെന്നവൾക്ക് തോന്നി... ഗുണത്തിലും ദോഷത്തിലും...

'നീ വിമ്മിഷ്ടപ്പെടേണ്ട... നമുക്ക് പോയി സെലക്ട് ചെയ്ത് വാങ്ങാം'. കത്രീന ത്രില്ലടിച്ചപോലെ പറഞ്ഞു.

'ഡോന്റ് വറി...നമുക്ക് പോയി വാങ്ങാം. കേരളത്തിൽ നിന്ന് അതെന്തോന്നാണെന്ന് പോലും ഞാൻ മുൻപ് അറിഞ്ഞിട്ടില്ല. ഇടയ്ക്ക് യു.എസിൽ വച്ച് ബിയറും വൈനും കുടിച്ചിരുന്നു.' മിത്ര പറഞ്ഞു.

എല്ലാവരും കുളിയും പ്രാതലുമൊക്കെ കഴിഞ്ഞപ്പോൾ പതിനൊന്നു മണിയാകാറായി.

പിന്നീട് പുറത്തിറങ്ങി. കുറച്ച് നേരം പാർക്കിലും മൃഗശാലയിലും കറങ്ങി നടന്ന് ഉച്ചഭക്ഷണം കഴിച്ചശേഷം അവർ ചില്ലറ ഷോപ്പിംഗിന് വേണ്ടി സമയം ചെലവഴിച്ചു. അപ്പോഴേക്കും ഷഹർബാൻ എത്തുന്ന സമയമായിരുന്നു.

ഷഹർബാനെയും കൂട്ടി തിരിച്ച് വീട്ടിലേക്ക് പോകുമ്പോൾ രണ്ട് ഓട്ടോറിക്ഷകൾ പിടിക്കേണ്ടിവന്നു. അഞ്ചുപേരെ ഒരു ഓട്ടോയിൽ കൊള്ളുകയില്ലല്ലോ. നാല്പേരെ കയറ്റുന്നതിനു തന്നെ വേണ്ടവിധം ചില ഡ്രൈവർമാർ അപ്രിയം പറഞ്ഞു. പിന്നെ കുറച്ച് കൂടുതൽ രൂപ തന്നാൽ ശരി എന്നുപറയുന്നവരെ കണ്ടു കിട്ടി.

എന്തൊക്കെയായാലും ഓട്ടോറിക്ഷ എന്ന വണ്ടി ഇന്ത്യയിൽ കണ്ടുപിടിച്ചവരെ അഭിനന്ദിക്കണം എന്ന് മിത്ര പറഞ്ഞുകൊണ്ടിരുന്നു. പാശ്ചാത്യരാജ്യത്ത് പോയിപ്പെട്ടാൽ വഴിയറിയാതെ സ്ഥലപ്പേരും പറഞ്ഞ് കയറിയിരിക്കാൻ ഓട്ടോറിക്ഷപോലെ ചെറുകിട വണ്ടിയില്ലല്ലോ. ആകെയുള്ള ടാക്സി പിടിച്ചാൽ പോകുന്ന ഡോളറിന് കണക്കില്ല.

വീടെത്തിയതും എല്ലാവരും കൂടി വെറുതെ വട്ടമിട്ടിരുന്നു.

'സോറി, വേണ്ടത്ര കസേരകളില്ലാട്ടോ ഇവിടെ.' ഹിത ഒരു പായ വിരിച്ചുകൊണ്ട് പറഞ്ഞു.

ഷഹർബാൻ മിത്രയോട് ചില കമ്പനിക്കാര്യങ്ങൾ സംസാരിക്കുന്നതിനിടെ പറഞ്ഞു–

'ഓ സാരമില്ല, നമ്മളൊക്കെ തറപ്പാർട്ടികളല്ലേ, കസേരയില്ലെങ്കിലും നമുക്കോരോരുത്തർക്കും ഓരോരോ കുപ്പിഗ്ലാസ്സുകൾ എടുക്കാനുണ്ടല്ലോ, അതുമതി.'

മിത്രയും ചിരിച്ചു.

കൽക്കിയും ചിരിച്ചുകൊണ്ട് ഇരുന്ന് നിരങ്ങി.

'സന്ധ്യയായിത്തുടങ്ങി... ഇനി നമുക്ക് വിളക്ക് കൊളുത്തിവച്ച് തുടങ്ങിയാലോ... എന്നിട്ടാകാം ബാക്കി ഭാവി പരിപാടികളെക്കുറിച്ചുള്ള ചർച്ച'

ഹിത ഒരു സെമിനാർ ഓർഗനൈസ് ചെയ്യുന്നയാളെപ്പോലെ പറഞ്ഞു.

കത്രീനയും വൃന്ദയും കൂടി ഗ്ലാസ്സുകളും കുപ്പികളും പാത്രങ്ങളും ഒക്കെ നിരത്തിവെച്ചു.

'അപ്പോൾ നമുക്ക് സിഗ്നേച്ചർ പൊട്ടിച്ചു തുടങ്ങാം! ഷഹർബാൻ മേശയ്ക്കരികിലേക്ക് വന്നുകൊണ്ട് പറഞ്ഞു.'

കൽക്കിയെ നോക്കിക്കൊണ്ട് 'ഈ പുള്ളിക്കെന്ത് കൊടുക്കും...' എന്നായി വൃന്ദ.

'അതിന് ലേശം പാലുംവെള്ളം ഗ്ലാസ്സിലൊഴിച്ചു കൊടുക്കാം. അതിനെ ഒറ്റപ്പെടുത്തേണ്ട.' ഹിത പറഞ്ഞു.

'ഓക്കെ, സൊ ചിയേഴ്സ്...' എല്ലാവരും ഒരുമിച്ച് പറഞ്ഞു.

'ഓക്കെ... സൊ വാട്ട്സ് ദ ഫ്യൂച്ചർ? ഡു വി ഹാവ് എനി...? നമുക്കെന്തെങ്കിലും ഭാവിയുണ്ടോ?' മിത്ര ചിരിച്ചുകൊണ്ട് ചോദിച്ചു.

'ഹും... നിങ്ങളെന്തൊക്കെയോ ചർച്ച ചെയ്തിട്ടുണ്ടെന്നു തോന്നുന്നുണ്ടല്ലോ ഹിത...' ഷഹർബാൻ മിത്രയേയും ഹിതയേയും മാറി മാറി നോക്കി.

'യാ... നമ്മൾ മുൻപ് ചിന്തിച്ചിട്ടുള്ളത് തന്നെ... എല്ലാവർക്കും ഒരുമിച്ചൊരു സ്പെയ്സ്... അത് എങ്ങനെയുള്ളത് എന്ന് ചിന്തിക്കണം. നമ്മൾ സ്ത്രീകൾക്ക് അതുതന്നെയാണാവശ്യം. ഇപ്പോൾ നിങ്ങളൊക്കെ ഒരു തരത്തിൽ ഓരോ ഭാഗത്ത് സെറ്റിൽഡായി. ഞാനും മിത്രയുമാണ് അനിശ്ചിതത്വത്തിൽ. ഞങ്ങൾക്കെന്തും തീരുമാനിക്കാം...'

'ചരൺ ഉണ്ടെന്ന് കരുതി, ഞാനെന്റെ ലൈഫൊന്നും അവന് തീറെഴുതിക്കൊടുത്തിട്ടില്ല എന്നേക്കുമായിട്ട്!' ഷഹർബാൻ അല്പം കയർത്ത സ്വരത്തിൽ പറഞ്ഞു.

'ഓ... അങ്ങനെയാണോ... എനിക്കെന്താ തീരുമാനിച്ചാൽ... കൽക്കിയെ നോക്കണം എന്നല്ലാതെ കമ്മിറ്റ്മെന്റ് ഒന്നുമില്ല ലൈഫിൽ...' വൃന്ദ കൂട്ടിച്ചേർത്തു.

'അപ്പൊപ്പിന്നെ ഞാൻ മാത്രമാണൊരുത്തമ ഭാര്യജീവിതം നയിക്കുന്നതെന്നാണോ.. അങ്ങനെയുള്ള തെറ്റിദ്ധാരണയൊന്നും വേണ്ടാട്ടോ... ഇപ്പോഴിങ്ങനെയൊക്കെ പോകുന്നു. ഞാനെപ്പ വേണമെങ്കിലും എന്തും തീരുമാനിക്കും... അതിനുള്ള സ്വാതന്ത്ര്യം എനിക്കുണ്ട്...' കത്രീനയും കൂട്ടിച്ചേർത്തു.

'ഹും... അങ്ങനെയൊക്കെയാണെങ്കിൽ നമ്മുക്ക് എല്ലാവർക്കും ഒരു

മിച്ച് ഒരു കമ്മ്യൂണിറ്റിയായി ജീവിക്കാം. എപ്പോൾ വേണമെങ്കിലും പിരിഞ്ഞു പോകാം കേട്ടോ... എനിക്ക് തോന്നുന്നു... മനുഷ്യന്മാർക്ക് ചേർന്ന ഒരു ജീവിത രീതിയല്ല ഇപ്പോൾ നമ്മുടെ നാട്ടിൽ നടക്കുന്നത് എന്ന്... ഹ്യൂമൻ ബീയിങ്സ് ആർ ബേസിക്കലി നൊമാഡിക് ബൈ നേച്ചർ...' ഹിത നെടുവീർപ്പിട്ടു.

'ബട്ട്, ഈ പ്രേമം, പ്രണയം, അറ്റാച്ച്മെന്റ്, സെന്റിമെന്റ്സ് എന്നൊക്കെപ്പറയുന്ന മണ്ണാങ്കട്ട എന്താണ് പിന്നെ...' മിത്ര നിമിഷയെ ഓർത്തുകൊണ്ടാണ് പറയുന്നതെന്ന് ഹിതയ്ക്ക് മനസ്സിലായി.

പക്ഷേ, മറുപടിയൊന്നും പറയാതെ മറ്റുള്ളവരെ നോക്കി.

'ദാറ്റ് ഈസ് ഓൾ റബിഷ്...' ഷഹർബാൻ പറഞ്ഞു. 'വൺസ് ഇൻ എ വൈൽ യു വിൽ ഫീ ദാറ്റ്, ദെൻ ഇറ്റ് വിൽ ഗോ ഓഫ്... പ്രത്യേകിച്ചും, വെൻ ഇൻസൾട്ടിംഗ് ഇൻവോൾവ്സ് ഇൻ ലൈഫ് നാച്ചുറലി, ദാറ്റ്സ് ഇറ്റ്...'

'... എന്നുവച്ചാ.,.. ജീവിതത്തിനു വേണ്ടി, ഓരോരോ സൗകര്യത്തിനുവേണ്ടി ആളുകൾ നടത്തുന്ന അഭിനയം... എന്നു പറയാമോ...?' വൃന്ദയുടെ ചോദ്യം.

'ഒരുതരത്തിൽ ശരി...' കത്രീന കൂട്ടിച്ചേർത്തു.

കൈകളിൽ പിടിച്ചിരുന്ന ഗ്ലാസ്സുകൾ എല്ലാവരും മുകളിലേക്കുയർത്തി...

'ഹാ.. ഹാ.. ഒരു തരത്തിൽ ശരി... ഒരുതരത്തിൽ ശരിയല്ല... മറ്റൊരു തരത്തിൽ ശരി... മറ്റൊരുതരത്തിൽ തെറ്റ്... ശരി... തെറ്റ്... തെറ്റ്... ശരി...'

ശബ്ദങ്ങളും ഗ്ലാസ്സുകളും കൂട്ടിമുട്ടി കലമ്പി...

കൽക്കിയും ഗ്ലാസ്സുയർത്തി കിലുകിലെ ചിരിച്ചു. പാൽ അവളുടെ തലയിലൂടെ കുട്ടിയുടുപ്പിനെ നനച്ചുകൊണ്ട് നിലത്തൊഴുകി...

അവൾ ആർത്തുചിരിച്ചുകൊണ്ട് നിലത്തുപോയ പാലിൽ കൈകൾ തല്ലിയും തുടച്ചും രസിച്ചു.

പാലു കുടിക്കുന്നതിനേക്കാൾ സന്തോഷം അതു നിലത്ത് തട്ടിക്കളഞ്ഞ് തല്ലിത്തെറിപ്പിക്കുന്നതിലാണെന്ന് തോന്നും അവളുടെ മട്ടു കണ്ടാൽ.

ഇരുപത്തിനാല്

പിറ്റേന്ന് വൈകുന്നേരത്തോടെ എല്ലാവരും പിരിഞ്ഞു പോയതിനു ശേഷം ഹിതയ്ക്ക് വല്ലാത്ത ഒറ്റപ്പെടൽ തോന്നി.

കൽക്കിയെ അവൾ വല്ലാതെ മനസ്സിലോർത്തുകൊണ്ടിരുന്നു...

കുട്ടികളുടെ സാന്നിധ്യം ഒരു സന്തോഷമായി അറിയുന്നതവളാദ്യമായിട്ടാണ്. അങ്ങിനെ ആലോചിച്ചിട്ടേ ഇല്ല ജീവിതത്തിൽ ഇത് വരെ.

സ്വന്തമായി കുട്ടികൾ, കുടുംബജീവിതം, ഇതൊന്നും ഒരിക്കലും പ്രധാന വിഷയമായിരുന്നിട്ടില്ല അവൾക്ക്.

അതൊക്കെ ജീവിതത്തിൽ സംഭവിക്കുന്നതല്ല പലർക്കും എന്നാണ് തോന്നിയിട്ടുള്ളത്. ഓരോ തെരഞ്ഞെടുപ്പുകളും തീരുമാനങ്ങളുമാണ്.

മനുഷ്യർ അവരുടെ ഏകാന്തത ഇല്ലാതെയിരിക്കാൻ സ്വയം ഉണ്ടാക്കുന്ന ചില ജോലികളാണ് കുടുംബ ജോലികൾ എന്ന് തോന്നും ചിലപ്പോൾ.

ഒറ്റപ്പെടൽ എന്നത് പാശ്ചാത്യ ജീവിതത്തിലല്ലാതെ തോന്നിയിട്ടില്ല വൾക്കിതുവരെ.

'ലോൺലിനെസ് ഹാസ് നെവർ ബീൻ എ പ്രോബ്ലം.....' അവൾ ഡയറിയിൽ കുറിക്കുവാൻ തുടങ്ങി.

അങ്ങിനെയെന്തൊക്കെയോ എഴുതിക്കുറിച്ചു കൊണ്ടിരുന്നപ്പോളാണ് ഫോൺ അടിക്കുന്നത്. പരിചയമില്ലാത്ത നമ്പർ. എടുത്തപ്പോൾ അപ്പുറത്തു നിന്നും പരിചയമുള്ള പുരുഷ ശബ്ദം കേട്ട് അവൾ അദ്ഭുദപ്പെട്ടു.

ജാഫർ...

അവനങ്ങനെത്തന്നെയായിരുന്നു.

ഏകാന്തതയോ ഒറ്റപ്പെടലോ എന്നൊന്നുമല്ല, വെറുതെ സംസാരിക്കണമെന്ന് വിചാരിക്കുമ്പോളൊക്കെ അവൻ എല്ലായ്പ്പോഴും വിളിക്കാറുണ്ടായിരുന്നു. പരിമിതമായ ലാൻഡ്ഫോൺ സൗകര്യങ്ങളുടെ കാലത്തും!

അവന്റെ സൗമ്യമായ ശബ്ദം അവളിൽ എന്തോ ഒരാശ്വാസത്തിന്റെ തിരയടിപ്പിച്ചു. അവൾ അത് തിരിച്ചറിയാത്ത മട്ടു തന്നെ സംസാരിച്ചു. എങ്ങിനെയാണ് നമ്പർ കിട്ടിയത് എന്നാണാദ്യം ചോദിച്ചത്.

മ്യൂച്ചൽ പെറ്റീഷൻ വഴിയുള്ള ഡിവോഴ്സിന് ശേഷം അവർ രണ്ടു

പേരും പല തവണ കണ്ടുമുട്ടിയെങ്കിലും, യാത്രകൾക്ക് പോയെങ്കിലും, പ്രണയികളെപ്പോലെതന്നെ കറങ്ങി നടന്നെങ്കിലും, അവൻ വീണ്ടും കല്യാണം കഴിക്കുന്നു എന്ന് പറഞ്ഞതിൽപ്പിന്നെ അവൾ അവനെ കാണാൻ ചെന്നിട്ടില്ല. എപ്പോൾ വേണമെങ്കിലും വിളിക്കാമെന്നും കാണാമെന്നും പിന്നീടും അവൻ കത്തെഴുതിയെങ്കിലും.

നീയിപ്പോ എവിടെയാ, എന്തൊക്കെ വിശേഷം, ഭാര്യയും കുട്ടിയും എന്ത് പറയുന്നു, സുഖമല്ലേ... എന്നൊക്കെ ഹിത ചോദിച്ചു.

അവൻ മുഴുവനൊന്നും മറുപടി പറയാതെ, ഒന്ന് കണ്ടുമുട്ടിയാലോ എന്നു മാത്രം ചോദിച്ചു. ആകാമെന്ന് അവൾ ഒറ്റയടിക്കങ്ങു സമ്മതിച്ചു. അവന്റെ വിശേഷങ്ങൾ അറിയുന്നതിൽ ആകാംക്ഷ തോന്നി.

അങ്ങിനെയാണ് ഹിത കൽക്കത്തയ്ക്കുള്ള യാത്രയ്ക്കൊരുങ്ങിയത്. മൃണാളിനിയെ കാണാൻ പോകണമെന്നും കരുതിയിരുന്നു.

മൃണാളിനി കമലാക്ഷനെ പിരിഞ്ഞു കൽക്കത്തയിലേക്കു തിരിച്ചു പോയതിനു ശേഷം ഒരു വിവരവമില്ലായിരുന്നു. ചെന്നിട്ടു അഡ്രസ്സും ഫോൺ നമ്പറുമായി കത്തെഴുതാം എന്ന് പറഞ്ഞതാണ്... അയച്ചില്ല എന്നാണു എല്ലാവരും പറഞ്ഞത്.

ഹിത പിന്നെ അയച്ച ഇമെയിലുകൾക്കും മറുപടിയുണ്ടായിരുന്നില്ല. അവർ ഒരുമിച്ചായിരുന്നു ഇമെയിൽ അഡ്രസുകൾ ആദ്യമുണ്ടാക്കിയത്.

ഒരുപക്ഷെ മൃണാളിനി കൽക്കത്തയിൽ ചെന്ന് പ്രസവവും എല്ലാം കഴിഞ്ഞ സാഹചര്യത്തിൽ ഈമെയിലൊന്നും നോക്കിയിട്ടുണ്ടാവില്ല എന്നവൾ അന്നാശ്വസിച്ചു. പ്രതീക്ഷയൊന്നുമില്ലെങ്കിലും ഇപ്പോൾ വീണ്ടും അതെ അഡ്രസ്സിൽ തന്നെ കൊൽക്കത്തയിലേക്ക് വരുന്ന വിവരം വെറുതെ എഴുതിയിട്ടു.

ആ ശ്രമം വെറുതെയായില്ല. മൃണാളിനി മറുപടിയെഴുതി.

കുറെ വിശേഷങ്ങൾ നേരിട്ട് പറയാനുണ്ട്, അവളുടെ വീട്ടിൽ താമസിച്ചാൽ മതിയെന്നും പറഞ്ഞുകൊണ്ട്.

ജാഫർ തന്നെയാണ് ട്രെയിൻ ടിക്കറ്റ് ബുക്ക് ചെയ്തത്.

സ്റ്റേഷനിൽ വെച്ച് കണ്ടു മുട്ടിയപ്പോൾ അവൾക്കു അല്പം അപരിചിതത്വം തോന്നി. ജാഫറിന് എന്ത് തോന്നിയെന്ന് അവൾക്കു മനസ്സിലായില്ല. അവന്റെ സ്വതസിദ്ധമായ മുഖഭാവം ഒന്നും തിരിച്ചറിയാൻ സമ്മതിക്കാത്ത വിധമുള്ളതാണ്.

സ്വന്തം അപരിചിതത്വം മറയ്ക്കാനായി ഹിത തനിക്കൊട്ടും ശീലമില്ലാത്ത ഹാസ്യം എടുത്തിട്ടു.

'നമ്മുടെ ജീവിതത്തിൽ എന്നും സാക്ഷികൾ തീവണ്ടികളാണെന്നു

തോന്നുന്നു അല്ലെ...' എന്ന് പറഞ്ഞു കൊണ്ട് ചിരിക്കാൻ ശ്രമിച്ചു.

അവനും ചിരിച്ചു. അവൻ അസ്വസ്ഥനായിരുന്നു. എങ്കിലും സാധാരണ ഭാര്യാഭർത്താക്കന്മാർ യാത്ര പോകും പോലെ അവൻ പെരുമാറി...

'നിനക്ക് കാപ്പിയോ എന്തെങ്കിലും വേണോ, ട്രെയിൻ വരാൻ പത്തിരുപതു മിനിറ്റ് ഉണ്ടല്ലോ. '

ഹിത വേണ്ട എന്ന് പറഞ്ഞു. അവൻ ഇപ്പൊ വരാമെന്നു പറഞ്ഞു പോയി, രണ്ടു ആഴ്ചപ്പതിപ്പുകളും വാങ്ങി വന്നു. ഒന്ന് ഇങ്ഗ്ലീഷ് വീക്കിലിയാണ്.

'നിനക്ക് വാങ്ങിയതാണ്' എന്ന് പറഞ്ഞു.

ശെരിയാണ്. മുൻപൊന്നും ഇംഗ്ലീഷിലുള്ള വീക്കിലികളൊന്നും വാങ്ങാറില്ല. ഹിത ചിലപ്പോൾ ലൈബ്രറികളിൽ നിന്ന് വായിക്കും, അത്ര മാത്രം.

ട്രെയിനിൽ രണ്ടു ദിവസവും അവർ വ്യക്തിപരമായ കാര്യങ്ങളൊന്നും അധികം സംസാരിച്ചില്ല. ഇടയ്ക്കു അവൾ അവന്റെ കുടുംബജീവിതം എങ്ങനെയുണ്ട് എന്ന് ചോദിച്ചു. അതിലൊക്കെ കുറെ പ്രശ്നങ്ങളുണ്ട് എന്ന് മാത്രം പറഞ്ഞു അവൻ. നമ്മളൊന്നും ഈ കുടുംബജീവിതത്തിനു പറ്റിയവരല്ല എന്ന് തോന്നുന്നു എന്നുമൊരു പ്രസ്താവം ഇടയ്ക്കു നടത്തി.

പിന്നെ വെറുതെ പരസ്പരം നോക്കിയിരുന്നു. അല്ലെങ്കിൽ പുറത്തു കാഴ്ചകൾ കണ്ടിരുന്നു. പിന്നെ ചില പൊതു വിഷയങ്ങൾ ഇടയ്ക്കു സംസാരിച്ചു.

അടുത്തിരുന്നപ്പോൾ പലപ്പോഴും അവൻ അവളുടെ തോളിലൂടെ കയ്യിട്ടു കൊണ്ടാണിരുന്നത്. രാത്രി കിടക്കുമ്പോൾ അവൻ അവളുടെ പുതപ്പ് ശരിയാക്കി കാൽപ്പാദം മൂടിച്ചു കൊടുത്തു.

കൽക്കത്തയിൽ അവൻ എവിടെയാണ് താമസിക്കുന്നത് എന്ന് പോലും ഹിത ചോദിച്ചില്ല.. അവനു കൽക്കത്തയിൽ പോകണമെന്നുണ്ട് എന്ന് മാത്രം മനസ്സിലായി. അവൾക്കും പോകണമെന്നുണ്ട്. എന്നാൽ ആ യാത്ര ഒന്നിച്ചാക്കാം, കുറെ സമയം ഒരുമിച്ചു കിട്ടുമല്ലോ. അത് മാത്രമാണ് പറഞ്ഞത്. അവന്റെ പ്രോഗ്രാമുകൾ എന്താണെന്ന് പിന്നെയവൾ ചോദിച്ചുമില്ല.

ഹൗറയിൽ ട്രെയിനിറങ്ങിയപ്പോൾ ജാഫർ ചോദിച്ചു. 'ഒന്നും സംസാരിക്കാൻ പറ്റിയില്ല. നിനക്ക് മൃണാളിനിയുടെ വീട്ടിൽപോകണമെന്നു നിർബന്ധമാണോ. ഇല്ലെങ്കിൽ എന്റെ കൂടെ താമസിക്കാം. ഞാൻ ലോഡ്ജിൽ ബുക്ക് ചെയ്തിട്ടുള്ളത് ഡബിൾറൂം ആണ്.'

ജീവിതത്തിൽ ഒരു പാഠം പഠിച്ചതിനുശേഷം ക്ഷമാപണത്തിനും സ്നേഹത്തിനുമാണോ ഇവൻ ആഗ്രഹിക്കുന്നത് എന്ന് ഹിതയ്ക്ക് തോന്നി.

'ഞാൻ ഇന്ന് എത്തുന്ന സമയം പറഞ്ഞിട്ടുണ്ട് അവളോട്. അവൾ എന്നെ പ്രതീക്ഷിക്കും.. ഇടയ്ക്കു ഒരു ദിവസം നിന്റെയടുത്തു വരാം. അല്ലെങ്കിലും നമ്മൾ ഒരുമിച്ചു തന്നെയാണല്ലോ തിരിച്ചു പോകുന്നത്.' എന്ന് പറഞ്ഞുകൊണ്ട് ഹിത മുൻപിൽ വന്നു കാവൽ നിൽക്കുന്ന ഒരു റിക്ഷാക്കാരനെ ദയനീയമായി നോക്കി.

മുഷിഞ്ഞ വേഷം. ക്ഷീണിച്ച ശരീരം. ആളെക്കയറ്റിയ സൈക്കിൾ വണ്ടി അയാൾ എങ്ങിനെ വലിക്കും എന്ന് വിഷമം തോന്നും.

എന്നാലും അവനോട്, 'സാൾട്ട് ലേയ്ക്ക് സ്റ്റേഡിയം കെ പാസ് ജാനേ കെ ലിയേ കിത്ന ഹൈ' എന്ന് ചോദിച്ചു.

അയാൾക്ക് ബാംഗ്ലാ അല്ലാതെ ഹിന്ദി അറിയുമോ എന്ന് മനസ്സിലായില്ല. മറുപടി കേൾക്കാൻ നിൽക്കാതെ പിന്നെ വണ്ടിയിൽ കയറി. എത്രയായാലും വേണ്ടില്ല, ഇയാൾക്ക് കുറച്ചു പൈസ കൊടുക്കണം എന്ന് മനസ്സിൽ തീരുമാനിച്ചു കൊണ്ട്. ടാക്സി പിടിക്കുവാനാണ് മൃണാളിനി പറഞ്ഞിരുന്നത്. ഒരുപക്ഷെ ഈ റിക്ഷവലി അതുവരെ എത്തില്ല എന്ന് ഹിതയ്ക്കു തോന്നി. ഗേറ്റിനു മുന്നിൽ എത്തുന്നതിനു മുൻപേ തന്നെ ഇറങ്ങി അയാൾക്ക് കുറച്ചു രൂപകൊടുത്തു.

ഹിന്ദി സംസാരിക്കുന്ന ഒരു ഡ്രൈവറുടെ ടാക്സിയിൽ കയറി. ഡ്രൈവർമാരുടെ മത്സരമാണ് അവിടെ ആളുകളെ പിടിച്ചു തങ്ങളുടെ വണ്ടിയിൽ കയറ്റാൻ.

വഴി നീളെ പഴയ കെട്ടിടങ്ങളുടെ നിരകൾ കണ്ട ഭാഗത്തൊക്കെ അവൾ അദ്ഭുതപ്പെട്ടുകൊണ്ടിരുന്നു. ഒരു മെട്രോ പട്ടണത്തിന്റെ ഗരിമയൊന്നും കാണുന്നില്ല... അവിടവിടെ എപ്പോഴോ ഒരു ട്രാം ഓടുന്നതിന്റെ റെയിൽ റോഡിൽ കണ്ടു. ഇന്ത്യയിൽ ആദ്യമായി ട്രാം കൊണ്ടുവരാൻ ബ്രിട്ടീഷ്കാർ തിരഞ്ഞെടുത്തത് കൽക്കട്ടയാണല്ലോ. സാൻഫ്രാൻസിസ്കോയിലെ കേബിൾ കാർ കൊൽക്കൊട്ടയിലെതുമായി താരതമ്യപ്പെടുത്താമോ എന്നവൾ ആലോചിച്ചു. വൃത്തിയുടെ കാര്യത്തിൽ എന്തായാലും പറ്റില്ല. ആകാരം, ആശയം, എന്നതൊക്കെ ഏകദേശം ഒരേതു തന്നെ.

മൃണാളിനി പറഞ്ഞിരുന്ന സ്ഥലത്തു കാത്തു നിന്നിരുന്നു. അവളുടെ വീട്ടിലേക്കു അല്പം നടക്കാനെയുണ്ടായിരുന്നുള്ളു തെരുവോരത്തു നിന്നും വണ്ടി കടക്കാത്ത പാതയിലൂടെ.

അവളുടെ കൂടെയുണ്ടായിരുന്ന സോഡാഗ്ലാസ് കണ്ണട വെച്ചയാൾ ഹിതയുടെ ബാക്ക്പാക്ക് വാങ്ങി പുറത്തിട്ടു. മൃണാളിനി പറഞ്ഞു അതവളുടെ വല്യച്ഛന്റെ മകനാണ് എന്ന്. പേര് നീലാഞ്ജൻ...

അവൾ മലയാളം പാടെ മറന്നിരിക്കുന്നു എന്ന് പറഞ്ഞു. അവളുടെ ഇംഗ്ലീഷ് കേൾക്കാൻ രബീന്ദ്ര സംഗീതം പോലെ മനോഹരമാണ്.

നീലാഞ്ജന് ഇംഗ്ലീഷ് അത്ര പ്രാവീണ്യമില്ല. എങ്കിലും അയാൾ ഹിന്ദിയും ഇംഗ്ലീഷും ചേർത്ത് യാത്ര എങ്ങനെയുണ്ടായിരുന്നു എന്ന് ചോദിച്ചു. അതും രബീന്ദ്ര സംഗീതം പോലെ മധുരമായിരുന്നു.

നടക്കുന്ന ഓരോ സെക്കന്റിലും പിന്നെ അയാൾ ഹിതയെ നോക്കി ചിരിക്കുന്നതായി അവൾക്കു തോന്നി. അവളും ഓരോ സെക്കന്റിലും അയാളെ നോക്കിയിരുന്നു. മൃണാളിനിയും കൂടി അവൾ എന്തൊക്കെയോ സംസാരിച്ചു കൊണ്ടാണ് നടന്നിരുന്നതെങ്കിലും.

മൂന്നു പേരും അഞ്ചു മിനുട്ട് നടത്തത്തിനിടെ അത്യന്തം വിയർത്തു. നീലാഞ്ജന്റെ കറുത്ത ടീഷർട്ട് വിയർപ്പിലൊട്ടി അവന്റെ ഓരോ മസിലുകളെയും എടുത്തു കാട്ടിക്കൊണ്ടിരുന്നു. നീണ്ടു നിവർന്ന നടത്തം അവനിലൊരു നർത്തകൻ ഉള്ളതായി തോന്നിച്ചു. അവന്റെ കൺകോണുകളിലെയും പുരികക്കൊടികളുടെയും ചലനങ്ങളും നോട്ടങ്ങളുടെ ഭാവങ്ങളും അങ്ങിനെ ഒരു മയിൽനൃത്തം തുടങ്ങുന്നത് പോലെ തോന്നിച്ചു.

ഇരുപത്തഞ്ച്

മൃണാളിനിയുടെ വീട് പഴയ കൂട്ടുകുടുംബത്തിന്റേതുപോലെത്തന്നെ തോന്നിച്ചു. കേരളത്തിലെ നാലുകെട്ടുകളെ ഓർമിപ്പിക്കുന്നതുപോലെ... എന്നാൽ സമാനമായ നടുമുറ്റം ഇല്ലാത്തതുമായ ഒരു കെട്ടിടം. രണ്ടു ഭാഗങ്ങളിലായി രണ്ടു കുടുംബങ്ങൾ താമസിക്കുന്നു. അവളുടെ അച്ഛന്റെയും വല്യച്ഛന്റെയും. വീട്ടിൽക്കയറിയതും തികച്ചും വ്യത്യസ്ത മുഖച്ഛായയുള്ള ഒരു ബാലിക വന്നു ബാഗുകൾ വാങ്ങി തൂക്കിക്കൊണ്ടു മുകളിലേക്ക് കയറിപ്പോയി.

'അവളാണ് റൂമി, ഒരു മഹാളി ട്രൈബൽ പെൺകുട്ടിയാണ്. ഞാനവളെ പഠിപ്പിക്കാനാണ് ഇവിടെ കൊണ്ട് വന്നു നിർത്തിയതെങ്കിലും അവൾ ഇങ്ങനെ കുറെ സഹായങ്ങളും വീട്ടുപണികളും ചെയ്യും. സ്കൂളിൽ പോകാൻ മടിയാണ്... അതിനാൽ ഞാൻ വീട്ടിലിരുത്തി പഠിപ്പിയ്ക്കും. പത്താം ക്ലാസ്സിൽ പരീക്ഷ എഴുതിയ്ക്കണമെന്നുണ്ട്...'

മൃണാളിനി ഹിതയെയും കൂട്ടി അടുക്കളഭാഗത്തേക്കു നടക്കുമ്പോൾ പറഞ്ഞു.

റൂമിയ്ക്കു അച്ഛനാരെന്നറിയില്ല. അവളുടെ അമ്മ ഒരു ലൈംഗിക തൊഴിലാളിയാണ്. മൃണാളിനി ഒരു സംഘടനയുമായി പ്രവർത്തിക്കുമ്പോൾ കണ്ടുമുട്ടിയതാണ്.

അച്ഛനില്ലാത്ത ആദിവാസി പെൺകുട്ടികളുടെ കേരളത്തിലെ കഥകൾ ഹിത പെട്ടെന്നോർത്തു. അട്ടപ്പാടിയിലും മറ്റും കണ്ട പ്രശ്നങ്ങൾ... ആദിവാസികളുടെ കഥകൾ എല്ലായിടത്തും ഒരുപോലെതന്നെയാണോ... ഹിത കാപ്പി കുടിക്കുമ്പോൾ ഓർത്തു...

അപ്പോഴേക്കും മൃണാളിനിയുടെ അച്ഛൻ അതിലെ വന്നു എന്തോ പറഞ്ഞു. നര കയറിയ വൃദ്ധൻ... ഒരു പഴയ ഗാംഭീര്യമുള്ള വോക്കിങ് സ്റ്റിക്ക് കുത്തിയാണ് നടക്കുന്നത്.

തന്നോട് എപ്പോഴെത്തി എന്നൊക്കെ ചോദിക്കുകയാണ് എന്ന് മൃണാളിനി പറഞ്ഞു. അവളും അച്ഛനും മാത്രമേ ആ വീട്ടിലുള്ളൂ എന്നും അച്ഛന് പലപ്പോഴും അസുഖങ്ങളാണ് എന്നും അവൾ പറഞ്ഞു.

നീലാഞ്ജനെ വീട്ടിൽ കയറിയതിനു ശേഷം കണ്ടില്ല. അയാൾ അയാളുടെ വീടിന്റെ ഭാഗത്തേക്ക് കയറി പോയിരുന്നു.

'നിനക്ക് കുളിക്കുകയോ കിടക്കുകയോ ഒക്കെ വേണ്ടേ... വാ മുകളിലേക്ക് പോകാം... എന്നിട്ടാകാം ബാക്കി വർത്തമാനങ്ങൾ... '

മൃണാളിനി ഹിതയെയും കൂട്ടി മുകളിലേക്ക് പടികൾ കയറുമ്പോൾ റൂമി താഴേക്കു ഇറങ്ങിപ്പോകുന്നുണ്ടായിരുന്നു. അവൾ ഹിതയെ നോക്കി നാണം കലർന്ന ചിരി ചിരിച്ചു.

വട്ടവടയിലെ പച്ചക്കറിക്കൃഷി കാണാനായും മറയൂരിലെ ചന്ദനമരങ്ങൾ കാണാനായും ഇടുക്കി യാത്ര ചെയ്ത നാളുകൾ ഹിതയപ്പോഴോർത്തു.

എത്ര സാമ്യമുള്ള ചിരികൾ.... റൂമിയെ എവിടെയോ കണ്ടു മറന്ന ഒരാൾ എന്നതിൽക്കവിഞ്ഞു അപരിചിതത്വമില്ലാത്ത ഒരു കുട്ടിയായിത്തോന്നി അവൾക്ക്. ഇന്ത്യയൊട്ടുക്കുള്ള ട്രൈബൽ പ്രദേശങ്ങളിലെ മനുഷ്യരിൽ എന്തെല്ലാമോ പൊതുവായതുണ്ടെന്നു അവൾ ചിന്തിച്ചു... പല പേരുകളിൽ ഇവർ അറിയപ്പെടുന്നെങ്കിലും.

റൂമി ആട്ടിയിട്ടു പോയ തൊട്ടിലിൽ മൃണാളിനിയുടെ കുഞ്ഞു കിടന്നുറങ്ങുന്നുണ്ടായിരുന്നു.

'ഇവൾ എത്ര വലുതായാലും തൊട്ടിലിൽത്തന്നെ ഉറങ്ങുമെന്നാണ് എനിക്ക് തോന്നുന്നത്...'

മൃണാളിനി മകളെ തൊട്ടിലിൽ ഒന്ന് കൂടി ആട്ടിയിട്ടു പറഞ്ഞു. റൂമിയാണ് കൂടുതൽ നേരവും ഇവളെ നോക്കുന്നതെന്നും മൃണാളിനി ജോലിക്കു പോയാൽ അച്ഛന്റെയും മകളുടെയും കാര്യങ്ങൾ നോക്കുന്നതിനു റൂമി വലിയ സഹായമായെന്നും അവൾ കൂട്ടിച്ചേർത്തു.

റൂമിയുടെ കഥ കൂടുതൽ കേൾക്കണമെന്ന് ഹിത പറഞ്ഞപ്പോൾ, നമുക്കൊരു ദിവസം സോനാഗച്ചിയിൽ പോകാം, അവിടെ പ്രവർത്തിക്കുന്ന ഒരു സംഘടനാ സുഹൃത്ത് വഴി കൂടുതൽ കാര്യങ്ങളും കഥകളും അറിയാം എന്ന് മൃണാളിനി സൂചിപ്പിച്ചു.

കൽക്കത്തയിലെ റെഡ് സ്ട്രീറ്റ് ആണ് സോനാഗച്ചി എന്നറിയപ്പെടുന്നത്. വേശ്യാതെരുവുകളെ റെഡ് സ്ട്രീറ്റ് എന്ന് വിളിക്കുന്നതിൽ ഒരു വൈചിത്ര്യം തോന്നി അവൾക്ക്. ചുവപ്പു എന്ന കളറിന് എന്തെല്ലാം അർത്ഥഭേദങ്ങൾ... അതും വൈരുദ്ധ്യാത്മകമായ അർഥങ്ങൾ !

ബോംബെയിലും കൊൽക്കൊത്തയിലും ആണ് ഇന്ത്യയിൽ പരസ്യമായിട്ടുള്ള വേശ്യാതെരുവുകൾ ഉള്ളതത്രെ. അവിടെ പ്രവർത്തിക്കുന്ന സന്നദ്ധ സംഘടനകൾ ആണ് ലൈംഗികതൊഴിൽ എന്ന വാക്കു പ്രയോഗത്തിൽ വരുത്തിയത് എന്നും അവർ ഈ ജോലിയിലേക്ക് എത്തിപ്പെട്ട സ്ത്രീകളുടെ അവകാശങ്ങൾക്കായി പ്രവർത്തിക്കുന്നുണ്ടെന്നും മൃണാ

ളിനി പറഞ്ഞു.

രാത്രി മുഴുവനും അവർ സംസാരിച്ചുകൊണ്ടേയിരുന്നു.

മൃണാളിനിക്ക് കൂടുതലും പറയാനുണ്ടായിരുന്നത് റൂമിയുടെ അമ്മയുടെ ജ്യേഷ്ഠനായ ദസ്റത്നെക്കുറിച്ചായിരുന്നു. അയാളാണ് റൂമിയെക്കുറിച്ചു എപ്പോഴെങ്കിലും അന്വേഷിക്കുന്നതും അവളെ അമ്മയെ കാണാൻ സോനാഗച്ഛിയിലേക്കു കൊണ്ട് പോകുന്നതും.

എത്ര ശ്രമിച്ചിട്ടും റൂമിയുടെ അമ്മ അവിടെ നിന്നും പോരുന്നില്ല എന്നത് അയാളുടെ വലിയ ദുഃഖമാണ്. റൂമിയുടെ അമ്മ ഗർഭിണിയായപ്പോൾത്തന്നെ അവളെ കല്യാണം കഴിക്കാമെന്നു പറഞ്ഞ ആൾ ഒഡിഷയിലേക്കു പണിക്കു പോയി. പിന്നീട് തിരിച്ചു വന്നില്ല. ഒഡിഷയിലെ വേറൊരു മഹാളി സ്ത്രീയെ കല്യാണം കഴിച്ചു കൂടി എന്നാണു പിന്നെ അറിഞ്ഞതത്രെ.

പ്രസവശേഷം അവൾ പണിക്കു പോയ വനപ്രദേശത്തെ ഓഫീസർമാരിൽ നിന്നു ബലാത്സംഗം ചെയ്യപ്പെട്ട അവസ്ഥയിൽ അവൾ സ്വയം തീരുമാനമെടുക്കുകയായിരുന്നുവത്രെ സോനാഗച്ഛിയിൽ പോയി നിൽക്കാൻ. അത്രയും പ്രബുദ്ധയാണ് തന്റെ പെങ്ങൾ എങ്കിലും അവളെ ആദ്യമേ രക്ഷിക്കാൻ തനിക്കായില്ലല്ലോ എന്ന് ദസ്റത് എപ്പോഴും വിലപിക്കുമെന്നു മൃണാളിനി വിഷമത്തോടെയാണ് പറഞ്ഞത്.

അവൾ അയാളുമായി കടുത്ത പ്രണയത്തിലാണ് എന്ന് ഹിതയ്ക്കു തോന്നി.

അതെയെന്ന് മൃണാളിനി പറഞ്ഞു.

'അച്ഛനറിയില്ല. വല്യച്ഛനും വല്യമ്മക്കുമറിയില്ല. നീലാഞ്ജനറിയാം. അവനാണ് ഞങ്ങളുടെ സന്ദേശവാഹകൻ. എന്നെങ്കിലും ഈ ബന്ധം നടക്കുമോന്നറിയില്ല ഹിത.. അസുഖങ്ങളുള്ള സ്ഥിതിക്ക് അച്ഛൻ ഇവിടെ ഒറ്റക്കാകണ്ടല്ലോ എന്ന് കരുതിയാണ് ഞങ്ങൾ എവിടെയെങ്കിലും ഒരുമിച്ചു താമസിക്കാൻ തുടങ്ങാത്തതുതന്നെ. ദസ്റത്നെ മോൾക്കും വലിയ ഇഷ്ടമാണ്. ഇവിടെ വന്നാൽ കുറെ നേരം അവളുമായി കളിച്ചുകൊണ്ടിരിക്കും അവൻ... അവൾക്കിപ്പോൾ ഒരച്ഛനുള്ളത് പോലെ തോന്നുന്നു എനിക്ക്. '

മൃണാളിനി അത് പറയുമ്പോൾ അല്പം വിഷണ്ണയായിരുന്നെങ്കിലും സന്തോഷവതിയുമായിരുന്നു.

പെട്ടെന്ന് തന്നെ മുഖഭാവം മാറ്റിക്കൊണ്ടവൾ ചോദിച്ചു.

'നിന്റെ വിശേഷം എന്തൊക്കെയാണ് ഹിത... പറയൂ. ഞാൻ എന്തൊക്കെയോ കുറെ പറഞ്ഞു. നിനക്ക് എന്ത് പറ്റി... അമേരിക്കൻ ജീവിതം

ഇഷ്ടപ്പെട്ടില്ലേ... റിസർച്ച് എന്തായി... വൃന്ദ എന്തു പറയുന്നു...'

വൃന്ദയുടെ വീട്ടിൽച്ചെന്ന് താമസിക്കുന്നതിനിടെയാണ് ഹിതയും അയൽപക്കത്തു താമസിച്ചിരുന്ന മൃണാളിനിയെയും കമലാക്ഷനെയും പരിചയപ്പെട്ടിട്ടുള്ളത്. അവൾ വൃന്ദയുടെ വിശേഷങ്ങൾ പറഞ്ഞുകൊണ്ടു തുടർന്നു:

'ജീവിതവും നമ്മുടെ മനസ്സും ഒന്നും നാം വിചാരിക്കുന്ന പോലെ അല്ല എന്ന് തോന്നുന്നു മൃണാൾ... ഞാൻ ആദ്യം കരുതിയത് പാശ്ചാത്യ ജീവിതരീതിയിലേക്ക് എനിക്ക് നന്നായി ഇന്റഗ്രേറ്റ് ചെയ്യാൻ പറ്റുമെന്നാണ്. ഏകാന്തത എനിക്കൊരു പ്രശ്നമേയല്ലെന്നാണ്. വേരുകൾ പറിച്ചെറിഞ്ഞ പോലെയല്ലേ ഞാൻ നാട്ടിലും ജീവിച്ചത് കുറെ വർഷങ്ങൾ... പിന്നെയെന്തുകൊണ്ടും അത്തരം നൊസ്റ്റാൾജിയയൊന്നും എനിക്കുണ്ടായേക്കില്ല എന്ന് കരുതിയിരുന്നു... പക്ഷെ ഒക്കെ തെറ്റായിരുന്നു... ഇന്ത്യ ഒരു മഹത്തായ പ്രദേശമാണ് എന്നൊക്കെ എനിക്ക് തോന്നി. പോരാഞ്ഞു മലയാള കവിതകളും പാട്ടുകളും ഒക്കെ എന്നും കേൾക്കണം എന്നും തോന്നാറുണ്ടായിരുന്നു... എത്ര വിചിത്രമാണ് മനസ്സ് അല്ലെ...'

മൃണാളിനി ഒരു നെടുവീർപ്പിൽ ചേർന്ന്കൊണ്ടു പറഞ്ഞു.

'അതെ ഹിത... വിചിത്രം തന്നെ... ഞാനിപ്പോൾ ചിന്തിക്കുന്നത് സംസ്ക്കാരത്തെക്കുറിച്ചുള്ള വ്യത്യസ്തമായ അനുഭവങ്ങളെക്കുറിച്ചാണ്.... എന്റെ കാര്യം നോക്ക്, ഏതു സംസ്ക്കാരസമ്പന്നനായ സവർണനേക്കാൾ മാന്യമായ പെരുമാറ്റവും സ്നേഹവും പ്രണയവും കൂട്ടും എല്ലാം എനിക്ക് ദസ്റതിൽ നിന്ന് കിട്ടുന്നുണ്ട്... നമ്മൾ എന്തുകൊണ്ടാണ് ചില ജനവിഭാഗത്തെ സംസ്ക്കാരം പഠിപ്പിക്കേണ്ടതുണ്ട് എന്ന് ജന്മത്തിന്റെ പേരിൽ തീരുമാനിക്കുന്നത്... കഷ്ടം അല്ലെ... '

'ശരിയാണ് മൃണാൾ, ആര് ആരെയാണ് സംസ്ക്കാരം പഠിപ്പിക്കേണ്ടത്... ആരാണ് ഇതൊക്കെ തീരുമാനിക്കുന്ന ഏമാന്മാർ... ഒളിഞ്ഞും തെളിഞ്ഞും ഉള്ള ഈ സാംസ്ക്കാരിക തട്ടിപ്പുകൾ ജനം തിരിച്ചറിയാത്തതെന്താണ്. പൊതുജനം പൊട്ടന്മാരെന്നു ചിലപ്പോൾ തോന്നും. എന്നാൽ നമ്മുടെ ജനാധിപത്യസമ്പ്രദായത്തിൽ പൊതുജനം ചിലപ്പോൾ ചില കാര്യങ്ങൾ നടത്തും... വോട്ടു മാറ്റിക്കുത്തൽ പോലെയൊക്കെ. അല്ലെ. '

'ദാറ്റ് ഈസ് ട്രൂ... അത് വിട്. എന്തായി നിന്റെ കാര്യങ്ങളൊക്കെ... ജീവിതം എങ്ങനെ...'

'ജീവിതം അങ്ങനെ ജീവിക്കുന്നു... അത്ര തന്നെ... റിസർച്ച് മുഴുവനാക്കണം... ഇപ്പോൾ അത്രയേ ഉള്ളു....'

'നീയാരെയെങ്കിലും കണ്ടുമുട്ടാതിരിക്കില്ല ഹിത... നമ്മുടെയൊക്കെ ജീവിതം അങ്ങനെ തുറന്ന ബോധത്തോടെയാണല്ലോ...'

'നിനക്കോർമയുണ്ടോ... ജാഫർ; എന്റെ മുൻപത്തേ പങ്കാളി. രജിസ്റ്റേർഡ് ഹസ്ബൻഡ് എന്നാണവനെ ഞാൻ കളിയാക്കി പറയാറുള്ളത്. അവൻ എന്റെ കൂടെ കൊൽക്കത്തയിലേക്ക് വന്നിട്ടുണ്ട്. തിരിച്ചും ഞങ്ങൾ ഒരുമിച്ചാണ് യാത്ര. വെറുതെ സൗഹൃദവും സ്നേഹവും തുടരുന്നു എന്ന് മാത്രം പിരിഞ്ഞതിന് ശേഷം... അവൻ പിന്നീട് കഴിച്ച കല്യാണവും പിരിയാറായി നിൽക്കുകയാണ് എന്ന് തോന്നുന്നു... മനുഷ്യരുടെ കാര്യം ഇങ്ങനെയുമുണ്ടല്ലേ... തിരിച്ചറിവുകൾ പല വഴിക്കു കിട്ടിക്കൊണ്ടേയിരിക്കും ചിലർക്ക് ജീവിതത്തിൽ... '

മൃണാളിനി ഒന്നു മൂളുകമാത്രം ചെയ്ത്, ലൈറ്റ് ഓഫാക്കിക്കൊണ്ട് പറഞ്ഞു;

'സമയം കുറെയായി. നിനക്കു ക്ഷീണമുണ്ടോന്നു പോലും ചോദിച്ചില്ല... ഉറങ്ങിക്കോ...'

ജനലിന്റെ അരികിലായിരുന്നു ഹിതയുടെ കട്ടിൽ... ആകാശത്തേക്ക് നോക്കാനാഞ്ഞപ്പോൾ അല്പം വിട്ട് അപ്പുറത്തൊരു ജനലിലൂടെ അരണ്ട വെളിച്ചം കണ്ടു... ഇളം നീല വെളിച്ചം.

അവിടെ ഒരു മയിൽ അവളെ നോക്കിയിട്ടെന്നപോലെ പീലിവിടർത്തിക്കൊണ്ടു നൃത്തം ആരംഭിക്കുന്നുണ്ടായിരുന്നു... താഴ്ന്ന ശബ്ദത്തിലുള്ള രബീന്ദ്ര സംഗീതത്തിൽ ലയിച്ചുകൊണ്ട്...

•

www.ingramcontent.com/pod-product-compliance
Lightning Source LLC
LaVergne TN
LVHW100842051026
849519LV00006B/2396
* 9 7 8 9 3 9 3 3 9 7 5 2 2 *